சித்தர் பாடல்கள்

(பாடல்களும் உரை விளக்கமும்)

பகுதி-1

புரட்சிச் சித்தர் சிவவாக்கியர்

உரைவிளக்கம்

'மனிதநேய முரசு', 'திருமந்திரத் தமிழ்மாமணி'

புலவர் அடியன்மணிவாசகன், க.மு., கல்.இ.

சங்கர் பதிப்பகம்

15/21, டீச்சர்ஸ் கில்டு காலனி, 2ஆவது சந்து,

இராஜாஜி நகர் விரிவு,

வில்லிவாக்கம், சென்னை-*600 049.*

தொலைபேசி: *26502086*

Email: shankar_pathippagam@yahoo.com

சித்தர் பாடல்கள் (பகுதி-1)
புரட்சிச் சித்தர் **சிவவாக்கியர்**

உரை: புலவர் அடியன்மணிவாசகன்

முதல் பதிப்பு : 2022

விலை : **₹ 300/-**

பதிப்பாளர் முகவரி : சங்கர் பதிப்பகம்,
15/21, டீச்சர்ஸ் கில்டு காலனி, 2வது தெரு,
இராஜாஜி நகர் விரிவு,
வில்லிவாக்கம், சென்னை-49.
தொலைபேசி: 26502086

மொத்தப் பக்கங்கள் : 304

ஒளி அச்சு மற்றும் முன் அட்டை வடிவமைப்பு : சு. அசோக்குமார்

அச்சிட்டோர் : எம்.கே. கிராபிக்ஸ்,
சென்னை - 600 021.
அலைபேசி: 98408 28213

ஓம்

சித்தர்கள் சேவடி வாழ்க வாழ்க

சித்தர் பாடல்கள்-எளியவுரை

[சித்தர் முப்பத்து நால்வர்]

சித்தர்களைப் பற்றி சில சொற்கள்

வரவர வாழ்க்கையென்பது ஒரு போராட்டமாகவே தெரிகின்றது. ஆம்! அறிவோடு அறிவும் அறிவோடு அறியாமையும் போரிடுகின்றன; இறுதியில் அறிவே ஆக்கந்தந்து வெற்றி பெறுகின்றது.

நாம் கண்ணால் காணும் பொருள்களிலும் கருத்தால் எண்ணும் பொருள்களிலும் அழிந்து போகும் பொய்ப்பொருளும் அழியாது நிலைக்கும் மெய்ப்பொருளும் உண்டு. இவ்விரண்டையுமே உலகப் பார்வையில் உண்மையியல் (தத்துவம்) என்பர்.

இந்த உண்மையியல் அடிப்படையில் வாழ்ந்து வரலாறு படைத்தவரையே "சித்தர்" என்பர். இவர் செய்யும் (நினைக்கும்) அகத்தவத்தாலே உண்மையொளியென்னும் கடவுளை உளமாரக் கண்டு களிமகிழ் கொள்வர். இவரது உள்ளம் ஐந்து பொறி வழிகளிலே ஓடாமலும் அடிமையாகாமலும் உறுதியில் நிலைபெறுகின்றது; ஒளியின்பத்திலே திளைத்திருக்கின்றது. இதனால்தான், இவரது ஒடுங்கி ஒருமையடைந்த உள்ளத்தைப் பாராட்டும் திருமூலரான பெருஞ்சித்தர்,

"ஒடுங்கி நிலைபெற்ற உத்தமர் உள்ளம்
நடுங்குவ தில்லை நமனுமங்கு இல்லை"

என்றார்.

"சித்து" என்னும் வடமொழிக்குப் பொருள் 'அறிவு' என்பதாகும். இந்த அறிவால்-ஒளியால் அனைத்து வெற்றிகளையும் (சித்திகளை) அடைவதால் இவர் "சித்தர்" எனப்பட்டார். மேலும், இவர் இரும்பைப் பொன்னாக்குதல் முதலான 'வேதியியல்' வினைகளும் செய்ததாலே அந்த ஆற்றலைப் போற்றியும் 'சித்தர்' எனப் புகழப்பெற்றார்.

இத்தகையோர், தவப்பயனால் இறைவனது அருளாற்றலைப் பெற்றுக் கொண்டதால் மந்திரம், மணி, மருந்து என்று மூன்றிலும் வல்லமையுடையவராய்த் திகழ்ந்து மக்களின் வணக்கத்தைப் பெற்றனர்.

மந்திரம் என்பது வலிமைமிக்க அருள்மொழியாகும்; இதைச் சித்தர் வாய்மொழியாகச் சொன்னால் அது பலித்துவிடும். இவ்வுண்மையை உரையாசிரியர் பரிமேலழகர் கூறும்பொழுது, "மந்திரமாகிய நிறைமொழியென்பது, அருளிக்கூறினும் வெகுண்டு கூறினும் அவ்வப்பயன்களைப் பயந்தே (தந்தே) விடும் மொழி" என்று நயமான நடையில் சொன்னார்.

சிவச்செம்பொருளான இறைவனே மந்திரமாகவும் அறிவு நூலாம் தந்திரமாகவும் அருள்மருந்தாகவும் இருந்து மக்களுக்கு நலம் தருகின்றான் என்பதைத் தேவாரத்தேன் தந்த நாவுக்கரசர் பெருந்தகை,

"மந்திரமும் தந்திரமும் மருந்தும் ஆகித்
தீராநோய் தீர்க்க வல்லான்"

என்றார்.

மணி என்பது, இளநீலநிறத்தில் ஒளிவிட்டுத் திகழ்கின்ற ஓர் உருண்டைமணியாகும்; இது பச்சிலைகளால் புடம்போட்டுச் செயற்கையாய்ச் செய்யக்கூடியதாம்; இந்த மணியில், மந்திரத்தில் உருவேற்றி அருள்வலிமையைக் கூட்டுவர். இதை வைத்துக் கொண்டு சித்தர்கள் மக்களுக்கு வேண்டிய நன்மைகளைச் செய்வார்கள்.

மருந்து என்பது, மலையடிவாரத்திலும் குகைகளிலும் உறைந்து வாழ்ந்த சித்தர்கள், இயற்கையாய் குறிஞ்சி நிலமான மலைகளிலே முளைத்த பச்சிலைகள், வேர்கள், பட்டைகள்,

காய்கள், கனிகளெனப் பல வகையான பொருட்களை ஆராய்ந்து வேதி மாற்றமும் செய்து மருந்தாக்க, மக்களின் நோய்களை நாடித் தக்கவாறு மருந்து கொடுத்து நலம் செய்தார்கள்.

இந்த மூன்று நெறியாலும் மக்களுக்குத் தொண்டு செய்த தாலே சித்தர் பெருமான்கள் இறைவனுக்கு அடுத்த நிலையில் வைத்துப் போற்றப்பட்டார்கள்.

திருநாவுக்கரசர் போற்றி வணங்கியது போலவே வடலூர் வள்ளற்பெருமானும் இந்த மூன்று வலிமைமிக்க பொருட்களை அருட்பெருஞ் சுடராகவே விளித்துப் பாடுவதை, நாம் இங்கே புரிவது நற்பயன் விளையும்!

“ஐந்தென எட்டென ஆறென நான்கென
முந்துறு மறைமுறை மொழியும் மந்திரமே!
நினைத்தவை நினைத்தவை நினைத்தாங்கு எய்துற
அனைத்தையும் தருமோர் அரும்பெறல் மணியே!
உடற்பிணி அனைத்தையும் உயிர்ப்பிணி அனைத்தையும்
அடர்ப்பறத் தவிர்த்த அருட்சிவ மருந்தே!

(ஐந்து-நமசிவாய; எட்டு-ஓம் நமோ நாராயணாய; ஆறு-சரவணபவ; நான்கு-சிவசிவ.)

இத்தகு மக்கள் தொண்டு செய்யும் நலம் வாய்ந்த சித்தர், மனம் கனிந்து இறைவனிடம் காதலாகிக் கசிந்து கண்ணீர் மல்கிய அன்பின் திறத்தையும் நம்மால் வியக்க முடிகின்றது. சித்தர் பாடல் ஒவ்வொன்றும் அப்படித் தான் குதித்த நடைபோட்டுக் கருத்தாலும் கொள்கையாலும் நம் நெஞ்சை அள்ளுகின்றன.

இத்தொகுப்பு நூலில், சித்தர் முப்பத்து நால்வரின் மூவாயிரத்து நானூற்றுப் பன்னிரண்டு பாடல்கள் வாய்த்துள்ளன. இவற்றைப் படிக்கும் போதெல்லாம் இறையன்பானது கரும்பின் சாறாயும் தேனாயும் பொங்கிப் பெருக்கெடுத்து ஓடுகின்றது; இயற்கை உண்மையிலான தத்துவக் கருத்துக்களோ மின்னலென நம்மை விம்மி வியக்கவைக்கின்றன; மனித வாழ்வியல் நடைமுறை மூடப்பழக்க வழக்கங்களின் சாடற் கொள்கைகளோ இடியிடிப்பது போன்று ஓங்கி ஒலித்து நம்மை உசுப்பிவிட்டு, உலகையே பார்க்க வைக்கின்றன.

சித்தரின் நெஞ்சக்கடலில் கொதித்தெழுந்த கார்முகில், வாழ்க்கையென்னும் வயல்களில் இனிய மழையாய்ப் பொழியப் போகிறதே! மனித உலகப் பயிர்கள் அன்பாலும் அறிவாலும் அருளாலும் தழைத்து விளையப் போகின்றனவே! இந்த மகிழ்வோடு சித்தர்களின் உள்ளத்தைப் போற்றி வணங்குவோம்.

மகிழ்வுக்கு ஊடே, சித்தர்களின் சித்தமும் பித்தும் எப்படியெல்லாம் இயங்கி இறைவனோடு கலந்து உறவாடியது? என்பதை மணிவாசகப் பெருமான் படைத்த திருவாசகப் பெண்கள் ஆடியாடி இறைவனுக்காக நறுமணப்பொடி இடித்த பாங்கை நம் கண் முன்னே நிறுத்திப் பார்ப்போம். இங்கே அன்பே உருவான கன்னிப் பெண்களும் சித்தர்கள்போல் ஆகி விடுகிறார்களே!

"முத்தணி கொங்கைகள் ஆடஆட
    மொய்குழல் வண்டினம் ஆடஆடச்
சித்தம் சிவனொடும் ஆடஆடச்
    செங்கயல் கண்பனி ஆடஆடப்
பித்தெம் பிரானொடும் ஆடஆடப்
    பிறவி பிறரொடும் ஆடஆட
அத்தன் கருணையொடு ஆடஆட
    ஆடப் பொற்சுண்ணம் இடித்துநாமே." (திரு.பாடல்-204)

ஆர்வலர்களே! நாமும் இப்பாடல்களைப் படித்து உணர்ந்து, சித்தத்தைச் சிவன்பாலே வைத்துத் தெளிவோடு உலக ஒருமைப்பாட்டில் கலந்து, இன்பவெற்றியில் வாழ்வோமாக!

சித்தர் சிவவாக்கியரைப் பற்றி...

இறையன்பிலே மூழ்கி இன்பம் நுகர்ந்த அருளாளரைப் போலவும் அடியாரைப் போலவும் தங்களது வாழ்நாள் வரலாற்றை எழுதி வைக்காமல் போனவர்கள் சித்தர்கள். அதனால் அவர்களைப் பற்றித் தம் மனம் சென்றவாறு கற்பனை மூடைகளை அவிழ்த்துவிட்டுப் பிற்காலத்தில் முரண்பட்ட கதைகளைப் பரப்பினர், பலர். முன்னவரும் முதன்மை வாய்ந்தவருமான திருமூலருக்கே பல கதைகள் உண்டு. அவரது உண்மை வரலாறெனத் திருத்தொண்டர் புராணம் கூறும் வரலாற்றையே அறிவுலகம் இன்று ஏற்றுப் போற்றுகின்றது.

சிவவாக்கியரை முற்போக்கான உண்மையியல் சார்ந்த ஒரே கடவுள்-ஒரே மனிதகுலம்-ஒரே சமன்பட்ட வாழ்வியற் கொள்கை யுடைய சீர்திருத்தச் செம்மலென்றுதான் கூறமுடியும். ஊரும் பேரும் பெற்றோரும் காலமும் வரலாற்று நெறியில் தெரிந்து கொள்ள முடியாது.

“சிவவாக்கியர் சங்கரகுலத்தில் பிறந்தார்; ஐம்பத்தொன்றாம் அகவையில் ஒரு குறமகளை மணந்தார்; அவர் திருமூலர் மரபில் வந்த பெண்ணின் மகன்; இறுதியில் கும்பகோணத்தில் நல்லடக்கம் செய்யப்பட்டார்” என்றெல்லாம் போகரே கூறியுள்ளாரென்று கற்பித்துள்ள கதையை நாம் நம்ப இயலாது; அதற்கான ஆய்வுக்கும் வழியில்லை.

அவர் இறையன்பு உலகிலும் உண்மையியல் உலகிலும் ஒரு புரட்சியாளராய்த் தோன்றி, மக்களிடம் மெய்யறிவையும் விழிப்புணர்வையும் வெளிப்படுத்தினார் என்பதற்கு அவரது படைப்பான பாடல்களே அடையாளமாகும்.

நட்டகல்லைத் தெய்வமென்று நாலுபுட்பம் சாத்தியே
சுற்றிவந்து முணமுணென்று சொல்லு மந்திரம் ஏதடா!
நட்டகல்லும் பேசுமோ? நாதனுள் இருக்கையில்
சுட்டசட்டி சட்டுவம் கறிச்சுவை அறியுமோ?

என்னும் வெடியான பாடல் இன்றும் பலரை அதிரச் செய்கின்றதே!

அவர் படைத்த இந்தப் பாடற்பனுவலுக்குச் சிறப்பான பெயராகச் 'சிவவாக்கியம்' எனச் சூட்டியுள்ளார். பல பாடல்களில் ஒரே சமயக் கொள்கையை வெளியிட்டிருந்தாலும், சில பாடல் களில் பல சமயக் கடவுளையும், போற்றியிருக்கிறார்; இது முரண் பாடாய்த் தெரிகின்றது. இதனால், இப்பாடல்களில் இடைச் செருகலாகப் புலவர் சிலர் தம் பாடல்களைச் சேர்த்திருப்பரோ? என எண்ணத் தோன்றுகின்றது.

நாம் ஒருமைப்பாட்டிலே பொதுமையான கருத்துக்களையே போற்றுவோம். வாழ்க சிவவாக்கியம்!

சிவவாக்கிய நூல்

[நூல் படைப்பின் நோக்கம்]

அரியதோர் நமச்சிவாயம் ஆதியந்தம் ஆனதும்
ஆறிரண்டு நூறுதேவர் அன்றுரைத்த மந்திரம்
அரியதோர் எழுத்தையுன்னிச் சொல்லுவேன் சிவவாக்கியம்
தோடதோட பாவமாயை தூரதூர ஓடவே. 1

(எளியவுரை:) *காணுதற்கரிய கடவுளான சிவத்தின் திருப்பெயர் நமச்சிவாயம் ஆகும்; அது முதலும் முடிவும் தெரிய முடியாத இயற்கையுடையது. அந்த ஐந்து எழுத்தாலான திருமந்திரத்தையே விண்ணகத்திலுள்ள இந்திரன் முதலிய நூற்றெட்டு (6+2+100)த் தேவர்களும் அன்று முதல் இன்றுவரை ஓதி வழிபட்டு வருகின்றனர். இந்த முதன்மையானதும் அருமை யான ஓங்காரத்திலிருந்து பிறந்ததுமான ஐந்தெழுத்தை எனது உள்ளத்தில் நினைந்து கொண்டு, இந்த உலகிலே மக்கள் செய்யும் குற்றங்கள், தீவினைகள், மாயையால் ஏற்படும் ஒழுக்கக்கேடுகள் யாவும் தொலைவில் ஓடி ஒழியும்படி நான் இந்தச் சிவவாக்கியம் என்னும் நூலைச் சொல்லுவேன்.*

(இறை வணக்கம்)

கரியதோர் முகத்தையொத்த கற்பகத்தைக் கைதொழக்
கலைகள் நூல்கள் ஞானமும் கருத்தில்வந்து உதிக்கவே;
பெரியபேர்கள் சிறிய பேர்கள் கற்றுணர்ந்த பேரெலாம்
பேயனாகி ஓதிடும் பிழைபொறுக்க வேண்டுமே. 2

*(**எ.ரை:**) விண்ணிலுள்ள கற்பக மரம்போல் வேண்டிய அருளையும் பொருளையும் தருகின்ற கருத்த வேழமுகமுடைய பிள்ளையாரைக் கைகூப்பி வணங்குவதால் மக்களுக்கு ஆய கலைகள் அறுபத்து நான்கும், பலதுறை நூலறிவும் மெய்யறிவும் மனக்கருத்தில் வந்து எளிமையாய்த் தோன்றும். அக்கடவுளின் அருளால் பித்தனாகிய நான் ஓதிச் சொல்லும் இந்த நூலில் ஏற்படும் பிழையைக், கற்றுவல்ல சான்றோர்களும் முதியோர் களும் இளையோர்களும் பொறுத்தருள வேண்டுகிறேன்.*

(ஐந்து எழுத்துக்குள் உலகமே அடங்கும்)

நூல் தொடக்கம்

ஆனஅஞ்சு எழுத்துளே அண்டமும் அகண்டமும்;
ஆனஅஞ்சு எழுத்துளே ஆதியான மூவரும்;
ஆனஅஞ்சு எழுத்துளே அகாரமும் மகாரமும்;
ஆனஅஞ்சு எழுத்துளே அடங்கலாவல் உற்றவே. 3

*(**எ.ரை:**) விண்ணிலுள்ள கோடிக்கணக்கான கோள்களும், அவற்றிலிருந்து விரிந்த ஐம்பூதங்களாலான உலகங்களும் ஐந்தெழுத்தென்னும் நமச்சிவாயத்துள்ளே ஆனவையே; தொடக்கத்தில் முழுமுதலான சிவத்தால் படைக்கப்பட்ட (பதத்தலைவர்களான) மலரவன் (பிர்மா), மாலவன் (திருமால்), அரன் (உருத்திரன்) ஆகிய மூவரும் இந்த ஐந்தெழுத்துக்குள்ளே அடக்கமே; ஓங்காரத்திலுள்ள (அ+உ+ம) மூன்றொலியால் கடவுளை உணர்த்தும் (அ) அகாரமும் உலகையுணர்த்தும் (ம) மகாரமும் இந்த ஐந்தெழுத்துப் பொருள்களிலேதான் அடங்கும்; ஆக இந்தக் காண்கின்ற உலகமும் காணாத உலகமும் யாவுமே இந்த நமச்சிவாய மந்திரத்துள்ளே அடங்கியிருக்கும் நுட்பத்தை ஓர்ந்து கொண்டு உணர்க.*

நமச்சிவாய-சி-கடவுள்; வா-அருளாற்றல்; ய-உயிர்கள்; ந-உலகம்; ம-மாசும் ஒளியும்.

(மக்கள் கடவுளொளியைக் காணமுடியாமல் செத்தே போயினர்!)

ஓடியோடி ஓடியோடி உட்கலந்த சோதியை
நாடிநாடி நாடிநாடி நாட்களும் கழிந்துபோய்
வாடிவாடி வாடிவாடி மாண்டுபோன மாந்தர்கள்
கோடிகோடி கோடிகோடி எண்ணிறந்த கோடியே. 4

(எ.ரை:) உடம்பிலே வேர்நிலையான மூலாதாரத்தில் அமைந்த கனலொளியே கடவுளொளியாகும். அது நடுநாடி வழியே சென்று ஆன்ம உயிராகிய தலைநடுவில் அறிவுமன்றமாகத் தங்கியுள்ளது. அதனைக் காண்பதற்காக நாடித் தவஞ்செய்தும் காலங்கள் கடந்தன; ஆயினும் ஒளியைக் காணமுடியவில்லை. அதனால் உயிரும் உள்ளமும் வாடிவருந்திப் போய் மனிதர்கள் இறந்தே போனார்கள். இப்படித் தோல்வியால் இறந்தவர் எண்ணற்ற கோடி மாந்தரே எனலாம்.

(தவ ஒளியை உயிருக்கு ஏற்றினால் கடவுட்காட்சி கிடைக்கும்)

உருத்தரித்த நாடியில் ஒடுங்குகின்ற வாயுவை
கருத்தினால் இருத்தியே கபாலமேற்ற வல்லிரேல்
விருத்தரும் பாலராவர் மேனியும் சிவந்திடும்
அருள்தரித்த நாதர்பாதம் அம்மைபாதம் உண்மையே. 5

(எ.ரை:) தவஞ்செய்யும் ஆர்வலர்களே! சிறந்த ஆற்றலுடைய நடுநாடியில் (சுழுமுனை) குருதியோடு கலந்து செல்லும் (மூச்சுடன் செல்லும்) உயிர்வளியைக் கருத்தோடும் கவனத்தோடும் கொண்டு சென்று, மண்டையோட்டில் மூளை நடுவிலுள்ள ஆன்ம உயிரில் சேர்க்க வல்லமை பெறுவீரானால், இத்தவ வலிமையால் முதியவரும் இளைஞர் ஆகலாம்; உடம்பும் சிவந்து பொன்மேனி ஆகும்; அருள்தரும் இறைவனின் திருவடியொளியும் அருளாற்றலென்னும் இறைவியின் திருவடியொளியும் வாய்ப்பது உண்மையேயாகும்.

(உடம்பு நிலையற்றது)

வடிவுகண்டு கொண்டபெண்ணை மற்றொருவன் நத்தினால்
விடுவனோ அவனைமுன்னர் வெட்டவேணும் என்பனே;
நடுவன்வந்து அழைத்தபோது நாறுமிந்த நல்லுடல்
சுடலைமட்டும் கொண்டுபோய்த் தோட்டிகைக் கொடுப்பரே. 6

(எ.ரை:) *ஒருவன், அழகைக் கண்டு திருமணம் செய்து கொண்ட உரிமைப் பெண்ணை மற்றொருவன் விரும்பித் தொட்டால், உரியவன் சினந்து, வெறியனை அவன் முன்னேயே கொலை செய்வேனென்று, செய்தும் விடுவான். அப்பொழுது தீர்ப்புக்கூறும் நடுவனான கூற்றுவன் வந்து உயிரைக் கொண்டு போய்விடுவான். பின்னர், நல்ல அழகான உடலும் நாற்ற மெடுக்குமே என்று அதனைச் சுடலையுள்ள சுடுகாட்டுக்கு எடுத்துச் சென்று, எரியூட்டுதற்காக வெட்டியான் கையிலே கொடுத்துவிடுவர். இந்த நிலையுள்ளதே உடம்பாகும்.*

(இறைவன் என்னுயிரில் இருப்பதாக உணர்ந்தேன்)

என்னிலே இருந்தஒன்றை யானறிந்தது இல்லையே
என்னிலே இருந்தஒன்றை யானறிந்து கொண்டபின்
என்னிலே இருந்தஒன்றை யாவர்காண வல்லரோ
என்னிலே இருந்திருந்து யானுணர்ந்து கொண்டெனே. 7

(எ.ரை:) *எனது உயிரிலே உயிரொளியாயிருந்த ஒன்றான கடவுளை நான் முன்னமே அறிந்தது இல்லை. இப்போதுதான் அந்தப் பேரொளியான ஒன்றை உள்ளே நாடிநாடி உயிரில் தெரியும்படி அறிந்து கொண்டேன். என்னுயிரில் நான் கண்டது போல் வேறு யார் காண முடியுமோ? தெரியவில்லை. ஆனால், நான் பெற்ற இன்பம்போல் பிறரும் பெறவேண்டும்; நான் உணர்ந்து கொண்டதுபோல் உலகம் உணரவேண்டும்; இதுவே என் அவா!*

(எனக்குள் நீயும் உனக்குள் நானும் இருக்கவேண்டும்)

நினைப்பதொன்று கண்டிலேன் நீயலாது வேறிலை
நினைப்புமாய் மறப்புமாய் நின்றமாயை மாயையோ

அனைத்துமாய் அகண்டமாய் அனாதிமுன் அனாதியாய்!
எனக்குள்நீ உனக்குள்நான் இருக்குமாறது எங்ஙனே. 8

(எ.உரை:) உலகப் பொருளனைத்திலும் அணுவாய்க் கலந்திருப்பவனும் உலகத் திசைகளனைத்திலும் விரிவாய்த் தாங்கியிருப்பவனும், படைப்பின் தோற்றம்-காலம் தெரிய முடியாமல் இருப்பவனும், அந்தப் பழைமைக்கும் பழைமை யாய்ப் பேசப்படுபவனும் கடவுளாகிய நீயே ஆவாய்! நீ யன்றி எனக்கு வேறு பொருளில்லை; நான் நினைப்பதும் உன்னையன்றி வேறு எவருமில்லை; என்றாலும், தூய்மையற்ற மாயையென்னும் ஆற்றல் உன்னை நினைக்கவும் மறக்கவும் மாறி மாறி என்னைக் கெடுக்கின்றது. இந்த மாயை என்ன மாயையோ? இதன் வலிமையைப் போக்கி உயிரில் ஒளியை நிலைத்திருக்க அருள்செய்க! எனது உயிருக்குள் நீயும் உனது ஒளிக்குள் நானும் கலந்து உறவாடும் தகுதியை நீயே தரவேண்டும். அதன் நெறியையும் எனக்கு நீ விளக்க வேண்டும்.

மாயை இயற்கை மாயை, தூயமாயை, தீய மாயை என மூன்றாகும்.

(எல்லாப் பொருளுமாக இருப்பவன் கடவுளே)

மண்ணும்நீ விண்ணும்நீ மறிகடல்கள் ஏழும்நீ
எண்ணும்நீ எழுத்தும்நீ இசைந்தபண் எழுத்தும்நீ
கண்ணும்நீ மணியும்நீ கண்ணுளாடும் பாவைநீ
நண்ணுநீர்மை நின்றபாதம் நண்ணுமாறு அருளிடாய்! 9

(எ.உரை:) முழுமுதற் கடவுளே! இந்த மண்ணுலகமும் விண்ணுலகமும் அலைமுழங்கும் கடல்கள் ஏழும் நீயே மறைவாக இருந்து ஆட்சி செய்கின்றாய். வாழ்விற்குரிய எண்களும் எழுத்துக்களும் நீயே இருந்து அறிவு தருகிறாய். காணும் கண்ணும் அதனுள்ளிருக்கும் கருமணியும் அதிலே ஆடுகின்ற பாவையும் ஒளிதரும் நீயே ஆவாய். இப்பெரிய கடவுளான நீ எல்லோரும் வந்து அடைக்கலம் புகும் அருளுடைய இயற்கை யுள்ளவன். உனது அத்தகு திருவடிகளை நானும் அடையுமாறு எனக்கு அருள் செய்ய வேண்டும்.

கடல்கள் ஏழு:- உவர்நீர், நன்னீர், பால், தயிர், நெய், கருப்பஞ்சாறு, தேன்.

பண்எழுத்து:- குரல், துத்தம், கைக்கிளை, உழை, இளி, விளரி, தாரம் ஆகிய ஏழும் பண்எழுத்துக்களை உணர்த்தும் சொற்களாகும்.

(எல்லையற்ற ஒளிவெளியில் இருப்பவனைப் பற்றுக!)

அரியுமல்ல அயனுமல்ல அப்புறத்தில் அப்புறம்;
கருமைசெம்மை வெண்மையைக் கடந்துநின்ற காரணம்
பெரியதல்ல சிறியதல்ல பற்றுமின்கள் பற்றுமின்!
துரியமும் கடந்துநின்ற தூரதூர தூரமே. 10

(எ.ரை:) முழுமுதற் கடவுளென்பவன் திருமாலும் அல்லன்; மலரவனும் அல்லன். அவன் அப்பாலுக்கு அப்பாலாய் எங்கணும் கடந்து நிற்பவன். அவன் கருமை-செம்மை-வெண்மை-பொன்மை-நீலம் ஆகிய ஐந்து வண்ணங்களுக்கும் உட்படாதவன்; அவன் அனைத்துக்கும் கருவானவன்; அவன் பெரியவனும் அல்லன்; சிறியவனும் அல்லன்; ஆயினும் அவன் அணுவானவன்; பேரொளியான துரியத்தையும் கடந்து, மிகத் தொலைவிலே அறிவுகடந்து நிற்பவனே. அத்தகைய கடவுளை மக்களே! நீங்கள் அன்புடன் பற்றிக் கொள்ளுங்கள்.

(எல்லாமே இராமத் திருப்பெயரில் அடக்கம்)

அந்திமாலை உச்சிமூன்றும் ஆடுகின்ற தீர்த்தமும்
சந்திதர்ப் பணங்களும் தபங்களும் செபங்களும்
சிந்தைமேவு ஞானமும் தினம்செபிக்கும் மந்திரம்
எந்தைராம ராமராம ராமவென்னும் நாமமே. 11

(எ.ரை:) காத்தல் தெய்வமான திருமாலின் மனிதப் பிறவியே இராமன். எம் தந்தையான அவனது திருப்பெயரை "ராம ராம" என்று அன்புலகம் ஓதி மகிழும். அந்தப் பெயரின் பொருளிலே, நாம் காலை-நண்பகல்-மாலையாகிய மூன்று நேரமும் வழிபாட்டின் பொருட்டுக் குளித்து ஆடுகின்ற தண்ணீரும், காலையும் மாலையும் செய்கின்ற நீர்வழிபாடுகளும் தெய்வத்தை

நோக்கிய தவச் செயல்களும் திருப்பெயரை ஓதுகின்ற நிலைகளும், எண்ணத்திலே நிலைபெற்ற மெய்யறிவும், நாள்தோறும் ஓதுகின்ற திருமந்திரமும் ஆகிய அனைத்துமே அடங்கியிருக்கும் என்பதை அறிக!

(ஓதுகின்றவருக்கு இனிய மந்திரம்)

கதாவுபஞ்ச பாதகங்க ளைத்துரந்த மந்திரம்
இதாம்இதாம் இதல்லவென்று வைத்துழலும் ஏழைகாள்!
சதாவிடாமல் ஓதுவார் தமக்குநல்ல மந்திரம்
இதாம்இதாம் இராமராம ராமவென்னும் நாமமே. 12

(எ.ரை:) இதுவே பெரியது; இல்லை அதுவே பெரியது என்று சொல்லிச், செல்வத்தைச் சேர்த்து வைத்துப் பின்னர் இழந்து வருந்துகின்ற அறிவில்லாத மக்களே! எப்போதும் அன்பர்கள் இடைவிடாமல் ஓதியுருகும் இனிய மந்திரம் இந்த இராமன் பெயரே ஆகும். இந்த வலிமையான மந்திரமே, மக்கள் செய்யும் கொடுமையான கொலை, பொய், களவு, கள்ளருந்தல், ஆசிரியரை வெறுத்தல் ஆகிய ஐந்தையும் ஓட ஓடத் துரத்திவிடும். ஆதலால் நீங்களும் இந்த மந்திரத்தை ஓதுங்கள்; நல்லவர் ஆகுங்கள்.

(இராம மந்திரமே மெய்ப்பொருள் ஆகும்!)

நானதுஏது? நீயதுஏது? நடுவில்நின்றது ஏதடா!
கோனதுஏது? குருவதுஏது? கூறிடும் குலாமரே!
ஆனதுஏது? அழிவதுஏது? அப்புறத்தில் அப்புறம்
ஈனதுஏது? ராமராம ராமவென்ற நாமமே. 13

(எ.ரை:) பொய்ப்பொருள்களையெல்லாம் மெய்ப்பொருளென நம்பிப் பெருமை கொள்ளுகின்ற அறிவில் குறைந்த மக்களே! நீங்கள் கூறுகின்ற நான் என்பதும் நீ என்பதும் நடுவிலே நிற்கும் ஒருபொருள் என்பதும் எல்லாமே பொய்த்துப் போய் விடும். அதுபோல அரசன் என்பவனும் ஆசான் என்பவனும் அழிந்து போகின்றவரே ஆதலால், உலகிலே ஆவதும் அழிவதும் அப்பாடலுக்கு அப்பாலே தோன்றுவதுமின்றி ஒரே நிலைத்த

பொருளாய் இருப்பவனின் திருப்பெயர்தான் 'இராமன்' ஆகும். அதை ஓதுக!

(அருளாற்றலால் விடுதலையும் வெற்றியும் கிட்டும்)

சாத்திரங்கள் ஓதுகின்ற சட்டநாதப் பட்டரே!
வேர்த்திரைப்பு வந்தபோது வேதம்வந்து உதவுமோ?
மாத்திரைப்போது உம்முளே மறிந்துநோக்க வல்லிரேல்
சாத்திரப்பை நோய்களேது? சத்திமுத்தி சித்தியே. 14

(எ.ரை:) *இறையியல், உண்மையியல், அன்பியல் ஆகிய சிறந்த நூல்களை ஓதுகின்ற 'சட்டநாதன்' என்னும் குருக்களே! உமக்கு இடையிலே, இறுதிநிலை ஏற்பட்டு உடம்பு வேர்வை யாகி மூச்சுத் திணறலும் வரும்போது நீர் போற்றும் மறைநூல் வந்து துன்பத்தை மாற்றுமா? மாற்றாதே! ஆகவே, இறை யொளியை உமது உள்ளத்திலே ஒரு நொடிப்பொழுதேனும் மறுபடி நினைந்து பதிவு செய்து தகுதியைப் பெறுவீரானால், நூல்களென்னும் பையிலுள்ள மூடக்கருத்துக்களால் உண்டாகும் துன்பங்கள் ஓடிப்போகும்; மேலும் அருளாற்றலால் பிறவி விடுதலையும் வெற்றியும் பெறலாம்! (சட்டநாதப் பட்டர் சட்டை முனிச்சித்தராகவும் இருக்கலாம்)*

(கடவுளை உள்ளத்திலேயே உணரலாம்)

தூரதூரம் தூரமென்று சொல்லுவார்கள் சோம்பர்கள்
பாரும்விண்ணும் எங்குமாய்ப் பரந்தஇப் பராபரம்
ஊருநாடு காடுதேடி உழன்றுதேடும் ஊமைகாள்!
நேரதாக உம்முள்ளே அறிந்துணர்ந்து கொள்ளுமே. 15

(எ.ரை:) *இறைவனை ஊரிலும் நாட்டிலும் காட்டிலும் தேடிக் காண முடியாமல் மிகவும் வருந்துகின்ற ஊமையர்களே! இறைவனோ மண்ணுலகிலும் விண்ணுலகிலும் எங்கும் பரந்து விரிந்திருக்கும் பராபரம் ஆவான். "அவனைக் காணமுடியாது; அவன் மிகவும் தொலைவில் இருப்பவன்" என்று சோம்பேறிகளே கூறுவார்கள். நீங்கள் ஆர்வங்கொண்டால், உங்கள் உள்ளத் திலேயே நேராக அந்த மெய்ப்பொருளான கடவுளை அறிந்து ஆழமாக உணர்ந்து கொள்ளுங்கள்.*

பராபரம்-(பரம்+அபரம்) மேலான பொருளாகவும் கீழ்நிலைப் பொருளாகவும் பொதுவாக இருப்பவன் கடவுள்.

(மெய்யறிவின் அடிநிலையை அறியவில்லையே)

நாலுவேதம் ஓதுவீர்! ஞானபாதம் அறிகிலீர்
பாலுள்நெய் கலந்தவாறு பாவிகாள்! அறிகிலீர்
ஆலமுண்ட கண்டனார் அகத்துளே இருக்கவே
காலனென்று சொல்லுவீர் கனாவிலும் அதில்லையே. 16

(எ.ரை:) *நான்கு மறைகளையும் ஓதுகின்ற ஆரியரே! மெய் யறிவின் அடிநிலையான ஒளியை அறியாமல் இருக்கின்றீர்களே. மெய்ப்பொருளான கடவுள் பாலின் உள்ளே நெய் கலந்திருப்பது போல் எல்லாப் பொருளிலும் மறைந்திருக்கின்றான். இதை நீங்கள் அறிய முடியாமல் தீவினையாளராகவே இருக்கின்றீர்கள். உண்மையிலே நஞ்சுண்ட கண்டனான கடவுள் எல்லோரது உள்ளத்திலும் இருப்பதை நீங்கள் உணரவில்லை; அதனால்தான் இறப்பு வரும்நிலையில் கூற்றுவன் வந்துவிட்டான் என்று அச்சத்துடன் அலறுவீர்கள். ஆனால், கடவுளை அகமிருப்பதாக உறுதியுடன் நினைப்பவருக்குக் கனவிலுங்கூடக் காலன் வரமாட்டான்; சாவு இல்லை.*

(அறிவொளி இல்லாதபோது உயிரில்லை)

வித்தில்லாத சம்பிரதாயம் மேலுமில்லை கீழுமில்லை
தச்சில்லாத மாளிகை சமைந்தவாறெது? எங்ஙனே?
பெற்றதாயை விற்றடிமை கொள்ளுகின்ற பேதைகாள்!
சித்தில்லாத போதுசீவன் இல்லையில்லை இல்லையே. 17

(எ.ரை:) *ஈன்ற தாயை இரக்கமின்றி விலைக்கு விற்று அடிமையாக்கும் அறிவற்ற மாந்தர்களே! விதையில்லாமல் எதையும் விளைய வைக்கின்ற மரபு வழக்கம் என்பது மேலுலகிலும் மண்ணுலகிலும் இல்லையன்றோ! அதுபோலத் தச்சன் இல்லாமல் எத்தகைய மாடமுடைய கட்டடங்களும் எழுந்திருக்கவில்லையே. அதுபோலத்தான் இறைவனைப் பற்றிய அறிவொளி இல்லாத நிலையில் மனிதனுக்கு உயிர் வாழ்க்கை யென்பதும் இல்லைதான்.*

(இறைவனது மந்திரத்தை ஓதினால் தீவினை ஒழியும்)

அஞ்சுமூனும் எட்டதாம் அநாதியான மந்திரம்
நெஞ்சிலே நினைந்துகொண்டு நூறுருச் செபிப்பிரேல்
பஞ்சமான பாதகங்கள் நூறுகோடி செய்யினும்
பஞ்சுபோல் பறக்குமென்று நான்மறைகள் பன்னுமே. 18

(எ.ரை:) *அன்பர்களே! நமசிவாய என்னும் ஐந்தும் அ+உ+ம் என்னும் மூன்றுமாக எட்டு எழுத்துக்களைக் கொண்ட மிகப்பழைமையான முதன்மை மந்திரத்தை நீங்கள் நெஞ்சிலே ஆழமாக வைத்துக் கொண்டு நூறு முறை உருச்செய்து (வாய்க்குள்ளேயே) ஓதுவீரானால் கொலை முதலிய கொடிய வினைகள் ஒரு நூறுகோடி செய்திருந்தாலும், அவையெல்லாம் மெல்லிய பஞ்சு போன்று பறந்து போய்விடுமென்று நான்கு மறைகளும் உறுதியாகக் கூறும்.*

(இறைவன் உறையும் கோயில் மனிதனின் தலையே!)

அண்டவாசல் ஆயிரம் பிரசண்டவாசல் ஆயிரம்
ஆறிரண்டு நூறுகோடி ஆனவாசல் ஆயிரம்
இந்தவாசல் ஏழைவாசல்; ஏகபோக மானவாசல்
எம்பிரான் இருக்கும்வாசல் யாவர்காண வல்லரே? 19

(எ.ரை:) *விண்ணக அண்டங்களில் ஆயிரம் கோயில் வாசல் இருக்கலாம்; பரந்த உலகங்களிலும் ஆயிரம் கோயில்வாசல் இருக்கலாம்; மேலும் பன்னிரண்டு நூறு கோடியான கோயில் வாசலும் ஆயிரம் இருக்கலாம்; ஆயினும் இவையெல்லாம் அறிவிலிகளால் கற்பனை செய்யும் கோயில் வாசல்களே. உண்மையைச் சொன்னால், இறைவன் உறையும் கோயில்வாசல் ஒரே இன்பம் தருகின்ற மனிதனின் தலைநடுவிலுள்ள அறிவுமன்ற மென்னும் சிற்சபை" ஆகும். இந்த நுட்பத்தைக் கண்டுணர வல்லவர் யாரிருக்கின்றனர்?*

(ஆசை விட்டவன் அகத்தில் இருப்பான்)

சாமம்நாலு வேதமும் சகலசாத் திரங்களும்
சேமமாக ஓதினும் சிவனைநீர் அறிகிலீர்

காமநோயை விட்டுநீர் கருத்துளே உணர்ந்தபின்
ஊமையான காயமாய் இருப்பனெங்கள் ஈசனே. 20

(எ.ரை:) அன்பர்களே! சாமம் முதலிய நான்கு மறைகளை யும் அனைத்து வகையான இறையியல் உண்மையியல் நூல்களை யும் நீங்கள் நன்கு நலம்தர ஓதினாலும் சிவக்கடவுளை அறிந்து புரிந்து கொள்ளவில்லை. எனவே, நீங்கள் ஆசையென்னும் நோயை (துன்பங்களை) ஒழித்துவிட்டு, இறைவனை நெஞ்சக் கருத்துள்ளே உணர்ந்து ஒருமைப்பற்றுக் கொண்டால் அவன் உங்கள், உள்ளத்திலே (உயிரிலே) ஒளிவடிவாய் மறைவாக இருப்பான்; இதுவே உண்மை.

[நடுநாடிவழி உயிர்வளியை ஆன்மாவுக்குக் கொண்டு செல்லும் ஆற்றலால் இறைவனோடு கூடமுடியும்]

சங்கிரண்டு தாரையென்று சன்னபின்னல் ஆகையால்
மங்கிமாளு தேலைகில் மானிடங்கள் எத்தனை?
சங்கிரண்டை யும்தவிர்த்துத் தாரையூத வல்லிரேல்
கொங்கைமங்கை பங்க ரோடு கூடிவாழல் ஆகுமே. 21

(எ.ரை:) மனிதனின் இரண்டு மூக்குத் துளைகளும் சங்கு போன்றவையாகும்; இத்துளைகளின் வழியே வலநாடியும் இடநாடியும் (பிங்கலை, இடகலை) இயற்கை உயிர்வளியை உள்ளே கொண்டு செல்கின்றன; தாரை யென்னும் இசைக் குழல் கருவிபோன்றது நடுநாடியென்னும் சுழுமுனை. இதனோடு அந்த இருநாடிகளும் நுட்பமாய்ப் பின்னி அமைந்து செயல்படுகின்றன. இந்த மூன்று நாடிகளும் ஒன்றாகி முதுகுத்தண்டின் துளைவழியே உயிர்வளியாம் ஒளியை எடுத்துச் சென்று ஆன்ம உயிராகிய ஒளியோடு சேர்க்கும்; இதனாலேயே உயிர்வாழ்கின்றது.

இத்தகைய அருமை நிலையை உணர்ந்து ஒழுக முடியாத மக்களே உலகிலே மிகுதி; இவர்கள் மங்கி மறைந்து போய்விடுகின்றனர். இவர்கள் வலநாடி-இடநாடிகளின் மூச்சை அடக்கி, நடுநாடி (தாரை) வழியே ஒளியாற்றலைப் பெற வேண்டும். இந்தப் பயிற்சியின் பயனைப் பெற்றுக் கொண்டால் இறவாத நிலையில், உண்ணாமுலையம்மையாம் உமையோடு ஒரு பங்கராயிருக்கும் சிவனோடு கூடியிருந்து இன்புற்று வாழலாம்.

(கடவுள் ஒன்று; பெயர்கள்தாம் பல)

தங்கம்ஒன்று ரூபம்வேறு தன்மையான வாறுபோல்
செங்கண்மாலும் ஈசனும் சிறந்திருந்தது எம்முளே
விங்களங்கள் பேசுவார் விளங்குகின்ற மாந்தரே
எங்குமாகி நின்றநாமம் நாமமிந்த நாமமே. 22

(எ.ரை:) *சொக்கத் தங்கத்தில் பல வகையான அணிகலன்கள் செய்யப்பட்டாலும் தங்கம் ஒரே மாற்றில் (தன்மையில்) தானிருக்கும்; மாறாது. அதுபோலத் தான் எம்முள்ளத்தில் (உயிரில்) ஒரே கடவுள், திருமால் என்றும் மகேசன் என்றும் பல பெயரில் சிறந்து திகழ்கின்றனர். இதில் கடவுளென்னும் ஒருமைக் கொள்கையில் மாற்றமில்லை. இவ்வுண்மையை உணராத போலி மாந்தரே வேற்றுமை கற்பித்துத் தெய்வம் பலவென்று பேசித் திரிவர்.*

விங்களங்கன்-வேற்றுமைகள்.

(அஞ்செழுத்தின் பொருளை அறிந்தவர் அம்பல ஆடலைக் காணமுடியும்)

அஞ்செழுத்தி லேபிறந்து அஞ்செழுத்தி லேவளர்ந்து
அஞ்செழுத்தை ஓதுகின்ற பஞ்சபூத பாவிகாள்!
அஞ்செழுத்தில் ஓரெழுத்து அறிந்துகூட வல்லிரேல்
அஞ்சலஞ்சல் என்றுநாதன் அம்பலத்தில் ஆடுமே. 23

(எ.ரை:) *இந்த உலகம், நமசிவாய என்னும் கடவுள் உண்மையில்தான் தோன்றி வளர்ந்துள்ளது. இந்த ஐந்தெழுத்துக் களின் உண்மையியலால் (தத்துவத்தால்) தான் (வான்-காற்று-தீ-நீர்-மண்) ஐந்து பூதங்களும் (இயற்கைப் பொருள்கள்) தோன்றின. அவற்றின் கலவையால்தான் மக்களாகிய நீங்களும் பிறந்தீர்கள். என்றாலும், நீங்கள் அஞ்செழுத்தை ஓதிக்கொண்டே தீவினை களைச் செய்கின்றீர்களே! ஐயோ!*

நீங்கள் திருந்தி, ஐந்தெழுத்தில் ஓரெழுத்துக்குப் பொரு ளுணர்ந்து, அதற்குத் தக வாழ வல்லமை பெறுவீரானால், ‘அஞ்சாதே அஞ்சாதே!’ என்று அருள்தரும் செம்பொருட்

சுடரான கடவுளை, உங்களது தலை நடுவிலுள்ள அறிவுமன்றிலே ஆடல்புரியக் காண்பீர்கள்.

(ஐந்தெழுத்தும் ஐந்து பூத உலகும் தோன்றியது தெரியாது)

அஞ்சும்அஞ்சும் அஞ்சுமே அனாதியான அஞ்சுமே
பிஞ்சுபிஞ்சது அல்லவோ பித்தர்காள்! பிதற்றுறீர்
நெஞ்சிலஞ்சு கொண்டுநீர் நின்றுதொக்க வல்லிரேல்
அஞ்சுமில்லை ஆறுமில்லை அனாதியானது ஒன்றுமே. 24

(எ.ரை:) ஐந்தெழுத்தாம் நமசிவாயவும், அதன் பொருளாகிய சிவமும், ஐந்து பூதங்களும் ஆகிய மூன்றும் தோன்றிய காலம், தெரியாத பழைமை யுடையவையாம். அப்படியிருக்க, அறிவுத்தெளிவில்லாத நீங்கள் அவற்றை நேற்றுத் தோன்றிய பிஞ்சுபோல் நினைத்துக் கொண்டு, அண்மைக் காலத்தில் தோன்றியவையென்றே மாறுபட்டுப் பேசுவீர்கள். ஐந்தெழுத்தையும் நெஞ்சிலே பதியவைத்து முழுமையாய் ஆராய்ந்து பொருளுணர்ந்து கொள்ளும் திறமை பெறுவீரானால், அப்போது ஐந்து எழுத்து மந்திரமும் ஆறெழுத்து மந்திரமும் கரைந்து மறைந்துபோய், அவை காலமறிய முடியாத மிகத் தொன்மை யானவை என்ற முடிவுக்கு வருவீர்கள்.

(காணும் பொருள் அழியும்; காண முடியாத தெய்வம் மட்டும் அழியாது)

நீளவீடு கட்டுறீர் நெடுங்கதவு சாத்துறீர்
வாழவேணு மென்றலோ மகிழ்ந்திருந்த மாந்தரே!
காலன்ஓலை வந்தபோது கை யகன்று நிற்பீரே
ஆலமுண்ட கண்டர்பாதம் அம்மைபாதம் உண்மையே. 25

(எ.ரை:) எல்லா நாளும் நலத்தோடும் வளத்தோடும் மகிழ்ந்திருந்து வாழவேண்டுமென்று கருதுகின்ற மக்களே! அதற்காக நீங்கள் பாடுபட்டு நீண்ட பெரிய அழகான வீட்டைக் கட்டுகிறீர்கள்; அதைக் காப்பதற்காக வலிமையான நெடுங்கதவை அமைத்துச் சாத்துகின்றீர்கள். ஆனால், உங்களை மட்டும் காத்துக்

கொள்ள முடியவில்லை! அந்தோ! கூற்றுவனின் ஓலையைத் தூதுவர் கொண்டு வந்தபொழுதில் ஒன்றும் செய்யமுடியாமல் தவித்துக் கைவிட்ட நிலையில் அழுதும் தொழுதும் நிற்பீர்கள். இந்த உலகில் உண்மைப் பொருளாய் நிலைத்திருப்பது, நஞ்சுண்ட கழுத்தையுடைய சிவனின் திருவடியும் அம்மையாம் அருளொளி யுமே ஆகும்; இச்செய்தியை உணர்ந்து கொள்ளுங்கள்.

(இறந்தபின் உடல், ஒரு மண் ஓட்டின் விலையும் பெறாது!)

வீடெடுத்து வேள்விசெய்து மெய்யினோடு பொய்யுமாய்
மாடுமக்கள் பெண்டிர்சுற்றம் என்றிருக்கும் மாந்தர்காள்!
நாடுபெற்ற நடுவர்கையின் ஓலைவந்து அழைத்திடில்
ஓடுபெற்ற அவ்விலை பெறாதுகாண்இவ் வுடலமே. 26

(எ.ரை:) செல்வமும் குழந்தைகளும் மனைவியும் உறவினரும் புடைசூழ இனிதே வாழவேண்டிப் பொய்யும் மெய்யும் பேசி எப்படியோ வாழ்கின்றீர்கள்; மக்களே! நீங்கள் அதற்காக, ஒரு தனி வேள்வி அறை அமைத்து வேள்வியும் வழிபாடும் செய்கிறீர்கள். ஆயினும், ஒரு நாள், வானநாட்டின் வாழ்வுடைய நடுவராகிய கூற்றுவன் கையிலிருந்து 'சாவோலை' வந்து அழைக்கும் நிலையில் உங்களால் என்ன செய்ய முடியும்? உயிர்பிரிந்தபின் உடலானது ஒரு மண் ஓட்டின் விலைகூடப் பெறாதே, அந்தோ!

(உடம்பை வைத்துத்தான் வாழ்க்கை நடக்கும்)

ஓடமுள்ள போதெலாம் நீர்ஓடியே உலாவலாம்
ஓடமுள்ள போதெலாம் உறுதிபண்ணிக் கொள்ளலாம்
ஓடமும் உடைந்தபோது ஒப்பிலாத வெளியிலே
ஆடுமில்லை கோலுமில்லை யாருமில்லை யானதே. 27

(எ.ரை:) மக்களே! நீர் உடம்பாகிய ஓடம் நலத்துட னிருக்கும் போதெல்லாம், விரும்பியவாறு எவ்விடத்துக்கும் ஓடிச்சென்று எவருடனும் பேசி மகிழ்ந்து இன்புறலாம்; அது உள்ளபோதே எப்படியெல்லாம் வாழ்வதென்று கற்பனை செய்து

திட்டமும் இடலாம்; எண்ணியதைப் பெறலாம். ஆனால் உடம்பான ஓடம் ஓடமுடியாத நிலையில் கெட்டுப்போய் உயிர் பிரிந்து, ஒப்புரைக்க முடியாத இறைவெளியில் கலந்துவிடும். அவ்வெளியிலே, மண்ணில் வாழ்ந்தது போல மேய்ப்பதற்கு ஆடும் இல்லை; அதை வெருட்டக் கோலும் தேவையில்லை. அங்கே வேறு யாருமில்லை என்ற நிலையைத்தான் நினைக்க முடியும். இதனையே மனித வாழ்வெனலாம்.

(ஆணும் பெண்ணும் கலப்பதே பிறப்புக்கு அடிப்படை)

அண்ணலே அனாதியே அனாதிமுன் அனாதியே;
பெண்ணும் ஆணும் ஒன்றலோ பிறப்பதற்கு முன்னெலாம்
கண்ணில்ஆணின் சுக்கிலம் கருவிலோங்கும் நாளிலே
மண்ணுளோரும் விண்ணுளோரும் வந்தவாறு எங்ஙனே? 28

(எ.ரை:) *இறையியல் கருத்துப்படி, கடவுளாகிய அண்ணலே உலகில் தோற்றமறிய முடியாத முதல்வனாவான்; மேலும், அவனே ஆராய ஆராய முன்னவனாவான். அவனுக்கு முன்னே எதுவுமில்லை. அவனருளால்தான் உலகமும் உயிர்களும் படைக்கப்பட்டன. படைப்புக்குப் பெண்கூறும் ஆண்கூறும் தேவை. இவ்விரண்டும் ஒன்றிக் கலத்தலால் தான் ஒரு பிறப்பு உண்டாகின்றது. கருதிப் பார்த்தால் (கண்ணில்) ஆணின் வெண்பாலென்னும் சுக்கிலம், பெண்ணின் செம்பாலென்னும் சுரோணிதத்தோடு கருப்பையிலே கலக்கும்போதே கரு உருவாகி வளர்ந்து மண்ணுலகிலே மக்களும் விண்ணுலகிலே தேவர்களும் தோன்றுகின்றார்கள். இதுவே பிறப்புநெறி; வேறு எப்படியிருக்க முடியும்?*

(வழிபாட்டில் செய்த பணியெல்லாம் பாழாயின)

பண்டுநான் பறித்தெறிந்த பன்மலர்கள் எத்தனை
பாழிலே செபித்துவிட்ட மந்திரங்கள் எத்தனை
மிண்டராய்த் திரிந்தபோது இறைத்தநீர்கள் எத்தனை
மீளவும் சிவாலயங்கள் சூழவந்தது எத்தனை. 29

(எ.ரை:) *நான் இறையன்பால் உருவ வழிபாட்டு நிலையில் செய்த ஆர்வப் பணிகள் எத்தனை தெரியுமா? மலர்ச் சோலைக்குச்*

சென்று பலவகை மலர்களைப் பறித்து வந்து தூவி வழிபட்ட மலர்க்குவியலுக்கு அளவே இல்லை; நான் உண்மையறியாமல் வீணாக உருச்செய்த மந்திரங்களுக்கும் அளவில்லை; நான் உடல் வலிமையோடு இருந்த காலத்திலே திருமேனி முழுக்குக்காகக் கிணற்றிலே இறைத்துக் கொடுத்த தண்ணீருக்கும் அளவுண்டோ? ஒரு கோயிலில் செய்த பணியன்றித், திரும்பவும் பல கோயில்களுக்குச் சென்று சுற்றிவந்து வழிபட்ட நாட்கள்தாம் எத்தனையோ! இவையெல்லாம் உள்ளத்திலுறைந்திருக்கும் கடவுளுக்கு எப்படிப் பொருந்தும்?

(மறைநூல் கூறிய தெய்வத்தையே வணங்குவேன்)

அண்டர்கோன் இருப்பிடம் அறிந்துணர்ந்த ஞானிகள்
பண்டறிந்த பான்மைதன்னை யாரறிய வல்லரே?
விண்டவேதப் பொருளையன்றி வேறுகூற வகையிலாக்
கண்டகோயில் தெய்வமென்று கையெடுப்ப தில்லையே. 30

(எ.ரை:) *மெய்யறிவாளர்களே தேவர்களின் தலைவனான கடவுளின் இருப்பிடத்தை உண்மையிலே அறிந்து உணர்ந்து, உயிர்களே கடவுளின் கோயில் என்று சொன்னார்கள். முன்னே அவர்கள் அறிந்த உண்மையியலை (தத்துவத்தை) இப்போது யாரால் அறியமுடியும்? தகுதி யாருக்கு இருக்கின்றது? எல்லோரும் கற்கோயிலையே கடவுளுறையுமிடம் என்று செல்கிறார்கள். நானோ வேறு சிந்தனையின்றி, மறைநூல் கூறுகின்ற நெறியையே ஏற்று வழிபடுகின்றேன். கண்ட கண்ட கோயில்களுக்குச் செல்வது மில்லை; அச்சிலைகளைக் கைகூப்பி வணங்குவதுமில்லை.*

(உள்ளே இருக்கும் ஒளியை நினை! நெருப்பு வேள்வி வேண்டாம்)

நெருப்பை மூட்டி நெய்யைவிட்டு நித்தம்நித்தம் நீரிலே
விருப்பமோடு நீர்குளிக்கும் வேதவாக்கியம் கேளுமின்!
நெருப்பும்நீரும் உம்முளே; நினைத்துக்கூற வல்லிரேல்
சுருக்கமற்ற சோதியைத் தொடர்ந்துகூடல் ஆகுமே. 31

(எ.ரை:) *அன்பரே! நாள்தோறும் நீங்கள் நீரிலே விரும்பிக் குளித்து, நெருப்பை மூட்டி நெய்யை ஊற்றி அணையாமல்*

வேள்வி செய்கின்றீர்கள். நீங்கள் போற்றும் மறையின் தொடரையும் அதன் பொருளையும் உணரவில்லையே; அது என்ன கூறுகின்றது தெரியுமா? 'நீ உண்மையொளி ஆவாய்? (தத்துவமசி) என்று கூறுவதை இப்போதாவது கேளுங்கள்!

ஐம்பூதங்களில் உள்ள நெருப்பும் நீரும் உமது உடலுக்குள்ளேயே இருக்கின்றனவே. வெளிச்சடங்குகள் எதற்கு? இந்த உண்மையை நீர் நினைத்துக்கூறத் தெரிந்தால் போதும்; குறையாத பெருஞ்சுடரான கடவுளை எப்போதும் கூடியிருக்கலாம்.

(மந்திரமென்பது வெறும் கூப்பாடே!)

பாட்டிலாத பரமனைப் பரலோக நாதனை
நாட்டிலாத நாதனை நாரிபங்கர் பாகனை
கூட்டிமெள்ள வாய்புதைத்து குணுகுணுத்த மந்திரம்
வேட்டக்காரன் குசுகுசுப்பை கூப்பிடாக முடிந்ததே. 32

*(**எ.ரை:**) யாரும் தன்னை வந்து அடைதற்குரிய பாட்டை (பாதை)யில்லாத, (புகழும் பாட்டை விரும்பாத) மிகவும் மேலானவனும், தெய்வவெளிக்குத் தலைவனும், தனக்கென ஓர் ஊரும் நாடும் இல்லாத உலகத் தலைவனும், அருளம்மையை உடன்கொண்டவனாகத் திகழும் உமையொருபாகனுமாகிய சிவக்கடவுளை நெஞ்சில் வைத்து, வாயை மூடியநிலையில் மெல்ல உள்ளேயே முணுமுணுக்கும் மந்திரமானது, வெறும் பொருளற்ற-காட்டிலே வேட்டைக்குச் செல்லும் வேடர்கள் விலங்குகளைக் கலைந்து ஓடச் செய்வதற்காக (வலையில் விழவைக்க) ஒலியெழுப்பிப் பின் கூப்பாடு போடுவதுபோல் முடிந்து போகின்றது எனலாம்.*

(இறைவனை நெஞ்சக்கோயிலில் கொண்டவர் வாய் பேச மாட்டார்)

செய்யதெங்கி லேஇளநீர் சேர்ந்தகார ணங்கள்போல்
ஐயன்வந்து என்னுளம் புகுந்துகோயில் கொண்டனன்;
ஐயன்வந்து என்னுளம் புகுந்துகோயில் கொண்டபின்
வையகத்தில் மாந்தர்முன்னம் வாய்திறப்ப தில்லையே. 33

(எ.ரை:) *சிவந்த தென்னங்காயிலே சுவைதரும் இளநீரானது (எப்படி வெளியில் தெரியாமல்) உள்ளே புகுந்து நிரம்பியிருக்குமோ அதுபோலவே நான் அறியாமலே தலைவனாகிய கடவுள் என்னுள்ளம் புகுந்து அதைக் கோயிலாகவே கொண்டு உறைகின்றான். அவன் அவ்வாறு புகுந்ததிலிருந்து புலன்களடங்கிவிட்டன; உலகில் வாழ்கின்ற மக்களிடம் வாய்திறந்து பேசுதலும் இல்லை; சும்மா இருக்கும் நிலை ஆகிவிட்டது.*

(தேவர்கள் நோக்கும் என்னை உங்கள் குரு மாற்ற முடியாது)

மாறுபட்ட மணிதுலக்கி வண்டினெச்சில் கொண்டுபோய்
ஊறுபட்ட கல்லின்மீதே ஊற்றுகின்ற மூடரே!
மாறுபட்ட தேவரும் அறிந்துநோக்கும் என்னையும்
கூறுபட்டுத் தீர்க்கவோ குருக்கள்பாதம் வைத்ததே. 34

(எ.ரை:) *அறிவிலிகளே! கடவுளின் பெயரால் உருவ வழிபாடு செய்யும் நீங்கள், வண்டின் எச்சிலான மலர்த்தேனை எடுத்து வந்து தேய்ந்த கல்சிலை மேல் ஊற்றி முழுக்காட்டுகின்றீர்கள்; மேலும், பலவகையான ஒன்பது வண்ண மணிக்கற்களாற் செய்யப்பட்ட மணிமாலைகளை விளக்கி மெருகேற்றி அணிவித்து அழகு பார்க்கின்றீர்கள். எனது மெய்யறிவுக் கொள்கையை, ஒழுக்கத்திற்கு மாறான தேவரும் அறிந்து சிந்திக்கின்றார்கள். அவ்வாறு இருக்கும் நிலையில் உமது குருக்களின் கொள்கையில் என்னை அடிமைப்படுத்தவோ மாற்றவோ முடியாது என அறியுங்கள்!*

(உங்களின் வழிபாட்டால் ஒருபயனும் இல்லை)

கோயிலாவது ஏதடா குளங்களாவது ஏதடா
கோயிலும் குளங்களும் கும்பிடும் குலாமரே!
கோயிலும் மனத்துளே குளங்களும் மனத்துளே
ஆவதும் அழிவதும் இல்லைஇல்லை இல்லையே. 35

(எ.ரை:) *கோயில்களையும் தீர்த்தமென்ற பெயரிலே குளங்களையும் வணங்கிப் பொழுதைப் போக்கிவரும் அறிவில்*

குறைந்த மக்களே! கோயிலென்பதும் குளம் என்பதும் ஒரு பொருட்டில்லை. உண்மையிலே கோயிலும் அந்தக் குளமும் நம் உள்ளத்திலேதான் இருக்கின்றன; அவற்றை ஆராய்ந்து எண்ணிப் பாருங்கள். அவற்றால் ஆகும் நன்மையும் இல்லை; அழியும் தீமையும் இல்லை!

(உமது கொள்கையையும் உம்மையும் அறிந்துகொள்ள வேண்டும்)

செங்கலும் கருங்கலும் சிவந்தசாதி லிங்கமும்
செம்பிலும் தராவிலும் சிவனிருப்பன் என்கிறீர்
உம்மதம் அறிந்துநீர் உம்மைநீர் அறிந்தபின்
அம்பலம் நிறைந்தநாதர் ஆடல்பாடல் ஆகுமே. 36

(எ.ரை:) *செங்கல்-சுண்ணாம்பாலும் கருங்கல்லாலும் கட்டப்பட்ட கோயில்களிலே, சாதிலிங்கமென்னும் பொருளிலும், செம்பாலும் தராவென்னும் பித்தளையாலும் வார்க்கப்பட்ட படிமங்களிலும் சிவபெருமான் இருப்பானென்று நம்புகின்றீர்கள். உங்களுக்குச் சொந்தக் கொள்கையென்பது உண்டா? உங்களின் ஆன்ம உயிரின் நிலையை அறிந்ததும் உண்டா? இல்லையே. அறிந்து கொண்டு, உங்கள் உள்ளத்தில் அறிவம்பலத்தில் நிறைந்திருக்கும் இறைவனின் ஆடலையும் அதற்கேற்ற பாடலையும் கண்டு களிப்படையுங்கள்.*

(எது வழிபாட்டை ஏற்றது? சொல்லுங்கள் பார்க்கலாம்!)

பூசைபூசை என்றுநீர் பூசைசெய்யும் பேதைகாள்!
பூசையுள்ள தன்னிலே பூசைகொண்டது எவ்விடம்?
ஆதிபூசை கொண்டதோ அனாதிபூசை கொண்டதோ
ஏதுபூசை கொண்டதோ? இன்னதென்று இயம்புமே. 37

(எ.ரை:) *அந்தக் கோயிலிலே வழிபாடு செய்தேன்; இந்தக் கோயிலிலே வழிபாடு செய்தேன் என்று சொல்லிக் கொண்டு பெருமைப்படும் அறிவிலி மக்களே! வழிபாடு செய்தற்குரிய கடவுள் உன்னுள்ளே இருக்கும்போது அதைவிட்டு விட்டு வேறு எங்கோ சென்று வழிபடுவதாகக் கூறுகின்றீர்களே! நீங்கள்*

செய்யும் வழிபாட்டை முன்னவனாகிய கடவுள் ஏற்றுக் கொண்டானா? அதற்கும் முன்னே காலம் தெரியாமலிருக்கும் கடவுள் ஏற்றுக் கொண்டானா? வேறு ஏதாவது ஏற்றுக் கொண்டதா? இதை உணர்ந்து இன்னதென்று எமக்குக் கூறுங்கள். முடியுமா?

(நெஞ்சை உருக்கி உண்மையை அறியுங்கள்!)

இருக்கநாலு வேதமும் எழுத்தைஅற வோதிலும்
பெருக்கநீறு பூசினும் பிதற்றிலும் பிரானிரான்!
உருக்கிநெஞ்சை உட்கலந்து உண்மைகூற வல்லரேல்
சுருக்கமற்ற சோதியைத் தொடர்ந்துகூடல் ஆகுமே. 38

(எ.ரை:) *அன்பு மக்களே! நீங்கள் நான்கு மறைநூல்களும் வாய்த்திருக்க, அவற்றை முழுமையாக நன்கு ஓதினாலும், உடம்பெல்லாம் வெண்ணீற்றைப் பூசி மகிழ்ந்தாலும் உங்களது சொற்பிதற்றலிலே கடவுள் இருக்க மாட்டான். உங்கள் நெஞ்சை உருக்கிக் கடவுளை உள்ளே வைத்து இரண்டறக் கலந்து கொண்டு, அதன் ஒளியின்பப் பயனை நீங்கள் எடுத்துரைக்க வல்லமை பெறுவீரானால், அந்தக் குறைவில்லாத அரும்பெருஞ் சுடர்க்கடவுள் உங்களைத் தொடர்ந்து கூடியே இருக்கும்; இதுவே உண்மை!*

(தெய்வத்தை மாயை என்னும் ஆற்றல் மறைக்கிறது)

கலத்தில்வார்த்து வைத்தநீர் கடுத்ததீ முடுக்கினால்
கலத்திலே கரந்ததோ? கடுத்ததீக் குடித்ததோ?
நிலத்திலே கரந்ததோ நீள்விசும்பு கொண்டதோ?
மனத்தின் மாயை நீக்கியே மனத்துளே கரந்ததே. 39

(எ.ரை:) *மக்களே! உண்மையைப் புரிந்து கொள்ளுங்கள். ஒரு பாண்டத்திலே தண்ணீரைவிட்டு அடுப்பிலே வைத்து, தீயைக் கொளுத்தி முடுக்கினால் கடுஞ்சூட்டால் அந்த நீர் வற்றி இல்லாமல் போய் விடுகின்றது. அந்த நீரை அந்தக் கலம் மறைத்துக் கொண்டதா? அன்றி அந்தத் தீதான் குடித்துவிட்டதா? சிந்திக்க வேண்டும்! அன்றியும் நீரை மண்தான் ஒளித்ததா? கொடுத்த வானம்தான் எடுத்துக் கொண்டதா? எப்படியோ இயற்கை விதி மறைத்தது. இதுபோலத்தான் மனத்திலே மறைந்*

திருக்கும் தீயமாயையென்னும் ஆற்றலானது, கடவுளொளியைக் காணவொட்டாமல் (அன்பையும் அறிவையும் வற்றச் செய்து) தடுத்து மறைத்து விடுகின்றது. மனிதன் பண்பட்டு ஆணவம் நீங்கினால், மாயை இறையொளியை மறைக்க முடியாது; இதுவும் இறைவன் விதியேயாகும்.

(பிறவியில் உயர்வு-தாழ்வு இல்லை)

பறைச்சியாவது ஏதடா? பனத்தியாவது ஏதடா?
இறைச்சிதோல் எலும்பிலும் இலக்கமிட்டு இருக்குதோ?
பறைச்சிபோகம் வேறதோ? பனத்திபோகம் வேறதோ?
பறைச்சியும் பனத்தியும் பகுத்துப்பாரும் உம்முளே. 40

(எ.ரை:) *அன்பர்களே!* உங்களுக்குப் பகுத்தறிவுப் பார்வை வேண்டும். பிறவியில் (படைப்பில்) பெண்ணாய்ப் பிறந்தவர் களில், பறைச்சி என்று தாழ்த்தியும் பனத்தி என்று உயர்த்தியும் குலம் பேசுதல் குற்றமாகும். குற்றமாய்ப் பேசுவோர் பகுத்தறி வோடு சிந்திக்க வேண்டும். இறைச்சி, தோல், எலும்பு ஆகிய யாவும் இந்த இருவகையினருக்கும் ஒரே எண்ணிக்கையில்தான் உள்ளன. இவற்றில் உயர்வும் தாழ்வும் இல்லை. இது யாவரும் அறிந்ததே. மேலும், பறைச்சியோடு புணரும்போதும் பார்ப் பனத்தி (பனத்தி)யோடு புணரும் போதும் பெறுவது, ஒரே இயல்பான இன்பந்தான். ஆதலால், நீங்கள் உமது உள்ளத்தில் இந்த இருவரையும் ஒரே கண்ணோட்டத்தில் அறிவோடு நோக்குங்கள்.

(எச்சிலுள்ள வாயால் மறையை ஓதலாமா?)

வாயிலே குடித்தநீரை எச்சிலென்று சொல்லுறீர்
வாயிலே குதப்புவேதம் எனப்படக் கடவதோ?
வாயிலெச்சில் போகவென்று நீர்தனைக் குடிப்பீர்காள்!
வாயிலெச்சில் போனவண்ணம் வந்திருந்து சொல்லுமே. 41

(எ.ரை:) *மக்களே!* வாயிலே குடித்த நீரை எச்சிலாகி விட்ட தென்று சொல்லுகின்றீர்கள். ஆனால், வாயிலே மறைநூலின் மொழிகளைக் குதப்பிச் சொல்லியும் அதைத் தூய்மையான மறைநூல் என்று எப்படிச் சொல்ல முடியும்? எண்ணிப்

பாருங்கள்! வாயிலுள்ள எச்சிலைப் போக்கக்கருதி நல்லநீரைக் குடித்துக் கொப்பளிப்பீர்கள். உண்மையிலே அந்த வாயிலுள்ள எச்சில் ஊறிக் கொண்டே இருக்குமே தவிர அது ஒழியாது. இது போனவாறு சொல்ல முடியுமானால் நீர் வந்து சொல்ல வேண்டும்.

(பார்க்கப் போனால் எல்லாம் எச்சிலே!)

ஓதுகின்ற வேதம்எச்சில் உள்ளமந் திரங்களெச்சில்
மோதகங்கள் ஆனதெச்சிப் பூதலங்கள் ஏழுமெச்சில்
மாதிருந்த விந்துமெச்சில் மதியுமெச்சில் ஒளியுமெச்சில்
ஏதிலெச்சில் இல்லதில்லை இல்லையில்லை இல்லையே. 42

(எ.ரை:) *நீங்கள் ஓதுகின்ற மறைநூல் கருத்தைக் கடைப் பிடிக்காமையால் அது குறைபட்ட நிலையில் எச்சிலாகிவிட்டது; மறையிலுள்ள மந்திரங்களும் முறையாக ஓதாமையால் எச்சிலாகி விட்டன; தெய்வத்துக்குப் படைக்கின்ற கொழுக்கட்டைகளும் முறையாகக் குறைவின்றிச் செய்து அன்புடன் படைக்காமையால் அவைகளும் எச்சிலென்றே சொல்ல வேண்டும்; கீழுலகம் ஏழிலும் மக்களும் பிற உயிர்களும் தோன்றித் தோன்றித் தூய்மையற்ற நிலையை ஏற்படுத்தி விட்டதாலே அவைகளும் எச்சிலேயாகும்; பெண்ணின் கருப்பையில் ஆணின் வெண்பாலாகிய விந்து ஒழுகிச் சேர்வதும் எச்சிலே! வான்நிலவை ஒருநாள் மண்ணுலகம் மறைத்து இருட்டடிப்புச் செய்வதால் அதுவும் குறையே; ஒளி தேய்ந்து தேய்பிறையாவதால் அந்த ஒளியும் குறையாகிய எச்சிலாகின்றது. ஆகவே, எதிலேதான் எச்சில் இல்லை? அனைத்துலகமும் எச்சிலென்றே கூறுவேன்.*

மண்ணுலகமாகிய பூதலம் ஏழு:- அதலம், விதலம், சுதலம், தராதலம், மகாதலம், இரசாதலம், பாதாஸம் என்பன.

(உண்மையியலறிவு பெறாதவரின் காதுகளை அஞ்செழுத்து என்னும் அறிவுவாளால் அறுப்பேன்!)

பிறப்பதற்கு முன்னெலாம் இருக்குமாறது எங்ஙனே?
பிறந்துமண் ணிறந்துபோய் இருக்குமாறது எங்ஙண்?

குறித்துநீர் சொலாவிடில் குறிப்பில்லாத மாந்தரே!
அறுப்பனே செவியிரண்டும் அஞ்செழுத்து வாளினால். 43

(எ.ரை:) *உண்மையியலாம் தத்துவ அறிவில்லாத மனிதரே! நீங்கள் தாயின் வயிற்றில் பிறப்பதற்கு முன்னே என்ன செய்தீர்கள்? எங்கிருக்கிறோம்? இனி என்ன செய்யப் போகிறோம் என்றெல் லாம் நினைத்தது உண்டா? பிறந்து மண்ணிலே வாழ்ந்து இருக்கும் நிலையிலே; இனி இறந்தபின் எங்கே செல்வோம் என எண்ணித் தெரிந்தது உண்டா? இவற்றைப் பற்றியெல்லாம் நீங்கள் விளக்கம் சொல்லாவிட்டால், உங்களை மெய்யறிவில்லாதவரென்று கருதி நான் உங்களின் இரு செவிகளையும் 'நமச்சிவாய' என்னும் ஐந்து எழுத்துக்களாகிய ஒளிவீசும் வாளால் அறுத்துவிடுவேன்; இது உண்மை!*

(அம்பலவெளியில் சிவாயம் பற்றித் தெளிந்தேன்)

அம்பலத்தை அம்புகொண்டு அசங்கென்றால் அசங்குமோ?
கம்பமற்ற பாற்கடல் கலங்கென்றால் கலங்குமோ?
இன்பமற்ற யோகியை இருளும்வந்து அணுகுமோ?
செம்பொன்அம் பலத்துளே தெளிந்ததே சிவாயமே. 44

(எ.ரை:) *உலக மக்களே! கேளுங்கள்; வான் வெளியிலே கடவுளம்பலத்தை நோக்கி, அறிவென்னும் அம்பைச் செலுத்தி, விருப்பம்போல் அதை 'அசைக!' என்றால் அசையுமோ? அசையாது; அலையோசை இல்லாத பாற்கடலைப் பார்த்து, 'நீ அலைவீசு' என்றால் வீசாது; இன்ப எண்ணமே இல்லாத பற்றற்ற தவத்தோனை எந்த அறியாமை இருளும் வந்து அண்டாது! அதுபோலவே நெஞ்சம் கலங்காமல் குறிக்கோளோடு முயன்ற நான், எனது பொன்னொளி வீசும் தலைநடு ஆன்மாவாகிய அம்பலத்திலே ஆடற்காட்சியைக் கண்டபோதே சிவாயம் என்னும் சிவக்கடவுளின் உண்மைப் பொருளைத் தெளித்து இன்புற்றேன்.*

(சித்தரே! வித்து இல்லாத வித்து எது? கூறுங்கள்)

சித்தமேது சிந்தையேது சீவனேது?சித்தரே!
சத்தியேது சம்புவேது சாதிபேதம் அற்றதேது

முத்தியேது மூலமேது மூலமந் திரங்களேது
வித்திலாத வித்திலே இன்னதென்று இயம்புமே. 45

(எ.ரை:) *அறிவை இறைவன்மேல் வைத்த சித்தரே! வித்தில்லாமல் முளைத்த வித்து எது? அது எத்தகையதென்று இயம்புவீராக!*

அனைத்தையும் வித்தாக இருந்து படைத்தவன் கடவுள்! அவனைப் படைக்க ஒரு வித்து இருக்க முடியாதே! கடவுளாகிய விதையொன்று இல்லையென்றால் உலகமே இல்லை! மனிதனுக்கு அறிவும் எண்ணமும் ஆவியும் இல்லை; இறைவியும் இறைவனாம் சிவனும் இல்லை; சாதி வேற்றுமையற்ற பொதுமை நிலை இல்லை; பற்றற்ற விடுதலையென்னும் முத்தி இல்லை; எல்லா வற்றுக்கும் வேரான மெய்ப்பொருள் இல்லை; மந்திரங்களுக் கெல்லாம் அடிப்படையான ஓசை (நாதம்) யாம் ஓங்காரம் இல்லை. ஆதலால், ஒரே வித்தில் முளைத்தவையே யாவும் என உணரவேண்டும்.

(அனைத்தையும் ஈன்ற விதையில் விளைந்ததே சிவாயம்)

சித்தமற்று சிந்தையற்று சீவனற்று நின்றிடம்;
சத்தியற்று சம்புவற்று சாதிபேதம் அற்றுநன்
முத்தியற்று மூலமற்று மூலமந்தி ரங்களும்
வித்தைஇத்தை ஈன்றவித்தில் விளைந்ததே சிவாயமே. 46

(எ.ரை:) *மனிதனின் அறிவும் எண்ணமும் ஆவியும் கரைந்துபோய்ச் சேர்ந்து ஒன்றுமிடம் கடவுளென்னும் பேரொளி யிடமாகும்; அருளாகிய சத்தியென்றும் சம்பு என்னும் சிவ மென்றும் சாதிவேற்றுமை இல்லையென்றும் பற்றுஅற்ற பின்னே விடுதலையென்றும் வேரான மெய்ப் பொருளென்றும் அடிப்படையான ஓசையாம் ஓங்கார மந்திரங்களென்றும் இப்படிப் பிரித்து உண்மையியலாகக் கூறிய கல்வித்துறையெல் லாம் கடவுட் பேரொளியில் அடங்கியவையேயாம். இவற்றை (இத்தை)யெல்லாம் ஈன்ற பேராற்றலுடைய விதையிலே விளைந்து பயன் தருவதுதான் சிவாயமாகும்.*

இவற்றையே உயிருண்மையியல், கல்வி உண்மையியல், சிவ உண்மையியலென்று (முப்பத்தாறு) சைவநூல் கூறும்.

(ஒரே தங்கத்தில் செய்த அணிகள் போன்றவரே மக்கள்!)

சாதியாவது ஏதடா சலந்திரண்ட நீரெலாம்
பூதவாசல் ஒன்றலோ பூதமைந்தும் ஒன்றலோ
காதில்வாளி காரைகம்பி பாடகம்பொன் ஒன்றலோ
சாதிபேதம் ஓதுகின்ற தன்மையென்ன தன்மையே. 47

(எ.ரை:) *அன்போடும் அறிவோடும் எண்ணிப் பார்த்தால் சாதி குலமென்னும் பாகுபாடு இல்லையென்று நம்புவோம். மக்களே! நீங்களெல்லோரும் ஒரே தன்மையில், சலம் போன்ற வெண்பாலால் கருவாகி உருவாகிப் பிறந்தவர்களே; இதில் வேற்றுமையில்லையே. எல்லோருக்கும் உடம்பிலே உயிர் வளியான மூச்சு புகும் வாயில் ஒரே நிலையில்தான் படைக்கப் பட்டுள்ளது; எல்லோருடைய உடலும் உயிரும் ஐந்து பூதங்களால் உருவானவையே. இதை உணருங்கள். ஒரே தங்கத்தில் செய்த அணிகலன்கள்தான் காதணியான வாளியும் காரையும் கம்பியும்; கால் சிலம்பான பாடகமும். இதைப் போன்றே ஒரே மனிதப் பிறவியில் பலவாறு மக்கள் செயல்படுகின்றனர். இவ்வுண்மையை ஆழச் சிந்திக்காமல் வேறுபடுத்திப் பேசுதல் பண்பற்ற செயலாகும்.*

(உயிர் பிரிந்தவர் மீண்டும் வருவதில்லை)

கறந்தபால் முலைப்புகா; கடைந்தவெண்ணெய் மோர்புகா;
உடைந்துபோன சங்கிணோசை உயிர்களும் உடல்புகா;
விரிந்தபூ உதிர்ந்தகாயும் மீண்டும்போய் மரம்புகா
இறந்தவர் பிறப்பதில்லை இல்லையில்லை இல்லையே! 48

(எ.ரை:) *மக்களே! உயிரோடு இருக்கும்போதே நல்லவராக வாழ்ந்து புகழ் பெறுங்கள். மாட்டின் மடியிற் கறந்த பாலானது மீண்டும் அந்த முலையில் போய்ச் சேராதே; பாலைக் காய்ச்சி உறையிட்டுத், தயிரைக் கடைந்தெடுத்த வெண்ணெயை மீண்டும் மோரிலே புகுத்த முடியாது; உடம்பு கெட்டுப் பிரிந்து போன சங்கின் ஓசை போன்ற உயிர்களும் மீண்டும் உடம்புக்குள்ளே*

வந்து பொருந்தாது; மலர்ந்த பூவானது திரும்பக் கூம்பி மொட்டு ஆகாது; உதிர்ந்து வீழ்ந்த காயும் சென்று மரத்திலே ஒட்டாது. இந்த இயற்கை போலவே உடலைவிட்டுப் பிரிந்த உயிரானது மீண்டும் உடம்பில் வந்து புகாது; இறந்தவர் மீண்டும் வரமாட்டார் என்பதே உண்மை!

(பெண்டிரைத் தூய்மையற்றவரென்று பழிக்காதீர்!)

தறையினில் கிடந்தபோது அன்றுதூமை என்றிலீர்
துறையறிந்து நீர்குளித்தது அன்றுதூமை என்றிலீர்
பறையறைந்து நீர்பிறந்தது அன்றுதூமை என்றிலீர்
புரையிலாத ஈசரோடு பொருந்துமாறது எங்ஙனனே. 49

(எ.ரை:) *மூடப்பழக்கமுள்ள மக்களே! சிந்தித்துப் பாருங்கள்; பெண் நோய்வாய்ப்பட்டு அழுக்காகிக் கிடந்த அன்று அவளைத் தூய்மையற்றவள் என்று நீங்கள் சொல்லவில்லை; அவள் தீண்டடல் (சூதகம்) ஆகியிருந்து, படித்துறைக்குச் சென்று நீரிலே குளித்து மூழ்கியபோது அவளைத் தூமை (தீட்டு) என்று சொல்லவில்லை; தாயின் வயிற்றிலிருந்து நீங்கள் பிறந்து, கொட்டு முழக்கோடு மகிழ்ந்த அன்று, தூமையோடு பிறந்ததாக யாரும் அருவருப்போடு சொல்லவில்லையே. இப்போது மட்டும் ஒரு பெண் மாசற்ற இறைவனிடம் அன்பு கொண்டு கோயிலுக்குச் சென்று வழிபடக் கருதும் நிலையில் அது பொருந்தாது என்று எப்படிச் சொல்லுவீர்கள்? (பொருந்தும்+மாறது எங்ஙனே= பொருத்தத்துக்கு மாறுபட்டநிலை எப்படி வந்தது எனப்பொருள்)*

(பெண்ணின் இயற்கை உணராமல்
தீட்டு எனல் குற்றம்)

தூமைதூமை என்றுளே துவண்டலையும் ஏழைகாள்!
தூமையான பெண்ணிருக்கத் தூமைபோனது எவ்விடம்?
ஆமைபோல மூழ்கிவந்து அனேகவேதம் ஓதுறீர்
தூமையும் திரண்டுருண்டு சொற்குருக்கள் ஆனதே. 50

(எ.ரை:) *பெண்ணின் பிறவியியற்கையைப் போற்றாமல், அவளைத் தூமை (தீட்டு) என்றே மனத்தில் நினைத்துக் கொண்டு வருந்தி அலைகின்ற அறிவிலிகளே! உன் வீட்டிலே தூமையுள்ள*

பெண்ணிருக்கவும், அவளை மட்டும் தீட்டில்லாதவளென்று கருதுகின்றீரே; அவளுடைய தீட்டு எவ்விடத்துக்குச் சென்றது? நீங்கள் ஆமைபோலப் பதுங்கி மெல்லச் சென்று நீராடி வந்து, எத்தனையோ மறைநூல்களை ஓதுகின்றீர்கள். ஆனால், உண்மையை உணரவில்லை. நீங்கள் போற்றுகின்ற மந்திரம் சொல்லும் குருக்களானவர் எப்படிப் பிறந்தவர் தெரியுமா? அவர் பெண்ணின் செம்பாலில் (சுரோணிதத்தில்) திரண்டு கருவாகி உருவானவரே என்பதைக் கருதுங்கள்.

(கோயில் குருக்கள் அனைவரும் பெண் தூமையால் பிறந்தவரே!)

சொற்குருக்கள் ஆனதும் சோதிமேனி ஆனதும்
மெய்க்குருக்கள் ஆனதும் வேணபூசை செய்வதும்
சத்குருக்கள் ஆனதும் சாத்திரங்கள் சொல்வதும்
செய்க்குருக்கள் ஆனதும் திரண்டுருண்ட தூமையே. 51

(எ.ரை:) பெண்தாயின் செம்பாலிலிருந்து திரண்டு கருவாகிப் பிறந்தவரே எல்லோருமென்று எண்ணிப் பார்க்க வேண்டும். குருக்களும் அப்படிப் பிறந்தவரேயாவர். அவர்களில் கோயிலில் பணிசெய்வோர் பலர்; மந்திரம் சொல்லுவோர் சொற்குருக்கள் ஆவர்; அவர் உடம்பு மேனி பளபளப்பாய் ஒளிவீசும்; திருமேனி தீண்டி முறையாகத் திருமுழுக்காட்டிப் பூசனை செய்வோர் மெய்க்குருக்கள் ஆவார்; இறையியல் நூல்களான சாத்திரங்களைச் சொல்லிக் கொடுப்பவர் அறிவுமிக்க சத்குருக்கள் ஆவர்; மேலும், கோயிலில் பெரியகுருக்களுக்குத் துணையாகத் திருவிளக்கு முதலிய பணிகளைச் செய்பவர் செய்க்குருக்கள் ஆவர்.

(பொய்யை உணர்ந்து திருந்தினால் மெய்க்கடவுளை அடையலாம்)

கைவடங்கள் கொண்டுநீர் கண்சிமிட்டி நிற்கிறீர்
எவ்விடங்கள் கண்டுநீர் எண்ணியெண்ணிப் பார்க்கிறீர்
பொய்யுணர்ந்த சிந்தையைப் பொருந்திநோக்க வல்லிரேல்
மெய்கடந்தது உம்முளே விரைந்துகூடல் ஆகுமே. 52

(எ.ரை:) *போலியான மாந்தர்களே! உங்கள் கைகளிலே தங்கச் சங்கிலிகளையும் கணையாழிகளையும் அணிந்து அழகுபடுத்திக் கொண்டும் கண்களைச் சிமிட்டி வெறித்துக் கொண்டும் நிற்கின்றீர்கள்; எந்த இடங்களுக்குச் செல்வதற்காக எண்ணியெண்ணி வழியிலே பார்த்து நிற்கின்றீர்கள்? இப்படிப் பொய்யான எண்ணங்களையும் ஒழுக்கங்களையும் ஒழித்துவிட்டு, சிந்தையிலே மெய்ந்நெறியைக் கொண்டு ஒளிபெற்று வாழ வல்லமை பெறுவீரானால், மெய்ப்பொருளான கடவுள் உமது உள்ளத்திலே விரைவாக வந்து கூடி க்குலாவும்!*

(என்னை உன் அருள்வெளிக்கு ஆளாக்க வேண்டும்)

ஆடுகட்டி வேங்கையை அகப்படுத்து மாறுபோல்
மாடுகட்டி என்னைநீ மதிமயக்கல் ஆகுமோ?
கோடுகாட்டி யானையைக் கொன்றுரித்த கொற்றவா!
வீடுகாட்டி என்னைநீ வெளிப்படுத்த வேணுமே. 53

(எ.ரை:) *தாருகக் காட்டில் வாழ்ந்த முனிவர்கள் செய்த வேள்வியிலே தோன்றிய கொம்புடைய யானையைக் கொன்று அதன் தோலினை உரித்து ஆடையாகப் போர்த்திக் கொண்ட வெற்றிகண்ட கடவுளே! இவ்வுலகில், வேடர்கள் காட்டிலே வேங்கைப் புலியைப் பிடித்தற்காக ஓரிடத்தில் வலையோடு ஆட்டையும் கட்டிவைத்து, புலிவந்து வலையில் அகப்பட்டதும் அவர்கள் அதைப் பிடித்துக் கொள்வர்; அதுபோல என்னை நீ, செல்வங்களை மிகுதியாகக் கட்டிக் கொடுத்து அறிவை மயக்கிக் கெடுக்கலாமா? கூடாது. எனக்கு நீ விடுதலை தந்து, உனது அருள்வெளியிலே சேர்த்துப் பேரின்பத்தைத் தருதல் வேண்டும்.*

(திருமேனியில் இடப்பக்கம் சத்தியான திருமாலும் வலப்பக்கம் சிவனுமாகத் தோற்றங்காட்டி ஆடல்புரிந்த காட்சியைக் காணல் அரிது!)

இடதுகண்கள் சந்திரன் வலதுகண்கள் சூரியன்
இடக்கைசங்கு சக்கரம் வலக்கைசூலம் மான்மழு

எடுத்தபாதம் நீள்முடி எண்திசைக்கும் அப்புறம்
உடல்கடந்து நின்றமாயம் யாவர்காண வல்லரோ? 54

(எ.ரை:) *கடவுளான சிவச்செம்பொருள் தனது திருமேனியை இருகூறாக்கி, இடக்கூறை, முழுத்திங்களைக் கண்களாகக் கொண்ட அருளம்மையாகிய திருமாலாகவும், அதற்கேற்ப இடக்கைகளிலே சங்கையும் ஆழியையும் கொண்டு திகழவும், வலக்கூறாகிய தனது பக்கக் கண்கள் ஞாயிறான கதிர்களாகவும் கைகள் இரண்டிலும் மூவிலை வேலென்னும் சூலமும் மானும் மழுவுமாகிய படைகளும் கொண்டு ஒளிரவும் உமையொரு பாகனாக விளங்குவான். அவனே உலகம் இயங்கி வாழும் பொருட்டு ஐம்பெருங்கூத்து (நடனம்) ஆடுவான்; திருவடி ஒன்றை ஊன்றியும் மற்றொன்றைத் தூக்கியும் ஆடும்போது நீண்ட செஞ்சடை (பெருஞ்சுடர்) விசிறிச்சுழன்று ஆடும்; இந்த ஆடல் எட்டுத்திசைகளையும் கடந்து, அதற்கு அப்பாலும் தெரிய உடல்கடந்து (ஆனால்) நின்று ஆடும்; இந்த வியத்தகு நுட்பமான ஆடற்கலைக் காட்சியைக் காண வல்லவர் யார் இருக்கின்றனர்?*

(திருமாலும் சிவனும் கலந்து கரைந்த ஒருவரே!)

நாழியப்பும் நாழியுப்பும் நாழியான வாறுபோல்
ஆழியோனும் ஈசனும் அமர்ந்துவாழ்ந் திருந்திடும்;
ஏறிலேறும் ஈசனும் இயங்குசக்ர தரனையும்
வேறுகூறு பேசுவார் வீழ்வர்வீண் நரகிலே. 55

(எ.ரை:) *நாழியளவு நீரில் நாழியளவு உப்பைச் சேர்த்தால் கரைந்து ஒரே நாழியாகிவிடும்; இரண்டாக இருக்காது. அதுபோலவே தெய்வமான ஆழி ஏந்திய திருமாலும் சிவமான மகேசுரனும் கலந்து ஒன்றாகி ஒரே தெய்வமாய் அமர்ந்து காட்சியளித்து மக்களுக்கு அருள்வழங்குவர். இவ்வுண்மையைத் தெரியாமல் காளையூர்தியில் ஏறி வரும் சிவனையும் இயங்கி வரும் சக்கரம் ஏந்திய திருமாலையும் பிரித்து வேறுவேறாகப் பேசுகின்றவரெல்லாம் வீணாகி நரகிலே வீழ்வார்கள்.*

(தில்லைத் தலைவனும் திருவரங்கத் தெய்வமும் ஒருவரே!)

தில்லைநா யகன்னவன் திருவரங் கனுமவன்
எல்லையான புவனமும் ஏகமூர்த்தி யானவன்
பல்லுநாவும் உள்ளபேர் பகுந்துகூறி மகிழுவார்
வல்லபங்கள் பேசுவார் வாய்புழுத்து மாய்வரே. 56

*(**எ.ரை:**) தில்லைச்சிதம்பரத்திலே ஆடல்புரிகின்ற இறைவன் தான் திருவரங்கத்தில் கோயில் கொண்டிருக்கும் பெருமாளாவன்; அவனே ஒரு கடவுளாயிருந்து தெரியும் எல்லையான உலகம் முழுதையும் அருளாட்சி புரிகின்றான். அந்தக் கடவுளின் ஒருமை இயற்கையை உணராமல் பற்களையும் நாக்கையுமுடைய பலர் கடவுளின் ஒருமையைக் கூறுபடுத்தி வாயில் வந்தவாறு பேசிச் சிறிய மகிழ்ச்சி அடைவர்; சிலரோ கற்றிருந்தும் மெய்நிலைக்கு வாராமல், வாய்வன்மையால் பொய்யை அவிழ்த்து விடுவார். இவரெல்லாம் ஐயோ! வாய்புழுத்துச் சாவார்களே.*

(இறைவனது ஆடல்கண்டவன் வாழ்வில் அடங்கி விடுவான்)

எத்திசைக்கும் எவ்வுயிர்க்கும் எங்களப்பன் எம்பிரான்
முத்தியான வித்துளே முளைத்தெழும் தவச்சுடர்;
சித்தமும் தெளிந்துவேதக் கோயிலும் திறந்தபின்
அத்தனாடல் கண்டபின் அடங்கலாடல் காணுமே. 57

*(**எ.ரை:**) எம் தலைவனான சிவக்கடவுள் உலகில் அனைத்துத் திசைகளுக்கும் அனைத்து உயிர்களுக்கும் தந்தையாவான்; அவன், வாழ்வில் பற்றறுதலாகிய விடுதலை (முத்தி)க்கு அடிப்படையான விதையாவதோடு அந்த விதையிலே முளைத்தெழுகின்ற தவத்தின் பயனான அருட்பேரொளியும் ஆவான். அவனைக் கண்டுகொள்ள அறிவில் தெளிவேற்பட்டு, மறைநூலாகிய கோயிலும் திறந்த நூலாகி எல்லோரும் படித்து உண்மைநிலை உணரவேண்டும்; அந்தத் தகுதி பெற்றாலே இறைவனது ஐம்பெருங்கூத்தைக் காண முடியும்; கண்டாலே வாழ்க்கையில் யாவும் அடங்கிய (பேசாத நிலையை)ப் பெறலாம்!*

(கற்று உணர்ந்தாலும் சினம் முதலிய மாசுகளை ஒழித்தாலே உள்ளத்தில் ஒளி தோன்றும்)

உற்றநூல்கள் உம்முளே உணர்ந்துணர்ந்து பாடுவீர்
பற்றறுத்து நின்றுநீர் பராபரங்கள் எய்துவீர்;
செற்றமாவை உள்ளரைச் செருக்கறுத்து இருந்திடில்
சுற்றமாக உம்முளே சோதியென்றும் வாழுமே. 58

(எ.ரை:) *சான்றோரே! நீங்கள் பெற்றுக் கற்ற நூல்கள் உம் உள்ளத்தில் பதிவாகியிருக்கவும், அவற்றையெல்லாம் நன்கு ஆராய்ந்து உணர்ந்து பிறருக்காக எடுத்துரைத்துப் பாடவும் செய்வீர். ஆசை முதலிய பற்றுக்களை விட்டொழித்துவிட்டு, நீங்கள் (பரம்+அபரம்) மேலான பொருளையும் கீழான பொருளையும் பெறுவீர்கள். ஆனாலும், இவை தகுதிகள் ஆகமாட்டா. சினமுடைய உயிரிலுள்ள (ஆணவம்-கன்மம்-மாயை ஆகிய) மாசுகளை அழித்தொழித்து அடங்கியிருந்தாலே உமது உள்ளத்திலே பெருஞ்சுடரான தெய்வம் உறவாகி நிலைத்து வாழும்.*

செற்றமாவை -(செற்றம்+ஆவை) ஆ-உயிர். உள்ளரை- உள்ளேயுள்ள மாசுகள்.

(நீ மனிதனாய்ப் பிறந்தும் மந்திரங்களை ஓதாமல் இருக்கலாமா?)

போதடா எழுந்ததும் புனலதாகி வந்ததும்
தாதடா புகுந்ததும் தானடா விளைந்ததும்
ஓதடா அஞ்சுமூன்றும் ஒன்றதான அக்கரம்;
ஓதடா இராமராம ராமவென்னும் நாமமே. 59

(எ.ரை:) *மனிதா! நீ பிறந்து எழுந்தது பூ (போது) என்னும் ஐம்பூதங்களிலிருந்துதான்; அவற்றில் ஒன்று நீராகி வந்தது; அதுவே குருதியாகி அதிலிருந்து வேதி மாற்றத்தால் தாதுஆகி (ஆணின் விந்தும் பெண்ணின் சுரோணிதமும் ஆகி)க் கருப்பையில் புகுந்தது; அதுவே தானாகி (குழந்தைக்கரு) மனிதனாய்ப் பிறந்தது. இவ்வாறு பிறந்த நீ, படைத்த இறைவனையெண்ணி, அவனது மந்திரங்களை ஓதாமல் வீணே வாழலாமா? ஆகவே, நீ*

நமச்சிவாய மந்திரத்தையும், அகர-உகர-மகரமாகிய மூன்றெழுத்துடைய ஓங்காரத்தையும், ஓரெழுத்தான அகரத்தையும் ஓதுவாயாக! இவற்றோடு 'இராம' என்னும் பெயரையும் ஓதுக!

(அகரமும் உகரமும் சிகாரமின்றி நின்றதா?)

அகாரமென்ற அக்கரத்துள் அவ்வுவந்து உதித்ததோ?
உகாரமென்ற அக்கரத்தில் உவ்வுவந்து உதித்ததோ
அகாரமும் உகாரமும் சிகாரமின்றி நின்றதோ?
விகாரமற்ற யோகிகாள்! விரித்துரைக்க வேணுமே. 60

(எ.ரை:) கடவுளின் அருளால்தான் அருட்சான்றோர்கள் இறையியலையும் அதைச் சார்ந்த உண்மையியலையும் படைத்தார்கள். அவற்றில் ஒன்றுதான் மந்திர வகைகள் ஆகும். ஓங்காரம் ஓசையான நாதவுண்மையிலிருந்து படைக்கப்பட்டது. இது (அ+உ+ம) மூன்று எழுத்தாய்ப் பிரிக்கப்பட்டு மூன்றுக்கும் உண்மைப்பொருள் குறிக்கப்பட்டன. அகரம் அறிவுவெளி (ஞானாகாசம்) என்றும்; அதுவே சிவமென்றும்; உகரம் (காற்று வெளி) உயிர்களென்றும்; மகரம் மெய்யொளி என்றும் கூறினர்.

'சிவாயநம' என்பதில் 'சி' அறிவுவெளியான சிவத்தையும், 'வா' அருளாகிய சத்தியையும், 'ய' உயிர்களையும் 'நம' உலக ஒளியையும் இருளையும் பொருளாக விளக்கினர்.

இந்த அடிப்படையிலேதான் இப்பாடலை நாம் புரிதல் வேண்டும்.

அகாரமென்ற எழுத்திலே அவ்வுலகமாகிய அறிவுவெளி தோன்றியதா? உகாரமென்ற எழுத்திலே உயிர்வெளி தோன்றியதா? இந்த அகார உகார வெளிகள் சிகாரமென்னும் முழுமுதற் கடவுள் இல்லாமல் தோன்றியிருக்க முடியுமா? இந்த உண்மைகளையெல்லாம் மக்களுக்கு, மாசற்ற தவ அறிவுடையோர் விளக்கிச் சொல்ல வேண்டும் என்பதே சிவவாக்கியரின் விருப்பம் ஆகும். 'அவனன்றி ஓர் அணுவும் அசையாது' என்பதை நுட்பமாக இப்பாடலில் கற்பிக்கிறார் அவர்.

(இறைவா! உன்ன மறக்கினும் என்மனத்தில் குடிகொள்வாய்!)

அறத்திறங்க ளுக்கும்நீ அகண்டம் எண் திசைக்கும்நீ
திறத்திறங்க ளுக்கும்நீ தேடுவார்கள் சிந்தைநீ
உறக்கம்நீ உணர்வுநீ உட்கலந்த சோதிநீ
மறக்கொணாத நின்கழல் மறக்கினும் குடிகொளே! 61

(எ.ரை:) *இறைவா! உலகில் உயிர்கள் நன்னெறியில் வாழ நீயே அறத்திறன்களையெல்லாம் படைத்தாய்; அண்டகோள் களையும் எட்டுத் திசைகளையும் அவற்றால் ஐந்து பூதங்களையும் நீயே உலகமென்ற பெயரிலே தந்தாய்; வாழ்வியல் நடைபெற அறிவுத்திறன்களையும் அன்புத் திறன்களையும் உறவுத் திறன் களையும் தெய்வத் திறன்களையும் நீயே கொடுத்தாய்; ஆர்வத்தோடு ஏங்கித் தேடுவார்களின் சிந்தனையில் உறைபவன் நீயே; உயிர்களின் வாழ்வில் உறக்கமாகவும் உணர்வு விழிப்பாகவும் இருப்பவனும் நீயே; இன்னும் உயிருள்ளே கலந்து பெருஞ்சுடராய் ஒளிர்பவனும் நீயே; இவ்வாறெல்லாம் இயற்கையில் வாழ்வின் இயக்குநனாய் அமைந்த உனது ஒளிசுடரும் திருவடிகளை எப்படி மறக்க முடியும்? முடியாது! ஒருக்கால் மறந்தாலும் நீ என் நெஞ்சிலே குடியிருக்க வேண்டும்.*

(அறவோரின் நேர்மையும் கூர்மையும் போற்றத்தக்கவை!)

அண்டம்நீ அகண்டம்நீ ஆதிமூல மானநீ
கண்டம்நீ கருத்தும்நீ காவியங்கள் ஆனநீ
புண்டரீக மன்றுளே புணருகின்ற புண்ணியர்
கொண்டகோல மானநேர்மை கூர்மையென்ன கூர்மையே 62

(எ.ரை:) *இறைவா! விண்ணிலே நீ அனைத்துக் கோள் களாகவும் இருக்கின்றாய்; விரிந்த உலகமாகவும் திகழ்கின்றாய்; படைப்புகள் அனைத்துக்கும் முதல் விதையாகவும் வேராகவும் இருக்கின்றாய்; மக்களின் கழுத்திலுள்ள (விசுத்தி) மூச்சுக்குழலில் உயிர்வளியாகவும் இருக்கின்றாய்; இன்னும் நீயே எண்ணும் கருத்துக்களாகவும் கற்பனைக் காவியமாகவும் அறிவு தருகின்றாய்.*

நேர்மையுள்ள அறவோரின் உள்ளமாகிய தாமரை மலராம் அறிவுமன்றிலே நீயே அழகாய் வீற்றிருந்து அருள்புரிகின்றாய்; உனது மெய்யறிவுக் கூர்மை மிகவும் மேலானது.

(உண்மைமிக்க எண்ணத்தால் ஊழிக்காலம் வாழலாம்!)

மையடர்ந்த கண்ணினார் மயங்கிடும் மயக்கிலே
ஐயிறந்து கொண்டுநீங்கள் அல்லலுற்று இருப்பிர்காள்!
மெய்யடர்ந்த சிந்தையால் விளங்குஞானம் எய்தினால்
உய்யடர்ந்து கொண்டுநீங்கள் ஊழிக்காலம் வாழ்வீரே. 63

(எ.ரை:) மைதீட்டிய விழியழகுடைய பெண்களோடு கலந்து (மயங்கி) மூழ்கியதால் நோயுற்று, சளிமிகுதியால் விக்கலெடுத்து இருமிக் காலமெல்லாம் துன்பப்பட்டிருக்கும் மக்களே! நீங்கள் அல்லலற்ற வாழ்வு வாழ உண்மைமிக்க எண்ணத்தால் ஒளியான மெய்யறிவை அடைய வேண்டும். அடைந்தால் உயரிய நெறியோடு இன்புற்று ஊழிக்காலமும் வாழ்வீர்கள்.

(ஆசிரியர் காட்டிய நெறியில் வாழ்ந்தால் இறைவனைக் கூடலாம்)

கருவிருந்த வாசலால் கலங்குகின்ற ஊமைகாள்!
குருவிருந்து சொன்னவார்த்தை குறித்துநோக்க வல்லிரேல்
உருவிலங்கு மேனியாகி உம்பராகி நின்றுநீர்
திருவிளக்கு மேனியாகிச் சென்றுகூட லாகுமே. 64

(எ.ரை:) பெண்ணின் கருத்தோன்றும் வாயிலாகிய குறியை எண்ணியே அறிவுகலங்குகின்ற ஊமைத்தன்மையுள்ள மக்களே! நீங்கள், உங்களுக்குரிய ஆசான் அமர்ந்து முறையே சொல்லிக் கொடுத்த அறிவுரைகளை நன்கு எண்ணி வாழ நினைப்பீரானால், உடல் நடக்கும் சிறந்த மேனிகொண்டு தேவராகித் திகழ்வீர்கள்; மேலும், அறிவொளி மிளிரும் அழகுமேனியோடு சென்று, அருளிறையையும் கூடி இன்புறலாம்.

(தீர்த்தம் ஆட வேறிடம் செல்ல வேண்டாம்; உமக்குள்ளே உள்ளது)

தீர்த்தமாட வேணுமென்று தேடுகின்ற தீனர்காள்!
தீர்த்தமாடல் எவ்விடம்? தெளிந்துநீர் இயம்புவீர்!
தீர்த்தமாக உம்முளே தெளிந்துநீர் இருந்தபின்
தீர்த்தமாக உள்ளதும் சிவாயஅஞ் செழுத்துமே. 65

(எ.ரை:) தீவினை-மாசுகளையெல்லாம் தீர்த்து ஒழிக்கின்ற தூய அருள்நீரெனும் கோயில் குளத்திலே குளிக்க வேண்டுமென்று ஆர்வங்கொண்டு அதைத் தேடிப் பல நாடும் ஊரும் சென்றலையும் மெய்யறிவில்லாத ஏழைகளே! உண்மையில் தீர்த்தம் ஆடும் இடம் எங்கே உள்ளது? நீங்கள் அதனைத் தெளிந்து உள்ள முறையில் சொல்லுங்கள். தெரியாதா? அந்த அருளான தீர்த்தம் வேறு எங்கும் இல்லை; அது உங்கள் அகத்திலேதான் உள்ளது. அதை மெய்யறிவால் தெளிந்து கொள்வீரானால், அந்தத் தீர்த்தமானது, துன்பங்களைத் தீர்க்கின்ற 'சிவாயம்' என்னும் ஐந்தெழுத்தேயாகும்.

(அஞ்செழுத்தை நெஞ்சிலே இருத்துக!)

கழுத்தையும் நிமிர்த்திநல்ல கண்ணையும் விழித்துநீர்
பழுத்தவாய் விழுந்துபோன பாவமென்ன பாவமே?
அழுத்தமான வித்திலே அனாதியாய் இருப்பதோர்
எழுத்திலா எழுத்திலே இருக்கலாம்; இருத்துமே! 66

(எ.ரை:) அன்பர்களே! நீங்கள் கழுத்தை நிமிர்த்தியும் அழகான விழியைக் கொண்டும் ஆர்வமுடன் சிவந்த வாயால் மந்திரங்களை ஓதுவீர்களே; இப்போது ஏன் அதை விட்டுவிட்டீர்கள்? இது தீவினையன்றோ! செறிவான விதையிலே உலகம் படைத்தற்கு முன்பே இருப்பவர் கடவுள் ஒருவரே; அந்தச் சிவச்செம்பொருள், எழுதப்படாத எழுத்தான (வாய்க்குள்ளேயே உருப்போடுகின்ற) பேரொளி எழுத்தெனப்படும் அகரத்திலும் நமச்சிவாயத்திலும் உட்பொருளாய் இருக்குமே; ஆதலால் நீங்கள் அம்மந்திரங்களை விட்டுவிடாமல் நெஞ்சில் இருத்தி ஓதுங்கள்!

(ஐம்பூதங்களையும் உணர்ந்தவர் இறைவனை உணரமுடியும்!)

கண்டுநின்ற மாயையும் கலந்துநின்ற பூதமும்
உண்டுறங்கு மாறுநீர் உணர்ந்திருக்க வல்லிரேல்,
பண்டைஆறும் ஒன்றுமாய்ப் பயந்தவேத சுத்தராய்
அண்டமுத்தி ஆகிநின்ற ஆதிமூலம் ஆவிரே. 67

(எ.ரை:) உலகப் படைப்புக்கு உறுதுணையாயிருக்கும் இயற்கை மாயையும் (மூலப்பிரகிருதி), அதனால் தோன்றிய ஐம்பூதங்களும் கலந்த ஒன்றாகிய உயிரும் உடலும், உண்டும் உறங்கியும் வாழ்கின்ற படைப்பியலை நீங்கள் உணர்ந்து தெளிந்த ஆற்றலுடையவரானால், பண்டைய நெறிகளோடு கடவுள் ஒருவனென்ற கொள்கை பேசுகின்ற மறையை ஓதும் தூயவர் ஆவீர்கள்; அத்துடன், அண்டகோள்களை விடுத்து உலகெங்கும் விரிந்து பரந்திருக்கின்ற உலக முதல்வனாம் இறைநிலையையும் அடைவீர்கள்.

(நடுநாடியால் தலைத்துளையைத் திறக்கும் ஆற்றல் பெறுவீர்!)

ஈன்றவாச லுக்குஇரங்கி எண்ணிறந்து போவிர்காள்!
கான்றவாழை மொட்டலர்ந்த காரணம் அறிகிலீர்!
நான்றவாச லைத்திறந்து நாடிநோக்க வல்லிரேல்
தோன்றுமாயை விட்டொழிந்து சோதிவந்து தோன்றுமே. 68

(எ.ரை:) பிறந்து வந்த வாயிலாகிய பெண்குறிக்கு ஆசைப்பட்டு வருந்தி, அளவுகடந்து போகும் மாந்தர்களே! தார்போட்ட (கான்ற) வாழைமரத்தின் பூவானது ஒவ்வோர் மடலாய்ப் பையப்பையவே விரிந்து மலரும்; மலர்வது யாவும் பிஞ்சாகிக் காயாவதில்லை; மற்றவை உதிர்ந்தே போகும். இதைப்போலவே மனிதன் பெண்விழைவில் ஆசைப்பட வேண்டும். நீங்கள் சிற்றின்பத்தில் மூழ்கிவிடாமல், பேராசையை ஒழித்துவிட்டு, தவமிருந்து சுழுமுனையாம் நாடிவழியே ஒளியாற்றலை முதுகந்தண்டுத் துளைக்குள் செலுத்திச் சென்று, தலைத்துளையென்னும் பிரமரந்திரத்தைத் திறந்து, தலைமலரான

(1008 இதழ்களுடைய) தாமரையென்னும் அறிவு மன்றத்தை (சிற்சபை)ப் பார்த்து அங்கே கடவுட்பேரொளியை வியக்க வல்லமை பெறுவீரானால், உம்மை ஆட்டியலைக்கும் தீயமாயை விட்டொழிந்து போகும்; அப்போது உங்கள் உயிரில் கடவுட் பெருஞ்சுடர் வந்து தோன்றும்!

(துன்பம் தரும் பெண்குறியை உணர்ந்து அதைத் துறக்க வேண்டும்)

உழலும்வாச லுக்குஇரங்கி ஊசலாடும் ஊமைகாள்!
உழலும்வாச லைத்துறந்து உண்மைசேர எண்ணிலிர்;
உழலும்வாச லைத்துறந்து உண்மைநீர் உணர்ந்தபின்
உழலும்வாசல் உள்ளிருந்த உண்மைதானும் ஆவிரே. 69

(எ.ரை:) துன்பம் தரும் வாசலாகிய பெண்குறிக்காக வருந்தியேங்கிப், போய்வரும் (ஊசல்) அறிவற்ற மாந்தர்களே! அந்தத் துன்பம் தரும் வாசலை உணர்ந்து, துறந்துவிட்டு, உண்மையான நல்வாழ்வைப் பெற நீங்கள் கருதவில்லையே. அப்படித் துறந்துவிட்டு, உண்மையியலான தத்துவத்தை உணர்ந்து கொண்டால், துன்பம் தரும் அந்த வாசலுக்குள் இருந்த காலத்தில் அடைந்த அல்லலை நீங்களும் அடைவீர்கள். (அருவருப்பையும் வெறுப்பையும் பெறுவீர்கள்).

(மூலக்கனலில் தோன்றும் கடவுட் சுடரை நான்கு நாழி நினைத்து வந்தால் தெய்வம் ஆகலாம்)

மூலநாடி தன்னிலே முளைத்தெழுந்த சோதியை
நாலுநாழி உம்முளே நாடியே இருந்தபின்
பாலனாகி வாழலாம்; பரப்பிரமம் ஆகலாம்
ஆலமுண்ட கண்டராணை அம்மையாணை உண்மையே. 70

(எ.ரை:) அன்பர்களே! மூலக் கனலிடமான மூலாதாரத்தில் அமைந்த நாடியிலிருந்து தோன்றிவரும் பேரொளிச் சுடரை (அருட்சுடரை), உமது ஆன்ம உயிரில் நான்கு நாழிநேரம் (நாள்தோறும்) பதியவைத்து நினைவு கூர்ந்து இருந்த வல்லமையால் நீங்கள் எக்காலமும் இளைஞராய் வாழமுடியும்; அதைவிடத்

தெய்வமும் ஆகலாம்; இது உண்மையே! நஞ்சுண்ட கண்டரான சிவத்தின்மீதும் அருளம்மையான பராசத்திமீதும் ஆணையிட்டு இதைச் சொல்கின்றேன்.

(அஞ்செழுத்தை இறக்குமுன்னே வணங்குங்கள்!)

இருக்கவேணும் என்றபோது இருக்கலாய் இருக்குமோ
மரிக்கவேணும் என்றலோ மண்ணுளே படைத்தனர்;
சுருக்கமற்ற தம்பிரான் சொன்னஅஞ் செழுத்தையும்
மரிக்குமுன் வணங்கிடீர் மருந்தெனப் பதங்கெடீர். 71

(எ.ரை:) *மக்களே! நீங்கள் இவ்வுலகில் இருந்து வாழ வேண்டுமென்று விரும்பும்போது இருக்க முடியாமல் இறந்து விடுகின்றீர்கள்; இதுவே இயற்கையாகிவிட்டது. இறக்க வேண்டு மென்றுதான் மண்ணிலே உங்களைப் படைத்தனர் போலும்! ஆனால், இறவாமலிருக்க வேண்டி நீங்கள் இறக்கும் முன்னே, குறைவில்லாத நிறைவான உயிர்த்தலைவனை வணங்காமல்-அன்பு செய்யாமல் வீண்பொழுது போக்குகிறீர்கள்; உடல் நோய்க்கும் உயிர்நோய்க்கும் மருந்தான இறையொளியை (பதத்தைப்) பெறாமல் போய் விடுகின்றீர்கள். என்னே உங்கள் அறிவு; அந்தோ!*

(ஐந்தெழுத்தாம் சிவம் ஆவுடையாராய் அமர்ந்தது)

அம்பத்தொன்றில் அக்கரம் அடங்கலோர் எழுத்துமோ?
விண்பரந்த மந்திரம் வேதம்நான்கும் ஒன்றலோ
விண்பரந்த மூலஅஞ் செழுத்துளே முளைத்ததே!
அங்கலிங்க பீடமாய் அமர்ந்ததே சிவாயமே. 72

(எ.ரை:) *அருளுலகம் ஐம்பத்தோர் எழுத்துக்களில் அடங்கி விடுவதில்லை; விண்ணளாவிப் பரந்த ஓங்கார உண்மையொலி மந்திரமானது, மறைநூல் நான்கிலும் ஒலிக்கின்றதே! விண்ணிலே விரிந்த கருவான அகர அறிவுவெளியில் முளைத்த ஐந்தெழுத்துக் குள்ளே தான் உலகமே தோன்றியுள்ளது. சிவாயம் என்பது அருவுருவாய் (இலிங்கம்) கீழே ஆவாகிய உயிராயும் மேலே இறையொளியாகிய உடையவராயும் 'ஆவுடையார்' எனும் திருப்பெயரிலே அமர்ந்ததே!*

மந்திர எழுத்துக்கள் ஐம்பத்தொன்றின் விளக்கம்: - மூலக்கனல் இடம் 4, குறியிடம் 6, கொப்பூழிடம் 10, நெஞ்சக இடம் 12, கழுத்திடம் 16, புருவநடுஇடம் 3 ஆக 51. இவை உடம்பிலுள்ள 6 இடங்களில் தாமரை இதழ்களாகவும் மந்திரங்களாகவும் திருமந்திர நூலில் கூறப்பட்டுள்ளன. இவற்றை எண்ணியே சிவவாக்கியர் இப்பாடலில் குறிப்பிட்டுள்ளார்.

(மேலே சென்ற உயிர்க்காற்றையும் சிவாய மந்திரம் அழைக்கும் ஆற்றல் கொண்டது)

சிவாயம் என்ற அக்கரம் சிவனிருக்கும் அக்கரம்
உபாயமென்று நம்புதற்கு உண்மையான அக்கரம்
கபாடமற்ற வாசலைக் கடந்துபோன வாயுவை
உபாயமிட்டு அழைக்குமே சிவாயஅஞ் செழுத்துமே. 73

*(**எ.ரை:**) சிவாயம் என்னும் (சுருங்கிய ஐந்தெழுத்து எனப்படும்) எழுத்துக்கள், சிவக்கடவுள் வீற்றிருக்கும் உயரிய எழுத்துக்களாகும். இதுவே வாழ்விற்குச் சிறந்த கருவி என்று நம்பிக்கை கொள்ள ஏற்ற உண்மையான எழுத்தாகும். இத்தகைய 'சிவாய' அஞ்செழுத்துக்களுமே, மூலக்கனலிலிருந்து நடுநாடி வழியே வந்து கதவைத் திறந்துகொண்டு, தலைத்துளைக்கு மேலே சென்ற உயிர்க்காற்றை-ஒளியை அழைத்து நிறுத்தும் வலிமை யுடையது.*

(இறைவனின் நுட்ப ஆற்றலை யாரால் காண முடியும்?)

உருவுமல்ல வெளியுமல்ல ஒன்றைமேவி நின்றதல்ல
மருவுமல்ல சொந்தமல்ல மற்றதல்ல அற்றதல்ல
பெரியதல்ல சிறியதல்ல பேசலான தானுமல்ல
உரியதாகி நின்றநேர்மை யாவர்காண வல்லரே? 74

*(**எ.ரை:**) முழுமுதற் கடவுளின் இயற்கை நிலையானது, ஒரு வடிவம் இல்லாதது; ஆதாரமற்ற ஒரு வெளியும் கொண்டதன்று; ஒரு பொருளை ஆதரவாகக் கொண்டு நிற்கக்கூடியதுமில்லை; எப்பொருளையும் தழுவிக் கொள்ளாதது; எவருக்கும் உரிமை யில்லாதது; எவருக்கும் அடிமைப்படாதது; எப்பொருளையும்*

விட்டுவிட்டு வெறுமையாகவும் இருக்காதது; உலகப் பொருட் பார்வையில் பெரியதும் அன்று; சிறியதும் அன்று; பேசக்கூடிய ஓர் உயிர் தானும் அன்று; இப்படியெல்லாம் எண்ணிப் பார்ப்ப தற்கு உரியதாகி நிலைத்திருக்கும் நேரிய மெய்ப்பொருளைக் காண வல்லவர் யார் இருக்கின்றார்? இதுதான் வியப்பு!

(தவ முனிவரே! எது முதல் அறிய முடியாதது? சொல்லுங்கள்)

ஆத்துமா அனாதியோ அனாத்துமா அனாதியோ?
மீத்திருந்த ஐம்பொறி புலன்களும் அனாதியோ
தாக்கமிக்க நூல்களும் சதாசிவமும் அனாதியோ
வீக்கவந்த யோகிகாள்! விரைந்துரைக்க வேணுமே. 75

(எ.ரை:) *மூச்சைக்கட்டி (விக்கி)த் தவஞ்செய்யும் தவச்செல்வர்களே! விரைவாக எனக்கு நீங்கள் விடை சொல்ல வேண்டும்!*

உடம்பிலுள்ள உயிரானது எப்பொழுது தோன்றியது? காலம் சொல்ல முடியுமா? உயிரல்லாத மற்ற உடல் படைக்கப்பட்ட காலம் யாருக்குத் தெரியும்? உடலுறுப்பான மெய், வாய், கண், மூக்கு, செவி ஆகிய ஐந்தும், சுவை ஒளி போல ஓசை மணம் ஆகிய புலன்கள் ஐந்தும் தோன்றிய காலமும் எவருக்குத் தெரியும்? வழிவழியாக அறிவால் படைக்கப்படும் மெய்ப்பொருள் நூல்களும், சதாசிவமாகிய (அருளோன் எனப்படுவார்) தெய்வமும் தொடக்கக்காலம் தெரிய முடியாத நிலையுடையவரா?

(அறிவிலாத மனிதரோடு வாழ்வது எப்படி?)

அறிவிலே பிறந்திருந்த ஆகமங்கள் ஓதுநீர்
நெறியிலே மயங்குகின்ற நேர்மையொன்று அறிகிலீர்
உறியிலே தயிரிருக்க ஊர்புகுந்து வெண்ணெய்தேடும்
அறிவிலாத மாந்தரோடு அணுகுமாறது எங்ஙனே? 76

(எ.ரை:) *மக்களே! அறிவை அடிப்படையாகக் கொண்டு படைக்கப்பட்ட மறைகளின் சார்பு நூல்களான (உயிருக்கு உறுதி செய்கின்ற) ஆகமங்களைக் கற்று ஓதுகின்றீர்கள். ஆனால்,*

நன்னெறி ஒழுக்கங்களிலே சிறந்த நேர்மைப் பண்பை அறியாமல் இருக்கின்றீர்கள். இதுவா வாழ்வு? உமது வீட்டிலே உறியில் தயிர் இருக்கும்போது அதைப் பயன்படுத்தாமல் ஊர்வெளியிலே சென்று தவறான வழியில் வெண்ணெயை எடுத்து வருகின்றீர்கள். இப்படி நேர்மையும் அறிவும் இல்லாத உங்களோடு எப்படி அணுகி நட்பாட முடியும்?

(புறத்திலும் அகத்திலும் இறைவனை அறிய வேண்டும்)

இருஅரங்க மும்பொருந்தி என்புருகி நோக்கிலீர்
உருஅரங்க மாகிநின்ற உண்மையொன்று ஓர்கிலீர்
கருஅரங்க மாகிநின்ற கற்பனை கடந்தபின்
திருஅரங்க மென்றுநீர் தெளிந்திருக்க வல்லிரே. 77

(எ.ரை:) அன்பர்களே! உமது அகவிடமும் இறைவனின் புறவிடமும் ஒன்றாய்க் கலந்து அன்பென்னும் வெப்பத்தால் உருகி இன்புறவில்லையே. இறைவன் கோயிலாகிய அரங்கில் உருவம் காட்டி நிற்கின்ற (அறிவு முதிராதவருக்காக) உண்மையியலை (ஆகம நூல்நெறியில்) ஆழ்ந்து எண்ணாமலிருக்கின்றீர்கள். இறைவன் மாந்தரின் கருவையே அரங்கமாய்க் கொண்டு தங்கும் கற்பனையும் உண்டு. இதையும் நீங்கள் அறிந்து கொண்டால், அகத்தையும் புறத்தையுமே அழகிய கோயிலென்று தெரிந்து கொள்வீர்கள்! இந்த நிலை ஆகம நூல் நெறியேயாகும்.

(செம்பொருளான அஞ்செழுத்தை முறையாக ஓதுக!)

கருக்குழியின் ஆசையாய்க் காதலுற்று நிற்கிறீர்
குருக்கிடுக்கும் ஏழைகாள்! குலாவுகின்ற பாவிகாள்!
திருத்திருத்தி மெய்யினால் சிவந்தஅஞ் செழுத்தையும்
உருக்கழிக்கும் முன்னமே உணர்ந்துணர்ந்து கொள்ளுமே. 78

(எ.ரை:) அறிவுநெறியாம் குருநெறியைப் போற்றாமல் கெடுக்கும் அறிவிலிகளே! குற்றங்களைச் செய்து தீயவருடன் மகிழ்வுடன் பழகும் தீவினையரே! நீங்கள் எக்காலமும் பெண்ணாசையில் காமங்கொண்டு அலைகின்றீர்கள். மனஅழுக்கைத் திருத்தி அழகாக்கி, மெய்ப்பொருளையுணர்ந்து, செம்பொருட் சிவமான ஐந்தெழுத்தையும், உங்கள் உடம்பு நலிந்து சிதையும்

முன்னேயே உயிரில் உணர்ந்து கொண்டு எப்பொழுதும் ஓதுங்கள்.

(தேவர்களும் பற்றறாமல் குருட்டுவிழி விழிக்கின்றனர்)

மண்ணிலே பிறக்கவும் வழக்கலாது உரைக்கவும்
எண்ணிலாத கோடிதேவர் என்னதுஉன்னது என்னவும்
கண்ணிலே கண்மணியிருக்கக் கண்மறைந்த வாறுபோல்
எண்ணில்கோடி தேவரும் இதன்கணால் விழிப்பதே. 79

(எ.ரை:) *விண்ணகத்திலுள்ள எண்ணற்ற கோடிக்கணக்கான தேவரெல்லாம், பொருளாசையும் பெண்ணாசையும் கொண்டு மண்ணகத்திலே பிறக்கவும், வழக்கத்துக்கும் நன்னெறிக்கும் மாறாகப் பேசவும் செயல்படவும் விழைகின்றனர். இப்படிப்பட்ட ஒழுக்கமில்லாத கோடிக்கணக்கான (33 கோடி என்பர்) தேவர்கள், கண்ணிலே கருவிழியான கண்மணி இருந்தும் ஒளிப்பார்வையில் லாமையால் குருடரானார்ப் போன்று கள்ளவிழி விழித்து ஏமாற்றுகின்றனர்.*

(இறைவா! வாழ்க்கையில் மாயை படுத்தும் பாடுதான் என்னே!)

மண்கலம் கவிழ்ந்தபோது வைத்துவைத்து அடுக்குவார்
வெண்கலம் கவிழ்ந்தபோது வேணுமென்று பேணுவார்
நண்கலம் கவிழ்ந்தபோது நாறுமென்று போடுவார்
எண்கலந்து நின்றமாயம் என்னமாயம் ஈசனே! 80

(எ.ரை:) *இறைவா! இந்த உலகத்தார், வீட்டிலே மண்பாண்டம் கவிழ்ந்து உடைந்துவிட்டால், அதையெடுத்துக் கொல்லைப்புறத்திலே அடுக்கிவைப்பார்; விலைமதிப்புள்ள வெண்கலப்பானை கவிழ்ந்து உடைந்து விட்டாலோ அதை விற்கலாமென்று பாதுகாத்து வைப்பர். ஒருவரது உடம்பாகிய கலம், நட்பு (நள்)க் கொண்டிருந்த உயிர்பிரிந்து போனவுடன், அது (போட்டு வைத்திருந்தால்) நாற்றமெடுக்குமே என்று கருதி, வெளியே எடுத்துச் சென்று அடக்கஞ்செய்து விடுவார். இதுதான் வாழ்க்கையோ? மக்கள் எண்ணத்தில் கலந்திருக்கும் மாயைதான் என்ன? தூய மாயையா? தூய்மையற்ற மாயையா? சொல்லுக!*

(கூற்றுவன் அழைத்தபோது எப்பொருளும் கூடவே வாரா!)

மிக்கசெல்வம் நீர்படைத்த விறகுமேவிப் பாவிகாள்!
விறகுடன் கொளுத்திமேனி வெந்துபோவது அறிகிலீர்;
மக்கள்பெண்டிர் சுற்றமென்று மாயைகாணும்; இவையெலாம்
மறலிவந்து அழைத்தபோது வந்துகூடல் ஆகுமோ? 81

(எ.ரை:) *தீவினை செய்வோரே! நீங்கள் ஆசையால் ஈட்டிவைத்த செல்வமெல்லாம் விறகுகள் போன்று எரிந்து போகுமே. இறந்துபோன உடலை விறகுடன் வைத்துக் கொளுத்தும்போது வெந்து அழிவதை நீங்கள் அறியவில்லையா? மனைவி, குழந்தைகள், உறவுகள் என்பவரெல்லாம் மாயையால் படைக்கப் பெற்றவையே. ஆதலால், இவையனைத்தும், கூற்றுவந்து அழைத்த பொழுதிலே உங்களுடன் கூட வாரா என்பதை உணர்ந்து அறஞ்செய்து புகழை ஈட்டுங்கள்.*

(குடும்பத்துடன் அஞ்செழுத்தை ஓதினால் தீவினைகள் ஒழியும்)

ஒக்கவந்து மாதுடன் செறிந்திடத்தில் அழகிலே
ஒருவராகி இருவராகி இளமைபெற்ற ஊரிலே
அக்கணிந்து கொன்றைசூடி அம்பலத்தில் ஆடுவார்
அஞ்செழுத்தை ஓதிடில் அனேகபாவம் அகலுமே. 82

(எ.ரை:) *மக்களே! நீங்கள் பிறந்து வளர்ந்த ஊரிலே, இளமையிலே அறிவிலும் அழகிலும் நிகராகிக் கன்னியோடு காளையொருவன் திருமணம் முடித்து, ஒன்றிக் கலந்து இல்லறத்தில் ஒருவர்-இருவரெனக் குழந்தைகளைப் பெற்று இனிது வாழும்போது, கண்மணி மாலையான உருத்திராக்கத்தை அணிந்தும் கொன்றை மலர்க்கண்ணியைச் சூடியும் அம்பலமாம் சிற்சபையில் ஆடல்புரியும் செம்பொருட் சிவத்தின் 'நமச்சிவாய' மந்திரத்தை ஓதி உருகினால், செய்த தீவினைகள் யாவும் ஒழிந்துபோகும்.*

(உலகப் பொருள்களின் நிலையாமையை உணராமல் இருக்கிறீர்களே)

மாடுகன்று செல்வமும் மனைவிமைந்தர் மகிழவே
மாடமாளி கைப்புறத்தில் வாழுகின்ற நாளிலே
ஓடிவந்து காலதூதர் சடுதியாக மோதவே
உடல்கிடந்து உயிர்கழன்ற உண்மைகண்டு உணர்கிலீர்! 83

(எ.ரை:) வாழும் மக்களே! நீங்கள் இனிதே வாழும் பொருட்டு, உயர்ந்த மாடத்தோடு கட்டிய வளமனையில் மனைவி மைந்தர்களோடும், மாடு கன்று செல்வங்களோடும் செழிப்பாய் மகிழ்ந்து வாழ்கின்ற நாளிலே, காலதூதர்கள் ஓடிவந்து விரைவோடு மோதியழிக்கவும், அதனால் உடல் மண்ணில் கிடக்கவும் உயிர்பிரியவும் அவலக் கவலை ஏற்படுமே; அதைக் கண்டும் நீங்கள் உணராமல் இருக்கின்றீர்களே; ஐயோ! ஆகவே, இருக்கும்போதே நல்வினைகளைச் செய்யுங்கள்.

(தேவர்களுக்குப் பதவியளித்த இறைவனே!)

பாடுகின்ற உம்பருக்கு ஆடுபாதம் உன்னியே
பழுதிலாத கன்மக்கூட்டம் இட்டஎங்கள் பரமனே!
நீடுசெம்பொன் அம்பலத்துள் ஆடுகொண்ட அப்பனே
நீலகண்ட காளகண்ட நித்யகல்லி யாணனே. 84

(எ.ரை:) பண்டைக்காலம் முதல் உலகையே பொன் மன்றமாய்க் கொண்டு, உயிர்கள் உய்யும்பொருட்டு, ஐந்து தொழில்களை உணர்த்தும் கூத்தினை நிகழ்த்தும் தந்தையே! பாற்கடல் நஞ்சையுண்டு கழுத்திலே அடையாளமாய்க் கொண்டு நீலகண்டனென்றும் காளகண்டனென்றும் பேர்பெற்று, என்றென்றும் நிலைத்திருக்கும் மணவாளனே!

உனது ஆடுகின்ற திருவடிகளைப் புகழ்ந்து பாடுகின்ற விண்ணகத் தேவர்களுக்கு, விண்ணுலகை ஆளும் அருளாட்சிப் பொறுப்பை (இந்திரன் முதலியவருக்கு) அளித்தருளினாய். அப்பெரிய இரக்கமுடைய பரம்பொருளான உன்னை வணங்கிப் போற்றுகின்றேன்.

(வெள்ளையறிவுடைய நெஞ்சிலே வன்கொடுமை இல்லை!)

கானமற்ற காட்டகத்தில் வெந்தெழுந்த நீறுபோல்
ஞானமுற்ற நெஞ்சகத்தில் வல்லதேதும் இல்லையே!
ஊனமற்ற சோதியோடு உணர்வுசேர்ந்து அடக்கினால்
தேனகத்தின் ஊறல்போல் தெளிந்ததே சிவாயமே. 85

(எ.ரை:) *அறிவுள்ள அன்பர்களே! சிந்தியுங்கள். செறிந்த ஓசையொலியில்லாத காட்டின் நடுவே தீப்பிடித்து மரங்கள் வெந்து தோன்றிய வெள்ளை நீறு (சாம்பல்) போலத் தூய்மையான மெய்யறிவு பெற்ற நல்ல நெஞ்சிடத்தில் வன்மையான கொடிய எண்ணங்கள் இல்லை. அதுபோலவே உங்கள் நெஞ்சும் குறை வில்லாத நிறைவான பெருஞ்சுடரைப் பெற்று, மெய்யுணர்வும் சேர்ந்து, ஐந்து புலன்களையும் அடக்கி ஒருமை பெற்றால், தேன்குடத்தில் உறைந்திருக்கும் தேனூறல் தெளிந்து உருவத்தைக் காட்டுதல் போன்று சிவாய மந்திரம் தங்கியிருந்து இமைப் போதும் இனித்துக் கொண்டிருக்கும்.*

(எங்கும் நிறைந்த பேரொளியை உனது நெஞ்சிலே கருதுக!)

பருகியோடி உம்முளே பறந்துவந்த வெளிதனை
நிரவியே நினைந்துபார்க்கில் நின்மலம் அதாகுமே;
உருகியோடி எங்குமாய் ஓடும்சோதி தன்னுளே
கருதடா! உனக்குநல்ல காரணம் அதாகுமே. 86

(எ.ரை:) *மனிதா! நினைத்துப்பார்! உமது உள்ளத்திலே நினைந்து பருகிச் சுவைத்து வந்த தூய அறிவு வெளியானது இப்போது பறந்து வந்து உள்ளத்தில் தங்கியது; அதை உயிர் முழுதுமாய் நிரவியே நினைந்து பார்த்தால் அதுவே மாசற்ற ஒளிக்கடவுளாகும். ஆதலால், உனது உள்ளத்தில் உருகிப் பரந்து எங்குமாய் ஓடிநிறையும் பேரொளித் தெய்வத்தை நீ கருது வாயாக! அதுவே உனக்குப் பெருவாழ்வைப் பெற அடிப்படை யாகும்.*

(இறைவனே குருவாகிச் சொல்லும் அருளுரையே விண்ணளவும் பரவியுள்ளது)

சோதிபாதி யாகிநின்று சுத்தமும் பலித்துவந்து
போதியாத போதகத்தை ஓதுகின்ற பூரணா!
வீதியாக ஓடிவந்து விண்ணடியின் ஊடுபோய்
ஆதிநாதன் நாதனென்று அனந்தகாலம் உள்ளதே. 87

(எ.ரை:) *இறைவா! நீயே செவ்வொளியான குருவாகி, உனது முழுமையான பேரொளியில் பாதியைக் காட்டியும், மனிதத் தோற்றத்தில் வந்ததால் ஆன்மாவில் தூய்மை காட்டியும் பிறர் கற்பிக்காத மெய்ப் பொருளறிவை நீ கற்பிக்கின்றாய். இந்த மெய்யறிவானது உன்னையே முதலிறைவன் முதலிறைவன் என்று கூவிச் சொல்வதால், அது மண்ணுலக வீதியெங்கும் சென்று ஒலித்து மேலே சென்று விண்ணுலக அடியிலும் ஊடுருவிப்போய் ஒலிக்கின்றது. இந்த மெய்யறிவுண்மைதான் காலமெல்லாம் பேசப்பட்டு வருகின்றது.*

(இறைவன் ஒருவனே உயிரினுள் இருந்து ஆளுகின்றான்)

இறைவனால் எடுத்தமாடத் தில்லையம்ப லத்திலே
அறிவினால் அடுத்தகாயம் அஞ்சினால் அமர்ந்ததே
கருவில்நாதம் உண்டுபோய்க் கழன்றவாசல் ஒன்பதும்
ஒருவராய் ஒருவர்கோடி உள்ளுளே அமர்ந்ததே. 88

(எ.ரை:) *மக்களே! உலக உண்மையியலை உணருங்கள். இறைவனருளால் உருவாக்கப்பட்ட மாடக்கோயில் தில்லையில் பொதுவாம் மன்றிலே (மனிதனின் தலைநடுவில் சிற்சபையாக) உள்ளது; மாயையின் அறிவால் படைக்கப்பட்ட உடம்போ ஐம்பூதங்களால் உருவானது; கருவிலே வந்த உயிரானது (நாதஉண்மை), உடம்பில் உள்ள திறந்த ஒன்பது வாசல் வழியாக ஒருநாள் போய் விடுகின்றது. ஒருவனான இறைவன் மட்டுமே கோடிக்கணக்கான நெஞ்சங்களிலே வீற்றிருக்கின்றான்.*

(பயிற்சியால் மூச்சையடக்கி நெஞ்சிலே இறையொளி காணலாம்)

நெஞ்சிலே இருந்திருந்து நெருங்கியோடும் வாயுவை
அன்பினால் இருந்துநீர் அருகிருத்த வல்லிரேல்
அன்பர்கோயில் காணலாம்;அகலும் எண்திசைக்குளே
தும்பியோடி ஓடியே சொல்லடா சுவாமியே. 89

(**எ.ரை:**) *அன்பர்களே! நீங்கள் அன்பினால் விரும்பித் தவநிலையில் மூச்சுப் பயிற்சி செய்யும்போது, நெஞ்சிலே உயிர்வளியைச் சீராக அடக்கி, அதன் ஒளியைத் தலை நடுவிலுள்ள உயிராகிய அறிவுமன்றில் சேர்க்க வல்லவராவீரேல், அன்பராகிய உமது நெஞ்சக்கோயிலில் இறைவனான சுவாமியைக் காண முடியும்; அப்போது, நீங்கள் இந்த விரிந்த எட்டுத்திசைப் பரப்புலகிலே தும்பிவண்டுபோல் இன்புற்றுப் பறந்து சென்று, இறைவனின் திருப்பெயரைச் சொல்லி முழங்கலாம்.*

(இறைவன் துறக்கவுலகில் வெள்ளொளிக்கனல் போலத் திகழ்வான்! அங்கே உயிர் கலக்கும்)

தில்லையை வணங்கிநின்ற தெண்டனிட்ட வாயுவே
எல்லையைக் கடந்துநின்ற ஏகபோக மாய்கையே;
எல்லையைக் கடந்துநின்ற சொர்க்கலோக வெளியிலே
வெள்ளையும் சிவப்புமாகி மெய்கலந்து நின்றதே. 90

(**எ.ரை:**) *உயிர்வளி (பிராணவாயு) யானது மண்ணுலக எல்லையைக் கடந்து மேலே தனியுரிமையாய் இயங்கக்கூடியது; அதுவே, மனிதத் தலையென்னும் தில்லையை-அதனுள்ளிருக்கும் ஆன்ம உயிரைச் சுற்றி வந்து வணங்கி நிற்கும். பின்னர், அந்த உயிரோடு கூடிய உயிர்வளி, மண்ணுலக எல்லையைக் கடந்து நிற்கும் இறையுலகமான துறக்க வெளியிலே தெரியும் வெண்ணிறச் சிவப்பொளியில் (செம்பொற்சோதியில்) கலந்து ஒன்றாகிவிடும். (புறப்பட்ட இடத்துக்கே உயிர் சென்று சேர்கின்றது).*

(உடம்பையும் உயிரையும் உணர்ந்து சொல்லுங்கள்)

உடம்புயிர் எடுத்ததோ உயிருடம்பு எடுத்ததோ?
உடம்புயிர் எடுத்தபோது உருவமேது? செப்புவீர்!
உடம்புயிர் எடுத்தபோது உயிரிறப்பது இல்லையே
உடம்புமெய் மறந்துகண்டு உணர்ந்துஞானம் ஓதுமே. 91

(எ.ரை:) *அறிவாளரே! ஆராய்ந்து சொல்லுங்கள். படைப்புக் காலத்தில், முதலில் உடம்பானது உயிரைப் பெற்றதா? அன்றி, உயிரானது உடம்பைப் பெற்றதா? தாயின் கருப்பையிலே தந்தையின் வெண்பால் (விந்து) கலந்தபோது-உயிர்பெற்ற போதே உருவம் இல்லையே; பின்னர், வளர்ந்து தானே உருவம் வந்தது.*

உடம்பைவிட்டு உயிர் பிரிந்த நிலையில் அந்த உயிரானது சாவதில்லையே; அது அழியாத கடவுளைப் போன்ற மெய்ப் பொருளாயிற்றே!

ஆகவே, அழியும் உடம்பை மறந்து அழியாத மெய்யான உயிரைக் கண்டுணர்ந்து உண்மையியலறிவோடு கூறுங்கள். எல்லாம் கடவுளின் அருள்நுட்பமே என்று கொள்ளுங்கள்.

(இறை-உயிர்-உலகம் மூன்றுமே சிவாயம்)

அவ்வெனும் எழுத்தினால் அகண்டமேழும் ஆகினாய்
உவ்வெனும் எழுத்தினால் உருத்தரித்து நின்றனை
மவ்வெனும் எழுத்தினால் மயங்கினார்கள் வையகம்
அவ்வும்உவ்வும் மவ்வுமாய் அமர்ந்ததே சிவாயமே. 92

(எ.ரை:) *இறைவா! நீ அகரமாகிய ஒளியெழுத்தில், உண்மையியலால் விரிந்த அண்டங்கள் ஏழுமாய் விரிந்து ஆட்சி செய்கின்றாய்; உகரமென்னும் எழுத்து உணர்த்தும் உண்மையால் உயிர்களாகி நீயும் உன் திருவுருவைக் காட்டுகின்றாய்; மகர எழுத்து உணர்த்தும் இயற்கையால் உயிர்களையும் உலகத்தையும் பொருள்கள்மேல் ஆசையும் பற்றும் கொள்ள வைத்து மாயையால் மயக்குகின்றாய். இந்த ஓங்காரத்திலுள்ள (அ+உ+ம) மூன்றெழுத்தாலும் நின் சிவாய என்னும் பெயர்ப் பொருளை உணரவைத்து அவற்றிலே தங்குகின்றாய்; என்னே உன் ஆற்றல்!*

மேலுலகம் ஏழாவன:- பூலோகம், புவலோகம், சுவலோகம், சனலோகம், தபோலோகம், மகாலோகம், சத்தியலோகம்.

(மந்திரமாவது அருள்வடிவம்; அதை உட்கொள்ள வேண்டும்)

மந்திரங்கள் உண்டுநீர் மயங்குகின்ற மானிடர்;
மந்திரங்கள் ஆவது மறத்திலூறல் அன்றுகாண்
மந்திரங்கள் ஆவது மதர்த்தெழுந்த வாயுவே;
மந்திரத்தை உண்டவர்க்கு மரணமென்பது இல்லையே. 93

(எ.ரை:) *மனிதப் பிறவிகளே! நீங்கள் மந்திரங்களை உள்வாங்கி (உண்டு) பொருளறியாமல் மயங்குகின்றீர்கள்; மந்திரங்கள் என்றால் என்ன? அவை இரக்கமில்லாத மறத்தில் பிறந்தவை அல்ல; அருளிலே பிறந்தவையே என்று அறிக! அந்த மந்திரங்கள் என்னும் ஓசை பொருள் செறிந்து ஒலியாகி வந்த ஓங்கார உண்மையில் சொல்லும் காற்றே ஆகும். இதை முறையே உள்ளேயே உருச்செய்து உட்கொண்டவர்களுக்கு இறப்பு ஏற்படாது என நம்புங்கள்.*

(இறைவன் உள்ளத்திலிருந்து வெளிப்பட்டுப் பின் உள்ளேயே இருக்கின்றான்)

என்னவென்று சொல்லுவேன் இலக்கணம் இலாததை;
பன்னுகின்ற செந்தமிழ் பதங்கடந்த பண்பென
மின்னகத்தில் மின்னொடுங்கி மின்னதான வாறுபோல்
என்னகத்துள் ஈசனும் யானுமல்லது இல்லையே. 94

(எ.ரை:) *இறைவனென்பவன் ஓர் இலக்கணமும் இல்லாத பல பண்புகளும் பல ஆற்றல்களும் உடையவன்; அவனை யாராலும் வரையறுத்துச் சொல்ல முடியாது. ஆதலால், அவனை நான் மட்டும் என்னவென்று எப்படிச் சொல்ல இயலும்? அத்தகையவன், பேசும் மொழியான தமிழும் கடந்த-'சொல்ல முடியாத பொருட் பண்புடையவன்! என்றாலும், அவன் மொழிக்குள் அடங்கி இருக்கின்றான். வானத்திலே மின்னலிடும் இயற்கையாற்றல் மறைந்திருந்தே வெளிப்பட்டுப், பின்னே அந்த*

வானத்தில் ஒடுங்கி விடுகின்றது. அதுபோலவே என்னுயிரிலே இறைவனும் நானும் கலந்தே இருக்கின்றோம்; அவன் இல்லாமல் நானில்லை; இயக்கமும் வாழ்வுமில்லை!

(நீங்கள் பிறந்த விதையுண்மையை உணர்ந்தால் தெய்வமாகலாம்)

ஆலவித்தில் ஆல்ஒடுங்கி ஆலமான வாறுபோல்
வேறுவித்தும் இன்றியே விளைந்துபோதும் எய்திடீர்!
ஆறுவித்தை ஓர்கிலீர் அறிவிலாத மாந்தரே!
பாரும்இத்தை உம்முளே; பரப்பிரம்மம் ஆவிரே. 95

(எ.ரை:) *அறிவில்லாத மக்களே! நீங்கள் பிறந்த வழியையும் அதன் அடிப்படையான விதையையும் உணராமல் வாழ்கின்றீர்கள்; ஒரு ஆலமரத்தின் விதைக்குள்ளே, முளைத்துப் பெரிய மரமாகும் இயற்கை மரபு ஒடுங்கி அமைந்துள்ளதே. அதுபோலத் தான் இறைவனால் முதன்முதலில் படைக்கப்பட்ட மனித விதையில் நீங்கள் மரபுவழியே தோன்றி வருகின்றீர்கள்; இதுவன்றி, வேறு விதையில் நீங்கள் தோன்றி இன்பவாழ்வைப் பெற மாட்டீர்கள். இந்த உண்மையியலை உங்களது உள்ளத்தில் ஆராய்ந்து உணர்ந்து பாருங்கள்; அந்த மெய்யுணர்வு வந்தால் நீங்கள் தெய்வம் ஆவீர்கள்.*

(ஓங்காரத்தின் பொருளை உணர்ந்தவர்க்குப் பிறவியே இல்லை)

அவ்வுதித்த மந்திரம் அகாரமாய் உகாரமாய்
எவ்வெழுத்து அறிந்தவர்க்கு எழுபிறப்பது இங்கிலை;
கவ்வுதித்த மந்திரத்தைத் தற்பரத்து இருத்தினால்
அவ்வுமுவ்வும் அவ்வுமாய் அமர்ந்ததே சிவாயமே. 96

(எ.ரை:) *ஓங்கார ஓசையில் தோன்றிய மந்திரத்தை அகரமாயும் உகரமாயும் பிரித்து, அவ்வெழுத்துக்களின் பொருளை அறிந்தவர்க்கு இங்கே ஏழு வகையான பிறப்பின்றி விடுதலை பெறுவர். அந்த ஆற்றலுடைய (சக்தி) மந்திரத்தை ஓதிக்*

கடவுள்மேல் சேர்த்தால் அகர உகர மகரப் பொருளெல்லாம் சிவாயமே ஆகும்.

ஏழு பிறப்பாவன:- பயிர் வகைகள், ஊர்வன, நீரில் வாழ்வன, பறவைகள், விலங்குகள், மக்கள், தேவர்.

(நமசிவாய மந்திரம் உடம்பு உறுப்புக்களில் அடங்கும்)

நவ்விரண்டு காலதாய் நவின்றமவ் வயிறதாய்
சிவ்விரண்டு தோளதாய் சிறந்தவவ்வு வாயதாய்
யவ்விரண்டு கண்ணதாய் அமர்ந்துநின்ற நேர்மையில்
செவ்வையொத்து நின்றதே சிவாயம்அஞ் செழுத்துமே. 97

(எ.ரை:) மனித உடம்பிலே இரண்டு கால்களில் நகர எழுத்தும், வயிற்றுப் பகுதியில் மகர எழுத்தும், தோள் இரண்டிலும் சிகர எழுத்தும், வாயிடத்திலே வகர எழுத்தும், கண்ணிரண்டிலும் யகர எழுத்தும் ஆக ஐந்தெழுத்துக்களும் நேரிய முறையில் அமர்ந்திருப்பதால்தான் வாழ்வே இயங்கி நடக்கின்றது. இந்தச் சிவாயமே செம்பொருட் சிவமாய்த் திகழ்கின்றது.

(நடுநாடி வழியே சென்ற மூலக்கனல் தலையில் அமர்ந்தது)

இரண்டுமொன்று மூலமாய் இயங்குசக் கரத்துளே
சுருண்டுமூன்று வளையமாய்ச் சுணங்குபோல் கிடந்ததீ
முரண்டெழுந்த சங்கினோசை மூலநாடி ஊடுபோய்
அரங்கண் பட்டணத்திலே அமர்ந்ததே சிவாயமே. 98

(எ.ரை:) மக்களே! சிவக்கடவுளான சிவாயத்தைத் தலைமேலிருக்கக் காணலாம்; இது தவ ஆற்றலாலே வாய்க்கும்.

மூச்சுப் பயிற்சியிலே, இடநாடி வலநாடி ஆகிய இரண்டும் நடுநாடியோடு சேர்ந்து, உடம்பிலே மூலாதாரத்திலிருந்து இயங்கும் தறியான சக்கரச் சுழற்சியில் இணைந்து, மூன்று வளையமாகிப் பாம்புபோல் (குண்டலினி) சுருண்டு கிடந்த மூலக்கனலாகிய தீயின் ஓசை, ஆவியோடு கலந்து மூலநாடியான நடுநாடி வழியே மேல் நோக்கிச் சென்று, தலைநடுவிலுள்ள

அறிவுமன்றமான நகரில் சிவாயம் என்னும் செம்பொருட் சிவத்தில் கலந்து பேரின்பப் பெருவாழ்வை அடையும்.

(உயிரிலிருக்கும் ஒளிக்கடவுளை உள்ளத்தில் நினைத்துக் காணலாம்)

கடலிலே திரியும் ஆமை கரையிலேறி முட்டையிட்டுக்
கடலிலே திரிந்தபோது ரூபமான வாறுபோல்
மடலுளே இருக்குமெங்கள் மணியரங்க சோதியை
உடலுளே நினைத்துநல்ல உண்மையானது உண்மையே. 99

(எ.ரை:) *கடலில் திரிந்து வாழும் ஆமையானது இனப் பெருக்கம் வேண்டிக் கரையில் ஏறிவந்து, அங்கே குழிதோண்டி அதிலே முட்டையிட்டு மறைத்து வைக்கும்; மீண்டும் நீரிலே வாழும் ஆமை, முட்டையிலிருந்து குஞ்சு வெளிவர வேண்டிய அந்த நினைவிலே இருந்து, வெளிவந்தவுடன் கடலுக்குள் சேர்த்துக் கொள்ளும். அதுபோலவே, மனித ஆன்ம உயிரான மலரிதழென்னும் மணியொளிச் சுடரும் மன்றத்திலிருக்கும் எங்கள் வணக்கத்திற்குரிய பெருஞ்சுடரான கடவுளை உள்ளத்திலே நினைக்க அது வெளிப்பட்டு அருள் செய்கின்றது. இது உண்மையிலும் உண்மையாகும்.*

(அம்மையப்பன் உரைத்த நமசிவாயம் போல் வேறு மந்திரம் உலகில் இல்லை)

மூன்று மண்டலத்தினும் முட்டிநின்ற தூணிலும்
நான்றபாம்பின் வாயிலும் நவின்றெழுந்த அட்சரம்
ஈன்றதாயும் அப்பனும் எடுத்துரைத்த மந்திரம்
தோன்றுமோர் எழுத்துளே; சொல்லவெங்கும் இல்லையே, 100

(எ.ரை:) *ஓங்காரத்தினின்றும் பிறந்த நமச்சிவாய மந்திர மானது, மூக்கின் வலப்பக்கம் கதிரவன் கலையாகவும் இடப்பக்கம் திங்கட்கலையாகவும் நெற்றியில் விண்மீன் கலையாகவும் (அறிவு) அமைந்திருக்கும் மூன்று ஒளியிலும் தொடர்பு கொண்டதோடு, சுழுமுனையாகிய தூணிலும் தாக்கங் கொண்டும், நீண்ட மூலக்கனலின் ஆற்றலாகிய குண்டலினிப் பாம்பின் இடத்திலும்*

தோற்றங்கொண்டும் வெளிவந்து ஒலிக்கக்கூடியது. அத்தகைய மந்திரத்தை உலகை ஈன்ற அருளம்மையும் சிவத்தந்தையும் மாந்தர்க்கு எடுத்து விளக்கினர். அந்த மந்திரத்துள் ஓர் எழுத்தின் பொருளைச் சொல்ல யாருக்கு அறிவுள்ளது?

(மூவராகிய தேவர் போற்றும் மந்திரங்கள் மூன்றும் அஞ்சுமாகும்)

மூன்றுமூன்று மூன்றுமே மூவர்தேவர் தேடிடும்
மூன்றும்அஞ்சும் எழுத்துமாய் முழங்குமவ் வெழுத்துளே
ஈன்றதாயும் அப்பனும் இயங்குகின்ற நாதமும்
தோன்றுமண் டலத்திலே சொல்லவெங்கும் இல்லையே. 101

(எ.ரை:) *வலநாடி, இடநாடி, நடுநாடியாகிய மூன்றிலும், மூலதாரம் முதல் புருவ நடுவரை ஆறு தறிகளிலும் தேவராகிய மலரவன்-மாலவன்-அரன் மூவரும் தங்கியிருப்பர். அந்த ஒன்பது இடங்களிலும், அகரம்-உகரம்-மகரமாகிய மூன்றும் நமச்சிவாயம் ஆகிய ஐந்தும் முழங்கி ஒலிக்கும்; அவ்வெழுத்துக்களுள்ளே உலகையீன்ற தாயும் தந்தையும், இயங்கும் உயிர்க்காற்றான நாதமும் விளங்குவர். இதன் சிறப்பைப் போல் இவ்வுலகில் வேறு எங்கும் இல்லையென உணரவேண்டும்.*

(மனிதன் ஐம்புலன்களை அடக்கிவிட்டால் இறைவனோடு இருக்கலாம்)

சோறுகின்ற பூதம்போல் சுணங்குபோல் கிடந்தநீர்
நாறுகின்ற கும்பியில் நவின்றெழுந்த மூடரே!
சீறுகின்ற ஐவரைச் சிணுக்கறுக்க வல்லிரேல்
ஆறுகோடி வேணியார் ஆறிலொன்றில் ஆவிரே. 102

(எ.ரை:) *மக்களே! நீங்கள் பெரிய ஐம்பூதங்களாகவும் கனல் ஆற்றலால் குண்டலினிப் பாம்பு போலவும் முதலில் இருந்து, பின்னே நாறுகின்ற தாயின் வயிற்றிலிருந்து அழுதுகொண்டே பிறந்த மூடராவீர். உமது உடம்பிலிருந்து அடங்காமல் சீறுகின்ற ஐந்து பொறிகளின் தீய செயல்களை ஒழிக்க நீங்கள் வல்லவரானால், செஞ்சடையிலே கங்கையாற்றைக் கொண்ட*

(கோடி) சிவனின் ஆறு திருமுகங்களில் ஒரு முகத்தோடு சேர்வீர்கள்.

ஆறு முகங்களாவன:- ஈசானம், தற்புருடம், அகோரம், வாமதேவர், சத்தியோசாதம், அதோமுகம்.

(இறைவனை உணர்ந்தவர் உடம்பிலேயே காணலாம்!)

வட்டமென்று உம்முளே மயக்கிவிட்டது இவ்வெளி:
அட்டஅக் கரத்துளே அடக்கும்உம் ஒடுக்கமும்
எட்டுமெட்டும் எட்டுமாய் இயங்குசக் கரத்துளே
எட்டலாம் உதித்ததுஎம்பி ரானைநான் அறிந்தபின். 103

(எ.ரை:) *ஐந்து பூதங்களினாலான இந்த உலகமாகிய வெளி, உமது உடம்புக்குள் வட்டமென்று சொல்லத்தக்க நிலையில் ஆறு ஆதாரச் சக்கரமாகி ஒன்றோடென்று இயைந்து செயல்படுகின்றது; இந்தச் சக்கரங்களிலே ஓங்காரமாகிய (அ+உ+ம) மூன்றெழுத்துக் களும், நமசிவாயவாகிய ஐந்துமாக எட்டும் அடங்கி ஒடுங்கி உம்மையும் இயக்குகின்றன. இச்சக்கரங்கள் சுழலும் போது மந்திரம் எட்டு எட்டு முறையாய்த் தொகுதியாய்ச் சொல்லப்பட்டு இயங்கும். இந்த உண்மையை நான் அறிந்து கொண்ட பிறகு, எம் தலைவனான கடவுளை அடைய முடியுமென்ற நம்பிக்கை பிறந்தது.*

(ஐவரை அடக்கிப் பேசாதநிலை பெற்றால் இறைவன் ஒப்பான்!)

பேசுவானும் ஈசனே பிரமஞானம் உம்முளே
ஆசையான ஐவரும் அலைத்தலைகள் செய்கிறார்;
ஆசையான ஐவரை அடக்கிஓர் எழுத்திலே
பேசிடாது இருப்பிரேல் நாதன்வந்து ஒலிக்குமே. 104

(எ.ரை:) *அன்பரே! உம்முள்ளிருந்து பேசுகின்றவனும் ஓசையாகிய நாதமெனப்படும் கடவுளுண்மையே; கடவுளைப் பற்றிய முழுமையான மெய்யறிவும் உம்முள்ளேதான் உள்ளது. இதை உணராததாலே, ஆசைகளுக்கு அடிமைப்பட்ட ஐந்து புலன்களும் (சுவை, ஒளி, ஊறு, ஓசை, மணம்), உள்ளத்தையும்*

வாழ்வையும் அலைத்து வருத்தித் துயரம் தருகின்றன. இந்தக் கொடுமையான ஐந்து கள்வரையும் ஓர் எழுத்தாகிய ஓங்காரத்தை ஒலிப்பதாலே அடக்கிவிட முடியும். நீங்கள் இதையுணர்ந்து அடக்கிப் பேசாத (சும்மா இருத்தல்) நிலையை அடைவீரானால், இறைவன் வந்து உம்முன்னே ஒலி செய்து (குறிப்பாக-சம்மியமாக) பேசுவான்.

(நமசிவாய ஐந்தும் நம்முள்ளே இருக்கின்றது)

நமசிவாய ஐந்தெழுத்தும் நல்கும்மேல் நிலைகளும்
நமசிவாய ஐந்தில்அஞ்சும் புராணமான மாயையும்
நமசிவாய ஐந்தெழுத்து நம்முளே இருக்கவே
நமசிவாய உண்மையை நன்குரைசெய் நாதனே. 105

(எ.ரை:) மனித வாழ்வில் நமசிவாய என்னும் ஐந்தெழுத்தும், பல வகையான (அறிவு-அன்பு-உறவு-பொருள் ஆகியவற்றில்) முன்னேற்றத்தையே அருளும்; அந்த ஐந்தையும் கவசமாகக் கொண்டு ஓதுவதாலே பழைமையாயிருந்து துன்புறுத்தும் தீயமாயையானது அஞ்சி ஓடிவிடும்; இத்தகு ஆற்றலுடைய ஐந்தெழுத்து வாய்ப்பாக நமது உள்ளத்திலே-உயிரிலே நிலைத்திருக்கின்றது. ஆதலால், இறைவனே நமசிவாயத்தின் மெய்ப்பொருளை விளக்கி உரைசெய்து அருள்புரிகின்றான்.

(மனிதனுக்கு ஓம் நமசிவாய உரமாகும்!)

பரம்உனக்கு எனக்குவேறு பயமிலை பராபரா!
கரமெடுத்து நித்தலும் குவித்திடக் கடவதும்
சிரம்உருகி ஆர்த்தலும் சிவபிராண என்னலும்
உரம்எனக்கு நீயளித்த ஓம்நமசி வாயமே. 106

(எ.ரை:) மேலான உயர்ந்த கடவுளே! உனக்கே நான் அடிமை; ஆதலால் எனக்கு எந்தவொரு அச்சமும் இல்லை. நாள்தோறும் பொழுதெல்லாம் கடமையாக நான் உன்னைக் கைதொழுது வணங்குகின்றேன்; தலைவணங்கியும் உள்ளம் உருகியும் கண்ணீர்மல்கியும், சிவபிரானே என்று சொல்லிப் பாடி இசைக்கின்றேன். இதனால், நீ எனக்கு அருளிய ஓம்நமசிவாயத் திருமந்திரமே நெஞ்சில் பெரிய உரமாகிவிட்டது.

(உடல் அழியும் வரையே இறைவன் அதிலிருப்பான்)

பச்சைமண் பதுப்பிலே பழுப்பதிந்த வேட்டுவன்
நித்தமும் நினைந்திட நினைத்தவண்ணம் ஆயிடும்;
பச்சையன் இடிந்துபோய் பறந்ததும்பி ஆயிடும்;
பித்தர்காள்! அறிந்துகொள்க; பிரானிருந்த கோலமே. 107

(எ.ரை:) உலகியல் வாழ்வில் மூழ்கியிருக்கும் பித்தர்களே! இறைவன் உங்களது உடம்பிலே கோயில் கொண்டிருக்கும் இயல்பை எண்ணிப் பாருங்கள்:

சுற்றித்திரியும் (வேட்டுவனாகிய) வண்டானது களிமண்ணால் கூடுகட்டி, அதிலே புழுப்போன்ற தனது கருவை வைத்து, நினைத்தபடியே நாளும் பாதுகாப்பாய் வளர்க்கும். அது வளர்ந்து முதிர்ந்து சின்னவண்டான நிலையில், காய்ந்த மண்கூடு உதிர்ந்துவிட அந்த வண்டு பறந்து வெளியே போய்விடும். இதுபோன்றதே மனித உடம்பு. இந்த உடம்பானது பேணப்பட்டு இருக்கும் வரையில்தான் இதிலே இறைவன் தங்கியிருந்து அருள் செய்கின்றான்; உடம்பு கெட்டபின் இறைவனும் சென்று விடுகின்றான்; இதுவே இறையியல்பாகும்.

(உலகம் அளாவிய இறைவன் இயம்பும் தாய்மந்திரம் அழகென்னும் இராம ஆகும்)

ஒளியதான காசிமீது வந்துதங்கு வோர்க்கெலாம்
வெளியதான சோதிமேனி விசுவநாத னானவன்
தெளியுமங்கை உடனிருந்து செப்புகின்ற தாரகம்
எளியதோர் இராமராம ராமஇந்த நாமமே. 108

(எ.ரை:) புதிய செய்தியைத் தெரிந்து கொள்ளுங்கள்:- புகழான ஒளிபெற்ற காசியென்னும் உலகிலே வந்து தங்கி வாழ்வோர்க்கெல்லாம் வெளிப்பட்டு அருள்கின்ற பேரொளியே வடிவான 'விசுவநாதன்' (உலகம் முழுதும் ஆனவன்) என்னும் பேருடைய அவன், அருள் வடிவான (சத்தி) அம்மையுடன் வீற்றிருந்து மக்களுக்காகத் தாய்மந்திரமான ஓங்காரத்தில் பிறந்த 'இராம' என்னும் பெயரை ஓதினான். (காசினி-உலகம்).

(அருள்வெளியில் மூலவித்தான இறைவனை வல்லவரே அறிவர்!)

விழியினோடு புனல்விளைந்த வில்லவல்லி யோனியும்
வெளியிலே பிதற்றலாம்; விளைவுநின்றது இல்லையே;
வெளிபரந்த தேகமும் வெளிக்குள்மூல வித்தையும்
தெளியும்வல்ல ஞானிகள் தெளிந்திருத்தல் திண்ணமே. 109

(எ.ரை:) *உலகியல் வாழ்விலே-விழியின் அழகும் நீரிலே மலர்ந்த அல்லிப்பூ வடிவான பெண்குறியும் வல்லமையுமுடைய பெண்ணிடம் கொண்ட காம ஆசையை விட்டு விட்டதாகச் சொல்லிப் போலித்தனமாகச் சிலர் பிதற்றுவர்; ஆனால், செயலில் அவருடைய காம விளைவு குறைந்தபாடில்லை.*

தவமுடைய வல்லவர்களை, பெண் மாயையால் ஒன்றும் செய்ய இயலாது; அவருடைய உடம்பு பரந்த வெளியில் தூய உயிர்வளியை உள்வாங்கி, அதனால் வலிமைபெற்று அடக்கத் துடன் வாழக்கூடியது. அவரே அருள்வெளிக்குள் உறையும் மூலவிதையான கடவுளைத் தெளிந்த உணர்வால் உணர்ந்து, உறுதியால் நிலைத்திருப்பவர்; அவர் வாழ்க!

(ஓம் நமசிவாயத்தைத் தெளிந்தபின் அது உயிரிலே கலந்து பேசும்!)

ஓம்நமசி வாயமே உணர்ந்துமெய் யுணர்ந்தபின்
ஓம்நமசி வாயமே உணர்ந்துமெய் தெளிந்தபின்
ஓம்நமசி வாயமே உணர்ந்துமெய் யுணர்ந்தபின்
ஓம்நமசி வாயமே உட்கலந்து நிற்குமே. 110

(எ.ரை:) *அன்பர்களே! நன்கு உணருங்கள். நீங்கள் உள்ளே ஆராய்ந்து மெய்ம்மையை உணர்ந்தபின்னே 'ஓம் நமசிவாயமே' தலையாய வாழ்வாகத் தெரியும்; மேலும், அதிலே ஒளியறிவு பெற்றுத் தெளிவு நிலையடைந்த பிறகு ஓம் நமசிவாயமே கடவுளைக் காட்டும் என்ற நம்பிக்கை பிறக்கும்; மேலும் மேலும் ஒளி (துரியநிலை)யைப் பெற்றுச் செம்பொருட்சிவத்தை மெய்யாக உயிரொளியில் உணர்ந்தபோது, ஓம் நமசிவாயமே*

கடவுளெனக் கொள்ளும் பேரின்பநிலை தரும்; இறுதியில் உயிரில் ஒளியோடு ஒளியாகக் கலந்து ஒருமையடைவதும் ஓம் நமசிவாயமே என வாழவேண்டும்.

(தலை நடுவிலுள்ள அறிவு மன்றில் ஆடல் கண்டவர் பிறப்பு ஒழியும்!)

அல்லல்வாசல் ஒன்பதும் மறுத்தடைந்த வாசலும்
சொல்லுவாசல் ஓரைந்தும் சொம்மிவிம்மி நின்றதும்
நல்லவாச லைத்திறந்து ஞானவாசல் ஊடுபோய்
எல்லைவாசல் கண்டவர் இனிப்பிறப்பது இல்லையே. 111

(எ.ரை:) *தவ முயற்சியில் ஆர்வங்கொண்டவரே! நன்கு தெரியுங்கள். உடம்பிலுள்ள ஒன்பது வாயில் வழியாக உயிர் வளியின் ஆற்றல் சென்று விடாமல் தடுத்தும், தவத்தில் ஆறு ஆதார வழியாகிய சக்கரத்தில் நிலைநின்றும், சிறப்பாய்ச் சொல்லும் வாசலாகிய ஐந்தும் (பொறிகள்) அறிவு மங்கிச் செயலற்று நின்றும் இவ்வாறு அடங்கி யொடுங்கியிருந்து, மூலக்கனல் வாசலைத் திறந்து, ஒளியையெழுப்பி நடுநாடி வழியே தலையாகிய எல்லையை அடைந்து, அங்கே ஆன்ம அறிவு மன்றிலே கடவுளின் ஆடற்காட்சியைக் கண்டவருக்கே இனிப்பிறப்பு என்பது இல்லை; விடுதலையே!*

(இறைவன் மெய்யறிவாளரோடு ஒளியாய் இருப்பான்)

ஆதியானது ஒன்றுமே அனேகஅனேக ரூபமாய்
சாதிபேத மாயெழுந்து சர்வசீவன் ஆனபின்
ஆதியோடு ஆடுகின்ற மீண்டுவந்த சென்மமாம்
சோதியான ஞானியர்க்குச் சுத்தமாய் இருப்பரே. 112

(எ.ரை:) *முன்னவனாயும் முதல்வனாயுமிருக்கும். ஒரே கடவுளே தனது பேரொளியிலிருந்து, உலகிலே எண்ணற்ற பிறவியான வடிவங்களைப் படைத்தான்; அவற்றிலே சாதி வேற்றுமைகள் தெரியவைத்து, அனைத்து உயிரி (சீவன்)களாயும் ஆகிவிளங்குவான். அந்த இறைவனோடு கலந்து மீண்டும் மீண்டும்*

பிறக்கின்ற பிறவிகளில், ஒளிவடிவான மெய்யறிவாளியின் உள்ளத்திலே தூயசுடராய்க் கடவுள் இருப்பான்.

(உலகில் உயிரிகள் பிறந்து அலைக்கழிக்கப்படுவது ஏன்?)

மலர்ந்ததாது மூலமாய் வையகம் மலர்ந்ததும்
மலர்ந்தபூ மயக்கவந்து அடுத்ததும் விடுத்ததும்
புலன்கள்ஐந்தும் பொறிகலங்கி பூமிமேல் விழுந்ததும்
இலங்குஅலங்கி நின்றமாயம் என்னமாய ஈசனே! 113

(எ.ரை:) இறைவனால் படைக்கப்பட்ட ஓசை ஒளியாம் (நாத விந்துக்கள்) இரண்டின் அடிப்படையிலேதான் இந்த உலகம் உருவானது; (இதில் ஆண்-பெண்ணின் தாதுவான வெண்பால், செம்பாலால் உலக உயிர்கள் படைக்கப்பட்டன.) தோன்றிய ஐந்து பூதங்களின் கலந்த மயக்கத்தாலே உடல்களும் உயிர்களும் உருவாகிப் பிறவிகளாகப் பிறப்பதும் இறப்பதுமாய்க் காலம் கழிகின்றது.

இந்த மண்ணகத்திலே மனிதர்கள் வாழத் தெரியாமல் தமது ஐந்து அறிவுப் பொறிகளும் கலங்கிச் செயலற்று வீழ்கின்றார்கள். இப்படி இவர்களெல்லாம் பிறந்து (அலங்கி) அலைக்கழிக்கப் படுதல் புதிராகவே உள்ளது. இறைவா! இது என்ன புதிர்? நீயே புரிதலைத் தரவேண்டும்.

(சிவனைக் கண்டவரே சிவ மெய்யறிவாளராவர்)

பாரடங்க உள்ளதும் பரந்தவானம் உள்ளதும்
ஓரிடமும் இன்றியே ஒன்றிநின்ற ஒண்சுடர்
ஆரிடமும் இன்றியே அகத்துளும் புறத்துளும்
சீரிடங்கள் கண்டவர் சிவன்தெரிந்த ஞானியே. 114

(எ.ரை:) மிகப்பெரிய அருட்சுடரான கடவுள் நில உலகம் முழுதும் கலந்து மறைந்திருக்கின்றான்; எல்லையற்ற விரிந்த வான்முழுதும் உள்ளான்; குறிப்பிட்ட ஓரிடத்தில் இல்லாமல் எங்கும் கலந்து மறைந்தே நிற்கின்றான். எந்த ஒரு மனிதரிடமும்

வெளிப்பட்டுத் தெரியாமலே, உயிர்களின் உள்ளேயும் வெளியே தெரியும் பொருள்களின் வெளியேயும் நிலையாக இருக்கின்றான். அவன் உறையும் சிறந்த இடங்களை ஆராய்ந்து கண்டவரே சிவக்கடவுளைத் தெரிந்த மெய்யறிவாளர் ஆவர்.

(இறைவனைத் தரையில் விழுந்து வணங்காதவர் மலைமேல் ஏறி வணங்கல் ஏன்?)

மண்கிடார மேசுமந்து மலையுளேறி மறுகுறீர்
எண்படாத காரியங்கள் இயலுமென்று கூறுகிறீர்
தம்பிரானை நாள்கள்தோறும் தரையிலே தலைபடக்
கும்பிடாத மாந்தரோடு கூடிவாழ்வது எங்ஙனே. 115

(எ.ரை:) *அறிவு கலக்காத அன்பு மட்டும் கொண்டு (ஞானசரியை இன்றி வெறும் சரியை மட்டும் கொண்டு) இறை வழிபாடு செய்யும் மக்களே! சிந்தியுங்கள்! வழிபாட்டுக்குரிய பல பொருட்களைப் பெரிய மண்பானைகளிலே எடுத்துச் சுமந்து மலைமேலேறி, அங்கே கோயில் கொண்டுள்ள இறைவனை வழிபடச் சென்று கால்கடுக்க நின்று-இப்படிப் பலநாள் சுற்றிமறுகி வருகின்றீர்கள்; அதைப்பற்றி வினவினால், "அப்படிச் சென்று வழிபடுதலால், எண்ணில்லாத வேண்டுதல்கள் இனிதே நிறை வேறுகின்றன" என்று கூறுகின்றீர்கள். என்னே, உமது அறிவும் அன்பும்!*

தங்களுக்குரிய இறைவனைத் தரையிலுள்ள கோயிலுக்குச் சென்று நாள்தோறும் அங்கே மண்ணில் தலைபடிய விழுந்து வணங்காத மாந்தரோடு கூடி நட்பாடி வாழ்தல் எப்படி?

(அரசர் வாழ்வும் ஒருநாள் போரிலே அழியும்!)

நாவிதூள் அழிந்ததும் நலம்குலம் அழிந்ததும்
மேவுதேர் அழிந்ததும் விசாரமும் குறைந்ததும்
பாவிகாள்! இதென்னமாயம் வாமநாடு பூசலாய்;
ஆவியார் அடங்கினால் ஐவரும் அடங்குவார். 116

(எ.ரை:) *தீவினை செய்யும் மக்களே! உலக வாழ்வை எண்ணிப் பாருங்கள். அரசன் கத்தூரிமானின் நறுமணப்*

பொடியைப் பூசி மகிழ்ந்து பகட்டாய் வாழ்ந்தது இப்போது அழிந்து விட்டது; நலமாகவும் வளமாகவும் வாழ்ந்ததும் உயர்ந்த அரசகுடியில் பிறந்ததும், தேரில் ஏறியே எங்கும் மேட்டிமை யோடு உலாவந்ததும் போய்விட்டதே; தொடர்புடைய அரச மாந்தரிடமும் அலுவலரிடமும் மற்றும் பொதுமக்களிடமும் கட்டளையிட்டுப் பேசுதலும் குறைந்து விட்டதே; இறுதியில் பகை (வாமம்) நாட்டோடு போரிட்டு உயிரும் அழிந்துவிட்டது. இதுதான் மனித வாழ்வா? நிலையாமையை என்னவென்று சொல்வது? எனவே, உடலிலுள்ள உயிரானது அடங்கினால் ஐந்து பொறிகளும் புலனறிவுகளும் அடங்கிப் போய்விடுமே; ஐயோ!

(உயிர் இறந்துவிட்டால் உடம்பு விலைபெறாது)

வீடெடுத்து வேள்விசெய்து மெய்யரோடு பொய்யுமா
மாடுமக்கள் பெண்டிர்சுற்றம் என்றிருக்கும் மாந்தர்காள்!
நாடுபெற்ற நண்பர்கையில் ஓலைவந்து அழைத்தபோது
ஆடுபெற்றது அவ்விலை பெறாதுகாணும் இவ்வுடல். 117

(எ.ரை:) தன்னலம் வேண்டி வேள்வி செய்தற்காகத் தனி யொரு வீடு அமைத்து, அங்கே மெய்யரோடும் பொய்யரோடும் சேர்ந்து வேள்வியைச் செய்வீர்கள்; செல்வச்செழிப்பு, குழந்தை கள், மனைவி, உறவினரென்று குலாவி மகிழ்ந்து வாழ்வீர்கள். இத்தகைய வாழ்வு எத்தனை நாள் உண்டு?

மக்களே! விண்ணாட்டிலிருந்து கூற்றுவனின் நண்பரான காலதூதர்கள் "சாஓலை" கொண்டு வந்து உயிரை அழைத்தபோது நீங்கள் என்ன செய்ய முடியும்? உயிர் போய்விடுமே. அப்போது வெறும் உடலானது, ஓர் ஆடு விற்ற விலைக்குக்கூட யாரும் வாங்கமாட்டார்களே, ஐயோ!

(உண்டு என்பதும் இல்லை என்பதும் இறைவனையே)

இல்லைஇல்லை இல்லையென்று இயம்புகின்ற ஏழைகாள்!
இல்லையென்று நின்றதொன்றை இல்லையென்னல் ஆகுமோ?
இல்லையல்ல; ஒன்றுமல்ல; இரண்டுமொன்றி நின்றதை
எல்லைகண்டு கொண்டபேர் இனிப்பிறப்பது இல்லையே. 118

(எ.ரை:) கடவுளுண்மையை உணரமுடியாமல், இல்லை இல்லை இல்லையென்று முழங்குகின்ற அறிவில்லாதவர்களே! "இல்லை" என்று சொல்லி நின்றதான ஓருயிரை இல்லையென்று பொய் சொல்லலாமா? முடியாதே! அதுபோலவே, கடவுளென்ற மெய்ப்பொருள் (இல்லையல்ல) உண்டு. (ஒன்றுமல்ல) இல்லை என்ற இரண்டு கருத்தும் ஒன்றி நிற்கும் உண்மையை நன்கு உணர்ந்துகொண்டால் கடவுள் உண்டு என்னும் கொள்கையே நிலைக்கும். இதை மெய்யுணர்வால் புரிந்து கொண்டவர்கள் இனி மண்ணிலே பிறவியெடுக்க மாட்டார்களென்பது உறுதி.

"அன்பர்க்கு அன்பனே; யாவையுமாய் அல்லையுமாய்-" என்ற திருவாசகக் கொள்கையை இங்கே ஒப்பிடலாம்.

"புந்திவட்டத்திடைப் புக்குநின்றாரையும் பொய்யன் என்பனோ?" என்னும் நாவுக்கரசரின் நல்ல கருத்தையும் இங்கே உரமாக உணர்க.

(வில்லாற்றலுடைய வேந்தன் இராமனின் பெயர்ச் சிறப்பு)

காரகார காரகார காவலூழி காவலன்
போரபோர போரபோர போரில்நின்ற புண்ணியன்
மாரமார மாரமார மரங்களேழும் எய்தஸ்ரீ
ராமராம ராமராம ராமஎன்னும் நாமமே. 119

(எ.ரை:) இராமன் என்னும் திருப்பெயரே அயோத்தியில் கார்முகில் வண்ணனாய்ப் பிறந்து, ஊழிக்காலமும் காக்கும் தெய்வமாயும், அரசனாயும் நல்லாட்சி புரிந்தது; அப்பெயரின் ஆற்றலே, போரிலே இலங்கை வேந்தனான இராவணனை அடிப்படுத்தி அறநெறியில் வெற்றி கொண்டது; அப்பெயரே வில்லாண்மையைக் காட்டி, ஓர் அம்பினாலே ஏழு மராமரங் களையும் குறிதவறாமல் துளைத்து நின்றது!

இப்பாடல் சொல்லோசை நயம்தந்து சொல்லணி ஆகிறது.

(இராமனின் திருப்பெயரால் பேரின்ப வீட்டை அடையலாம்)

நீடுபாரி லேபிறந்து நேயமான மாயந்தான்
வீடுபேர் இதென்றபோது வேண்டியின்பம் வேண்டுமோ?
பாடிநாலு வேதமும் பாரிலே படர்ந்ததோ!
நாடுராம ராமராம ராமவென்னும் நாமமே. 120

*(**எ.ரை:**) உலகம் நாடுகின்ற இராமன் என்னும் திருப்பெயரால் மிகவும் பழைமையான மண்ணிலே பிறவியெடுத்து, அன்பும் பற்றும் கொண்டது ஒரு வியப்பேயாகும்; அப்பெயரானது, அன்பர்களுக்குப் பேரின்ப வீட்டை இதோ தருகின்றேன் என்று சொன்னால், இதை விட்டுவிட்டு வேறு இன்பத்தை வேண்டித் தவம் செய்வார்களோ? இந்த இராம என்னும் பெயரைப் புகழ்ந்து பாடி, இம்மண்ணிலே நான்கு மறைகளும் தொடர்ந்து செல்கின்றதே; இது ஒரு வியப்பன்றோ!*

(உடலைப் பிரிந்த உயிர் சிவத்தையும் அருளம்மையையும் கலக்கும்)

உயிரும் நன்மையால் உடலெடுத்து வந்திருந்திடும்
உயிர்உடம்பு ஒழிந்தபோது ரூபரூப மாயிடும்;
உயிர்சிவத்தின் மாய்கையாகி ஒன்றையொன்று கொன்றிடும்
உயிரும்சத்தி மாய்கையாகி ஒன்றையொன்று தின்னுமே. 121

*(**எ.ரை:**) ஆன்ம உயிரானது முன்னே செய்த நல்லற வினைகளால் மனித உடலோடு பிறந்து வந்து வாழ்கின்றது. உடம்பு ஒழிந்த பின்னே, உயிரானது தனது வினைப்பயனாக வேறு வேறு பிறவிகளை எடுக்கின்றது. அருட்பண்பாட்டில் நல்வினையே செய்த உயிரோ, சிவத்தின் செம்பொருள் ஒளியிலே கரைந்து, ஒன்றையொன்று விழுங்கியது போல் சிவமாகவே ஆகிவிடுகின்றது. அதுபோலவே உயிர் அருள்வடிவான அம்மையாம் சத்தியில் கரைந்து அருளொளியாகவே ஆகிவிடுகின்றது. இதுவே முடிந்த நிலையாகும்.*

(ஓங்காரத்தில் தெரியாத சிவம் நமசிவாயத்தில் தெரிவான்)

நெட்டெழுத்து வட்டமோ நிறைந்தஅல்லி யோனியும்
நெட்டெழுத்தில் வட்டமொன்று நின்றதொன்றும் கண்டிலேன்
குற்றெழுத்தில் உற்றதென்று கொம்புகால் குறித்திடில்
நெட்டெழுத்தில் வட்டமொன்றில் நேர்படான் நம்ஈசனே. 122

(எ.ரை:) *நெட்டெழுத்தாகிய ஓங்கார வட்டமானது இதழ்கள் நிறைந்த அல்லிமலர் போன்றது; இதுவே படைப்பு உண்மை பேசும் அன்னை பராசத்தியின் பிறப்பு வாசலான வடிவமாகும்; இது நாத விந்துவின் படைப்பு; உண்மையை உணர்த்தும் ஓங்காரமாகும். இந்த நெட்டெழுத்தின் வட்டமாகிய ஓங்கார ஒலியை உருச்செய்வதால், வெளிப்படையாக 'சிவப்பெயர்' விளங்காது என்பதை நான் உணர்ந்தேன். கொம்பும் காலும் குறிக்கப்பட்ட (சி,வா) நமசிவாய என்னும் குறைந்த ஓசையுள்ள எழுத்தான குற்றெழுத்தில் சிவச்செம் பொருள் திகழ்கின்றது எனக் கண்டேன். ஆதலால், ஓங்காரத்தில் அவன் விளங்கமாட்டான் என்றே கருதுகிறேன்.*

இவ்வாறு இப்பாட்டில் கூறினாலும் ஓங்காரத்தில் அமைந்த அகர உகர மகரமாகிய மூன்று குற்றெழுத்துக்களின் பொருள் விரிவே 'நமசிவாயத்'தின் பொருள்விரிவு என்பதை நாம் உணரலாம்.

(இறைவன் எம்முள் வாழ்வது உண்மையே!)

விண்ணிலுள்ள தேவர்கள் அறிவொணாத மெய்ப்பொருள்
கண்ணிலாணி யாகவே கலந்துநின்றது எம்பிரான்
மண்ணிலாம் பிறப்பறுத்து மலரடிகள் வைத்தபின்
அண்ணலாரும் எம்முளே அமர்ந்துவாழ்வது உண்மையே. 123

(எ.ரை:) *விண்ணகத்திலுள்ள தேவர்களால் அறிய முடியாத மெய்ப்பொருளான எம் இறைவன், எம் கண்ணிலே உறுதியாகவே (படம்போலக்) கலந்து நின்றான். மண்ணிலே பிறக்கின்ற எனது பிறப்பை ஒழித்துவிட்டு, என் தலையில் அவன் மலர் போன்ற திருவடிகளைச் சூட்டினான். அதனால், அண்ணலான சிவக்*

கடவுள் எம்முள்ளே அமர்ந்து வீற்றிருந்து அருள்வது உண்மையாயிற்று.

(பேரொளியான கடவுள் என் மேலவாசலைத் திறந்து உட்புகுந்தான்)

விண்கடந்து நின்றசோதி மேலைவாச லைத்திறந்து
கண்களிக்க உள்ளுளே கலந்துபுக் கிருந்தபின்
மண்பிறந்த மாயமும் மயக்கமும் மறந்துபோய்
எண்கலந்த ஈசனோடு இசைந்திருப்பது உண்மையே. 124

(எ.ரை:) விண்ணைக்கடந்து அருள்வெளியில் நின்றிருக்கும் பேரொளியான கடவுள், எனது தலையின் மேற்குப்பகுதியான (முகுளம்) "உன்மனி" என்னும் கலையுள்ள வாசலைத் திறந்து, என் கண்கள் கண்டுகளிக்கும்படிச் செய்து, ஆன்மவுயிருக்குள்ளே புகுந்து கலந்தான்; பின்னர் அதனால் நான் மண்ணிலே பிறந்து வந்த மாயையின் செயல்களும், உலகியல் மயக்கமும் மறந்துபோய் உள்ளம் அருளொளியாயிற்று; எண்ணத்திலே கலந்த இறைவனோடு நான் பொருந்தி இசைந்திருப்பதும் உண்மையாயிற்று.

(மூலாதாரக் கனலொளியால் அகக்கண் பார்வை பெற்றால் என்றும் இளமையோடு தெய்வநிலையடையலாம்)

மூலமான மூச்சதில் மூச்சறிந்து விட்டபின்
நாலுநாளும் முன்னில் ஓரும்நாட்டமாகி நாட்டிடில்
பாலனாகி நீடலாம் பரப்பிரம்மம் ஆகலாம்
ஆலமுண்ட கண்டராணை அம்மையாணை உண்மையே. 125

(எ.ரை:) மூச்சுப் பயிற்சியால் மூலாதார இடம் சென்ற உயர்வளியான காற்று, அங்குள்ள கனலொளியோடு கலந்து சுழுமுனை நாடி வழியே முதுகந்தண்டில் புகுந்து புருவ நடுவை அடையும்; நான்கு நாட்கள் ஓர்ந்து மந்திரத்தை நினைவு கூர்ந்தால், புருவ நடுவிலே அகக்கண் திறந்து பார்க்கும் ஆற்றலைப் பெறும்; அப்போது, புருவநடு விடத்துக்கு நேராக மேற்கு பக்கத்திலுள்ள அறிவுமன்றமான ஆன்ம ஒளியோடு

அகக்கண் நாட்டம் பொருந்தும். இதுவே இறையொளியோடு கலக்கும் ஆற்றலாம். இத்தகுதியை ஒருவன் பெற்றால் என்றும் இளமையோடு வாழலாம்; தெய்வ நிலையையும் அடையலாம். இந்த உண்மையைச் சிவன்மீதும் அருளம்மைமீதும் ஆணை யிட்டுக் கூறுவேன்.

(என் உள்ளே உள்ள இறைவன் மின்னல்போல் உள்ளத்தில் இருப்பான்)

மின்னெழுந்து மின்பரந்து மின்னொடுங்கும் வாறுபோல்
என்னுள்நின்ற என்னுள்ஈசன் என்னுளே அடங்குமே
கண்ணுள்நின்ற கண்ணில்நேர்மை கண்ணறிவி லாமையால்
என்னுள்நின்ற என்னையன்றி யானறிந்த தில்லையே. 126

(எ.ரை:) *வானிலிருந்து மின்னல் தோன்றி எங்கணும் விரிந்து பரவித் தெரிந்து வானிலேயே அது ஒடுங்கி மறைவதுபோல என் னுள்ளே இருக்கின்ற என் கடவுள் வெளிப்பட்டு, என்னுள்ளேயே மறைந்து விடுகின்றான். இந்த நிலையில் தான், கண்ணுளே இருக்கும் கருமணிப்பாவைக்குரிய ஒளியைக் கண்ணின் அறிவு அறியாமலிருக்கும் தன்மைபோல் நான் என்னுள்ளிருக்கின்ற என் உயிரை அறிந்தேனே தவிர இறையொளியை அறியவில்லை; இது எனது அறியாமையே ஆகும்.*

(மூலாதாரக் குழியிலும் அகக்கண்ணிலும் நெருப்பாகிய கடவுட்சுடர் தோன்றினால் உயிரும் கடவுளும் ஒன்றே!)

இருக்கலாம் இருக்கலாம் அவனியில் இருக்கலாம்
அரிக்குமால் பிரமனும் அகண்டம் ஏழகற்றலாம்
கருக்கொளாத குழியிலே காலிலாத கண்ணிலே
நெருப்பறை திறந்தபின்பு நீயும்நானும் ஈசனே. 127

(எ.ரை:) *மனிதா! கருக்கொள்ளாத குழியாகிய மூலாதாரத் திலும், வழி (கால்)யில்லாத கண்ணாகிய அகக்கண்ணிலும், நெருப்பறையாகிய தலையிலுள்ள ஆன்ம அறிவு மன்றத்தில் இருக்கும் கடவுள் பெருஞ்சுடர் தோன்றிக் கலக்குமேயானால் அப்பொழுது அந்த ஆற்றலால் நீயும் நானும் கடவுளின்*

தகுதியைப் பெற்று விடுவோம். அந்த நிலையில் நாம் இந்த உலகிலும் விரும்பிவாறு வாழலாம்; அரியாகிய திருமாலையும் நான்முகனையும், மேலுலகம் ஆகிய சத்தியலோகம் முதலிய ஏழுலகையும் கடந்து செல்லலாம்; வெல்லலாம்!

மனிதனின் மூலாதாரத்திலும் அகக்கண்ணிலும் இருக்கும் ஒளிநெருப்பு கடவுட்சுடரேயாம்; இது இல்லையேல் உடம் பிலுள்ள ஆறு சக்கரங்களும் ஓடா! என உணர்க.

(இறைவன் அழகில் காதல் கொண்டுவிட்டால் இறப்பு இல்லை!)

ஏகபோதும் ஆகியே இருவரும் ஒருவராய்
போகமும் புணர்ச்சியும் பொருந்துமாறு அது எங்ஙனே?
ஆகிலும் அழகிலும் அதன்கண்நேயம் ஆனபின்
சாகிலும் பிறக்கிலும் இல்லைஇல்லை இல்லையே. 128

(எ.ரை:) ஆணும் பெண்ணும் உள்ளத்தாலும் பண்பாட் டாலும் ஒரு நிகராகி ஒன்றிக் கலக்கும் உரிமை (ஏகபோகம்) பெறும்போதே, இன்பமும் கூடலாகிய புணர்ச்சியும் ஏற்படு கின்றது. அதுபோலவே, தெய்வ அழகில் ஓர் ஆன்மா ஈடுபட்டுக், காதலாகிய நேயம் கொள்ளும் உறவு நேர்கையில் அம்மனிதன் சாவதும் இல்லை; ஆதலால் மீண்டும் பிறப்பதும் இல்லை.

இதுவே இறைக்காதலின் பயனாகும்.

(திருவடியொளியையே ஆவுடையாராய் வழிபட்டால் வீடுபேறு அடையலாம்)

வேதம்நாலும் பூதமாய் விரவும்அங்கி நீரதாய்
பாதமே இலிங்கமாய்ப் பரிந்துபூசை பண்ணினால்
காதில்நின்று கடைதிறந்து கட்டறுத்த ஞானிகள்
ஆதியந்த மும்கடந்தது அரியவீடது ஆகுமே. 129

(எ.ரை:) காதின் புலனாகிய ஓசை முதல் ஐந்து புலன் களையும் ஐந்து பொறிகளின் ஆசைகளையும் அடியோடு அறுத்து விடுதலை பெற்ற மெய்யறிவாளர்கள், தமது உடலிலுள்ள ஐந்து

பூதங்களின் அறிவையே நான்குமறைகளாகவும், மூலாதாரக் கனலையே நெருப்பாகவும், அதனால் தோன்றும் நீரையே தீர்த்த மாகவும் கொண்டு, ஆன்மா ஒளியையே ஆவுடையாரெனும் இலிங்கமாய்க் கருதி பூசனை செய்யும் இயல்பைப் பெற்றால் இறைவனது பேரின்ப வீட்டை அடைவார்கள்.

(சிவாய எழுத்தை ஓதிவந்தால் நூல்களின் வஞ்சனை ஒழிந்து போகும்!)

பருத்திநூல் முறுக்கிவிட்டுப் பஞ்சிஓதும் மாந்தரே!
துருத்திநூல் முறுக்கிவிட்டுத் துன்பம்நீங்க வல்லிரேல்
கருத்தில்நூல் கலைபடும்; காலநூல் கழிந்திடும்;
திருத்திநூல் கரவறும் சிவாயஅஞ் செழுத்துமே. 130

(எ.ரை:) பருத்திப் பஞ்சை முறுக்கி நூலாக்குதல் போல் இயற்றப்பட்ட உயர்ந்த கொள்கையில்லாத நூலாகிய மறைகளை ஓதும் மக்களே! உடலில் மூலாதார இடத்திலே தவ வலிமையால் மூலக்கனலை மூட்டிவிட்டு, அதனால் தலையில் அறிவுமன்றில் கடவுட் சுடரைக்கண்டு உலகியல் துன்பங்களிலிருந்து விடுதலை பெறும் வல்லமை அடைவீரானால், நெஞ்சிலிருக்கும் வாழ்க் கைக்கு உதவாத கருத்தமைந்த நூலானது நீங்கிப் போகும்; வாழ்நாளை வரைத்துப் பேசுகின்ற கணிய நூலும் உம்மைவிட்டுப் போகும்; நீண்டகாலம் வாழ்வீர்கள்; மக்களை மூட நம்பிக்கை யால் வஞ்சிக்கும் கருப்பு நூல்களைத் திருத்திச் செம்மை நூலாக்கும். இவையெல்லாம் சிவாயம் என்னும் ஐந்தெழுத்தை மெய்ந்நூலாய்க் கருதி ஓதுவதாலே நன்மையாகும்.

(அறிவிலிகளே! தேவரைச் சிலையாக்கி வழிபடாதீர்கள்)

சாவதான தத்துவச் சடங்குசெய்யும் ஊமைகாள்!
தேவர்கல்லும் ஆவரோ? சிரிப்பதன்றி என்செய்வேன்!
மூவராலும் அறிவொணாத முக்கணன் முதற்கொழுந்து
காவலாக உம்முளே கலந்திருப்பன் காணுமே! 131

(எ.ரை:) அழிந்து போகக்கூடிய-உண்மையியல் நூல்களில் சொல்லப்பட்ட வேள்வி முதலிய சடங்குகளை மூட வழக்கத்தால்

செய்து போலி மகிழ்வு கொள்ளும் அறிவில்லாத ஊமை மக்களே! தெய்வமெனக் கருதிக் கொண்டு தேவர்களுக்குச் சிலையமைத்து வழிபாடு செய்தல் முறையாகாது. உங்கள் செயல் எனக்குச் சிரிப்பையே தருகின்றது; இதற்கு நான் என்ன செய்வேன்? ஐயோ!

உண்மையில், மலரவன் மாலவன் அரனாகிய மூவராலும் அறியமுடியாத நெற்றிக் கண்ணனான உலகின் முதற்கொழுந்து எனப்படும் சிவக்கடவுள், உமது உள்ளத்தில் காவல் செய்து கலந்திருக்கின்றான். அப்பெருங்கடவுளையே காண முயலுங்கள்!

(வேரான சிவனை நினைத்தால் விடுதலை வெற்றி பெறலாம்)

காலைமாலை நீரிலே முழுகுமந்த மூடர்காள்!
காலைமாலை நீரிலே கிடந்ததேரை என்பெறும்?
காலமே எழுந்திருந்து கண்கள்மூன்றில் ஒன்றினால்
மூலமே நினைப்பிராகில் முத்திசித்தி யாகுமே. 132

(எ.ரை:) காலையும் மாலையும் நீரில் முழுகிக் குளித்து, வெறும் மந்திரத்தைக் கத்திச் சொல்லும் அறிவில்லாத மாந்தர் களே! எண்ணிப்பாருங்கள்; காலையும் மாலையும் நீரிலே கிடந்து கத்துகின்ற தவளைகள் எப்பொருளைப் பெறப்போகின்றன? நீங்களும் அப்படித்தானே!

ஆதலால், நீங்கள் இனிமேல், அமுத வேளையெனப்படும் வைகறைப் பொழுதில் எழுந்திருந்து, முக்கண்ணில் ஒன்றான அகக்கண்ணால் கண்டு முதற்கடவுளான சிவத்தைப் பற்றிக் கொண்டு நினைப்பீராகில் பற்றற்ற விடுதலையும் குறிக்கோளில் வெற்றி (சித்தி)யும் பெறுதல் உறுதியே.

(இறைவன் வேறு; தேவர்கள் வேறு; புரிந்துகொள்க!)

எங்கள்தேவர் உங்கள்தேவர் என்றிரண்டு தேவரோ?
இங்குமங்கு மாயிரண்டு தேவரே இருப்பரோ?
அங்குமிங்கு மாகிநின்ற ஆதிமூர்த்தி ஒன்றலோ!
வங்கவாரம் சொன்னபேர்கள் வாய்புழுத்து மாள்வரே. 133

(எ.ரை:) *இறைவன் ஒருவனே: இவன் பிறப்பதும் இல்லை; இறப்பதும் இல்லை. தேவரோ பலர்; இவர் மனிதரைப் போல பிறந்தும் இறந்தும் போவர். இப்படியிருக்க, உங்கள் தேவரென்றும் எங்கள் தேவரென்றும் இருதேவர் இல்லை; மண்ணுலகிலும் விண்ணுலகிலுமாய் இரண்டு இறைவன் எப்படி இருக்கமுடியும்? ஒருவனே உண்டு. அவ்வுலகமும் இவ்வுலகமும் ஆகி நிற்பவன் 'முழுமுதற் கடவுளான சிவனே ஆவன். இதை உணருங்கள்! பயன்தராத வீண்பேச்சைப் பேசினவர்களின் வாய் புழுவாய் நாறவே செய்யும்.*

(பகுத்தறிவில்லாதவரோடு எப்படிப் பழக முடியும்?)

அறையறை இடைக்கிடந்த அன்றுதூமை என்கிறீர்
முறையறிந்து பிறந்தபோதும் அன்றுதூமை என்கிறீர்
துறையறிந்து நீர்குளித்தால் அன்றும்தூமை என்கிறீர்
பொறையிலாத நீசரோடும் பொருந்துமாறுஅது எங்ஙனே? 134

(எ.ரை:) *பகுத்தறிவில்லாத பகட்டு மாந்தர்களே! சுமை தாங்கியான பெண்களை இரக்கமின்றிப் பார்க்கிறீர்களே. பெண்கள் தூரமாகித் தனித்தனி அறையிலே படுத்திருந்த காலத்திலும் அவளைத் தீட்டு என்று சொல்கின்றீர்கள்; அவள் பேறு காலத்தில் குழந்தையை நல்ல முறையிலே ஈன்றபோதும் தீட்டு என்று பலநாள் ஒதுக்கி வைக்கின்றீர்கள்; படித்துறைக்குச் சென்று நீரிலே குளித்தபோதும் அங்கும் அவளைத் தீட்டுடையவளென்று பழிக்கின்றீர்கள். இப்படிப், பண்புப் பொறையில்லாத உங்களோடு பெண்கள் எப்படிப் பொருந்தி வாழமுடியும்? விடை* கூறுங்கள்.

(உயிரறிவு இருந்தாலே எல்லாம் உணரமுடியும்)

சத்தம்வந்த வெளியிலே சலமிருந்து வந்ததும்
மத்தமாகி நீரிலே துவண்டுமூழ்கும் மூடரே!
சுத்தமேது சுட்டதேது தூய்மைகண்டு நின்றதேது?
பித்தம்காயம் உற்றதேது பேதமேது? போதமே. 135

(எ.ரை:) *ஓசையாகிய நாதம் பிறந்த விண்வெளியிலிருந்து மழைநீர் பெய்து வந்தவுடன் மனம் புரியாமல் அந்த நீரிலே*

அடிபட்டு மூழ்கும் அறிவிலிகளே! நீங்கள் உயிராகிய ஒளி யறிவைப் பெற்றுக் கொள்ளவில்லையென்றால், உடலால் மட்டும் ஒன்றையும் அறியமுடியாது. உடலிலும் உயிரிலும் தூய்மை இருக்கிறதா? உடம்பு சுடுகின்றதா? வாழ்வில் ஒழுக்கத்தில் தவறாமல் நிற்கமுடிகிறதா? உடம்பிலே பித்தம் முதலிய நோய்க்கூறுகள் இருக்கின்றனவா? என்று ஆராய முடிகின்றதா? எந்தவொரு பொருந்தாத வேற்றுமையை உணரமுடிகின்றதா? என்றெல்லாம் தெரிந்து வாழ முடியாது. இதை நன்கு உணருங்கள்.

(உயர்ந்தவரும் தாழ்ந்தவரும் பெண்ணின் கருவிலேதான் உருவாகிப் பிறக்கின்றார்கள்)

மாதமாதம் தூமைதான் மறந்துபோன தூமைதான்
மாதமற்று நின்றலோ வளர்ந்துரூபம் ஆனது;
நாதமேது? வேதமேது? நற்குணங்கள் ஏதடா!
வேதமோதும் வேதியர் விளைந்தவாறும் பேசடா! 136

(எ.ரை:) மனிதா! மறையோதுகின்ற பார்ப்பனரும் மற்ற பிறவிகளும் ஒரே தன்மையுள்ள உடற்கூறுகளிலேதான் படைக்கப் பட்டுள்ளனர்; இவற்றிலே உயர்வு-தாழ்வுகள் இல்லை என நன்கு தெளியவேண்டும்; எல்லோருக்கும் இவ்வுண்மையை எடுத் துரைக்க வேண்டும்.

பெண்களுக்குப் பிறவியின் இயற்கையாய் ஒவ்வொரு திங்களும் தூமை என்னும் தீட்டு ஏற்படும்; இதில் சாதி வேறுபாடு இல்லை; தீட்டை யாரும் நினைவில் கொள்ள மாட்டார்; அதனால் அது மறந்து போகும். கணவன் மனைவி புணர்வதால் கரு உருவாகும்; அதாலே தீட்டு நின்று விடும்; அப்போதே கரு வளர்ந்து உருவாகிப் பிறக்கின்றது. இவ்வாறு மனிதர் பிறக்க வில்லையானால் ஓசையான நாதம் பற்றிய அறிவும் இல்லை; மறைநூல்களும் இல்லை; மனிதருக்குள்ள இயற்கையாய்ப் படைக்கப்பட்ட நற்பண்புகளும் இல்லை. இதையும் மக்கள் நன்கு உணரவேண்டும்.

(தீட்டு அற்றும் ஆண்மை அற்றும் போனால் உலகிலே அல்லல் இல்லை!)

தூமையற்று நின்றலோ சுதீபமற்று நின்றது
ஆண்மையற்று நின்றலோ வழக்கமற்று நின்றது;
ஆண்மையற்று ஆண்மையற்று சஞ்சலங்கள் அற்றுநின்ற
தூமைதூமை அற்றகாலம் சொல்லுமற்று நின்றதே. 137

(எ.ரை:) *இயற்கையில் பெண்மைக் கூறும் ஆண்மைக் கூறும் கலப்பதால்தான் உலகப் படைப்பே நடக்கின்றது. ஒன்று தடைப்பட்டாலும் படைப்பில்லை.*

பெண்ணானவள் தீட்டு (மாதப்பூப்பு) நின்ற பருவகாலத்தில் உடம்பு பொலிவற்றும் வலிமையற்றும் போய் விடுகின்றாள்; ஆடவன் ஆண்மையற்ற பருவத்தால், குழந்தை பெற முடியா மலும் குடும்ப மரபை வளர்க்க முடியாமலும் போகின்றது. இப்படியாக ஆண்மையற்றும் பெண்மையற்றும் போவதால் வாழ்வில் அல்லல்கள் இல்லாமல் ஒழிகின்றன. பெண்ணிற்குத் தீட்டு நின்றுபோகும் காலம் நல்லகாலமே; அதைப் பற்றிக் குறையாகப் பேசமுடியாது; பழியும் ஏற்படாது.

(நாற்றமுடைய தூமையிலேதான் நல்ல குலமும் பிறக்கிறது)

ஊறிநின்ற தூமையை உறைந்துநின்ற சீவனை
வேறுபேசி மூடரே! விளைந்தவாறது ஏதடா!
நாறுகின்ற தூமையல்லோ நற்குலங்கள் ஆவன
சீறுகின்ற மூடனேஅத் தூமைநின்ற கோலமே. 138

(எ.ரை:) *சிந்தையில்லாத மூடரே! பெண்ணின் கருப்பையில் ஊறும் செம்பாலான தூமையையும், அதிலே வளரும் கருவின் உயிரியையும் வேற்றுமைப்படுத்திக் கற்பித்துப் பேசுகின்றீரே; அதனாலேற்படும் பயன் ஒன்றுமில்லையே! எல்லோருக்கும் ஒரே தன்மையில் நாறுகின்ற தூமையில்தானே சிறந்த அறிவார்ந்த அன்புப் பிறவிகளும் தோன்றுகின்றன. அறிவுத் தெளிவில்லாமல் சீறிப்பேசும் மனிதனே! எண்ணிப்பார்! அந்தத் தூமையானது நின்றுவிட்டால் ஒன்றுமே இல்லையே.*

(தூமை ஊறும் பருவத்தில்தான் உயிரி தோன்றும்)

தூமைகண்டு நின்றபெண்ணின் தூமைதானும் ஊறியே
சீமையெங்கும் ஆணும்பெண்ணும் சேர்ந்துலகங் கண்டதே
தூமைதானும் ஆசையாய்த் துறந்திருந்த சீவனை
தூமையற்றுக் கொண்டிருந்த தேசமேது தேசமே? 139

(எ.ரை:) தூமையாகிய பூப்பு நிகழும் பருவப் பெண்ணின் தூமையானது, ஊறிய தன்மையை, உலகிலுள்ள ஆணும் பெண்ணும் சேர்ந்து கண்ட உண்மையே. இத்தூமை, ஓர் உயிரி (சீவன்)யைப் பெறுகின்ற ஆசையால் (கருவளர) நின்று போகும். இந்த இயல்பைத்தான் தேசமும் கொண்டு இயங்கி வாழ்கின்றது.

(வேணுமென்ற அப்பொருளை வேட்கையால் பெறலாம்)

வேணும்வேணும் என்றுநீர் வீண்உழன்று தேடுவீர்
வேணுமென்று தேடினாலும் உள்ளதல்லது இல்லையே;
வேணுமென்று தேடுகின்ற வேட்கையைத் திறந்தபின்
வேணுமென்ற அப்பொருள் விரைந்துகாணல் ஆகுமே. 140

(எ.ரை:) இறைவனைக் காணவேண்டும் காண வேண்டு மென்ற ஆசையால் நீங்கள் எங்கெங்கோ வீணாக அலைந்து வருந்தித் தேடுகின்றீர்கள். உண்மையிலே வேண்டுமென்று அன்போடு தேடினாலும், காணும்பேறு இருந்தால் மட்டுமே காணல் வாய்க்கும்! ஆனால், வேணுமென்று எதைத் தேடுகின் றோமோ அந்த ஆசை வேட்கையைத் திறந்த மனத்தோடு வெளி யிட்டால், விரும்பி அப்பொருளை உடனேயே காணமுடியும்.

இந்தப் பாடல் கருத்தை ஒரு குழந்தையை வேண்டலுக்கும் பொருத்தமாக வெளியிட்டுக் கூறலாம்.

(அறிவுப் பித்தெல்லாம் விரும்பத்தக்கதாய் அமைந்தன)

சிட்டரோது வேதமும் சிறந்தஆக மங்களும்
நட்டகார ணங்களும் நவின்றமெய்ம்மை நூல்களும்
கட்டிவைத்த போதகம் கதைக்குகந்த பித்தெலாம்
பெட்டதாய் முடிந்ததே பிரானையான் அறிந்தபின் 141

(எ.ரை:) அறிவில் சிறந்தவர் ஓதுகின்ற மறைநூல்களும், கோயில் வழிபாடு பற்றிய இலக்கணமான சிறந்த ஆகம நூல்களும், அவற்றின் இன்றியமையாமை குறித்து நிலைநாட்டிய கருத்துரைகளும், படைத்த மெய்ப் பொருளியல் நூல்களும் எடுத்துரைக்கின்ற அனைத்துக் கற்பிக்கும் கல்வியும், வாழ்விற்கு ஏற்ற அறிவுப்பித்துக்கள் யாவும் எமக்கு விருப்பானதாகவே அமைந்துவிட்டன. இந்த விருப்பம் இறைவனை நான் அறிந்தபின் ஏற்பட்டதேயாகும்.

(கோடி மந்திரங்களை ஓதினாலும் இறைவன் முன் வந்து பேசுவானா?)

நூறுகோடி ஆகமங்கள் நூறுகோடி மந்திரம்
நூறுகோடி நாளிருந்தும் ஓதினால் அதன்பயன்?
ஆறும்ஆறும் ஆறுமாய் அகத்திலோர் எழுத்துமாய்
ஏறுசீர் எழுத்தையோத ஈசன்வந்து பேசுமே. 142

(எ.ரை:) நூறுகோடி (எண்ணற்ற) ஆகம நூல்களையும் நூறுகோடி மந்திரங்களையும், நூறுகோடி வாழ்நாட்களிலிருந்து ஓதினாலும் அதன் பயன் என்ன தெரியும்? ஆனால், அகமாகிய உயிரிலிருக்கும் ஓங்கார ஓரெழுத்துடன் 'நமசிவாய' எனும் ஐந்தையும் இணைத்து ஆறெழுத்தாக்கி, அவற்றை உடம்பிலுள்ள ஆறு ஆதாரச் சக்கரங்களின் நெறி (ஆறு)யோடும் மூலக்கன லொளியோடும் உயிருக்கு மேலேற்றி, சீரெழுத்தாகிய நமசிவாயத்தை ஓதி உருகிவரவே சிவக்கடவுள் வந்து பேசுவான்.

(பகலிரவு அற்றநிலையை நீங்கள் அடைந்தால் அந்தச் செவ்வொளியில் இரண்டறக் கலப்பீர்கள்)

காலைமாலை தம்மிலே கலந்துநின்ற காலனார்
மாலைகாலை யாய்ச்சிவந்த மாயமேது? செப்பிடீர்!
காலைமாலை அற்றுநீர் கருத்திலே ஒடுங்கினால்
காலைமாலை ஆகிநின்ற காலனில்லை இல்லையே. 143

(எ.ரை:) காலமென்னும் கடவுள் காலை மாலைப் பொழுதுகளிலே கலந்தே இருக்கிறான். அதனால்தான் அவன்

காலையிலும் மாலையிலும் வானம் சிவந்திருப்பதுபோல் சிவமாகி இருக்கின்றான். இந்த இயற்கைநிலை வியப்பாக உள்ளதே! இதை உங்களால் இயம்ப முடியவில்லையே, ஏன்? ஆனால், காலை மாலை (பகலிரவு அற்ற) அற்ற தவஆற்றலுடைய நீங்கள், உங்கள் நெஞ்சிலே தோன்றிய சிவ ஒளியில் ஒடுங்கினால், பகலிரவு அற்ற இயற்கையாகி நின்ற செவ்வொளிக் கடவுள் உங்களோடு கலந்து கரைந்து விடுவதால், அந்தக் காலக்கடவுள் தனியே இல்லாமற் போய் விடுகின்றார்.

(தலையிலுள்ள ஓங்கார மண்டலத்திலே ஒளிநடனம் ஆடினான்)

எட்டுமண்ட லத்துளே இரண்டுமண்டலம் வளைத்து
இட்டமண்ட லத்திலே எண்ணிஆறு மண்டலம்
தொட்டமண்ட லத்திலே தோன்றிமூன்று மண்டலம்
நட்டமண்ட லத்திலே நாதன்ஆடி நின்றதே. 144

(எ.ரை:) *மந்திர எழுத்துக்களாகிய (ஓங்காரத்தில் 3ம், நமசிவாய 5ம் ஆக) எட்டு அடங்கிய ஒளிவட்டத்துக்குள், இரண்டு எழுத்தாகிய ஒளியைச் சுருக்கி, மற்ற ஆறு (ஓம் நமசிவாய) எழுத்தாகிய ஒளிமண்டலத்தில் தொடர்புடைய மூன்று (அ-உ-ம) ஒளியெழுத்துள்ளே, நடுவாக (நட்ட) அமைந் திருக்கும் உகரமாகிய ஆன்ம உயிரொளியிலே தலைவனாகிய சிவன் நடனமாடி நின்று உலகை வாழ வைக்கின்றான்.*

(இறைவன் ஆடியபோது உலகமே ஒளியில் மூடியது!)

நாலிரண்டு மண்டலத்துள் நாதன்நின்றது எவ்விடம்?
காலிரண்டு மூலநாடி கண்டதுஅங்கு உருத்திரன்;
சேலிரண்டு கண்கலந்து திசைகளெட்டு மூடியே
மேலிரண்டு தான்கலந்து வீசியாடி நின்றதே. 145

(எ.ரை:) *எட்டெழுத்தாகிய ஒளிமண்டலத்துள்ளே இறைவன் நின்றது எந்த இடம் தெரியுமா? அதுதான் மனித ஆன்ம உயிரைக் குறிக்கின்ற உகர ஒளியாகும். அவ்விடத்தில் ஒளிவடிவான அரன் நின்றான்; அவனை, வலநாடி இடநாடியாகிய இரண்டு காலும்*

இணைந்த சுழுமுனை நாடி கண்டது. அந்த இறைவன் ஆடும் போது, மீன்விழியுடைய அம்மை உமையோடு சேர்ந்தே ஆடினான்; ஆடும்போது இருவருடல்களும் கலந்து-கண்களும் கலந்து சுழன்றன; எட்டுத்திசைகளும் மண்ணும் விண்ணும் சுடர்விட்டு ஒளியில் கலந்து மூடியது. இதுதான் உலக இயக்கத்துக்கு அடிப்படை!

(அப்பனும் அன்னையுமன்றி உலகில் யாருமில்லை)

அம்மையப்பன் அப்புநீர்; அறிந்ததே அறிகிலீர்
அம்மையப்பன் அப்புநீர்அரிஅயன் அரனுமாய்
அம்மையப்பன் அப்புநீர் ஆதியாதி ஆனபின்
அம்மையப்பன் அன்னையன்றி யாருமில்லை ஆனதே. 146

(எ.ரை:) உமையொரு பாகனாகிய சிவக்கடவுள் ஒருவரே. உமை வேறு சிவன் வேறு அல்லர்; நீரும் நீரும் கலந்தால் ஒரே நீராவதுபோல் இருவரும் ஒருவரேயாவர். இந்த உண்மை அறிவுலகம் அறிந்ததே; ஆனால், பொது மக்களாகிய நீங்கள் அறியாமலிருக்கின்றீர்கள். அந்த ஒருவர்போலவே மாலவன்-மலரவன்-அரன் ஆகிய மூவரும் தண்ணீர் கலந்து ஒன்றானவரே; அவர்கள் வேறு தெய்வம் அல்லர். அம்மையும் அப்பனும் தண்ணீர்போல் கலந்து ஒருவரே ஆனாலும், அவர் உலகப் படைப்புக்கு முன்னரே தானே தானாகித் தோன்றிய முதல்வர் என அறியவேண்டும்; அத்தகைய அப்பனும் அம்மையும் அன்றி, உலகிலே நமக்கு உறவு யாருமில்லை என்பதே உண்மை.

(ஒளிக்குருவின் அருளுரையை உணர்ந்து வாழுங்கள்)

உருத்தரிப்ப தற்குமுன் உடல்கலந்தது எங்ஙனே?
கருத்தரிப்ப தற்குமுன் காரணங்கள் எங்ஙனே?
பொருத்திவைத்த போதமும் பொருந்துமாறு எங்ஙனே?
குருத்திருத்தி வைத்தசொல் குறித்துணர்ந்து கொள்ளுமே. 147

(எ.ரை:) உலகமக்களே! உங்கள் வரவை எண்ணிப் பாருங்கள்; நீங்கள் உருவாகிப் பிறந்து வெளிவருவதற்கு முன்னே உங்களுடைய தந்தை உருவமும் தாயின் உருவமும் சேர்ந்தது

எப்படி? இவர்களின் உருவும் திருவும் ஒத்துப், புணர்க்கும் பால் எனப்படும் விதியால் திருமணமும் நிகழ்ந்ததால் அன்றோ இது நடந்தது. தாயின் கருப்பையிலே கரு தோன்றுதற்கு முன்னர் அதற்கு அடிப்படையாய் அமைந்தவை யாவை? இவர்களுக்கு ஏற்பட்ட பாலுணர்ச்சியும், குறைபாடு இல்லாத ஆண்மையும் பெண்மையும் கொண்ட புணர்ச்சியும், பிறவிக்குத் தூண்டலான மாயையும் அடிப்படையாகும். எங்கெங்கோ பிறந்த இருபால ரையும் பொருந்தி வாழச் செய்த ஊழ்வினை விதி எவ்வாறு பொருந்தியது? இருவரும் பிறக்கும் போதே "இவனுக்கு இவளே துணைவி" என்று இறைவனால் எழுதப்பட்டதென்று ஆன்றோர் கூறுவதால், அப்படியே நடந்ததென்ற கொள்கைக்கு நாம் உடன்படுகின்றோம்.

ஆகவே, இவ்வாறெல்லாம் உலக வாழ்க்கை நடைபெற, மெய்யறிவு ஒளிபெற்ற (குரு) ஆசானால் அறியாமையைத் திருத்தி அறிவொளி தந்து, அருளுரை வழங்கிய உண்மையியலை மனத்தில் பதிய வைக்க வேண்டும். இது வாழ்வியல் கடமையாம்.

(இறைவா! உயிர்க்காற்றை யாரால் அறிய முடியும்?)

ஆதியுண்டு அந்தமில்லை அன்றிநாலு வேதமில்லை
சோதியுண்டு சொல்லுமில்லை சொல்லிறந்தது ஏதுமில்லை;
ஆதியான மூவரில் அமர்ந்திருந்த வாயுவும்
ஆதியன்று தன்னையும் ஆரறிவது? அண்ணலே! 148

(எ.ரை:) உலகத் தலைவனே! இறைவா! நீயே விளக்க வேண்டும். உனக்குத் தொடக்கம் உண்டு; முடிவு இல்லை; அன்றியும் உன்னைப் பற்றிய நான்கு மறைகளும் இல்லை; உனக்குப் பேரொளியான தோற்றம் உண்டு; ஆனால், அதைப் போற்றிப் புகழ அறிவுச் சொற்கள் போதா! உன்னைத் தவிர ஒரு மெய்ப்பொருள் வேறு ஏதும் இதுவரையும் உலகிலே தோன்ற வில்லை; உன்னால் படைக்கப்பட்ட-தொடக்கம் தெரிந்த படைப் போன், காப்போன், அழிப்போனாகிய மூவரில் அமைந்திருந்த உயிர்க் காற்றும் தொடக்கம் (எப்போது தோன்றியதென்று) யாருக்கும் தெரியாது. ஆதலால் நீயே எல்லாவற்றையும் உணர்த்த வேண்டும்.

இப்பாடல் விடுகதை நடையில் அமைந்து சுவை தருகின்றதே!

(மனித உடலைவிட்டு இறைவன் பிரிந்திருந்தது இல்லை)

புலால்புலால் புலாலதென்று பேதைமைகள் பேசுறீர்!
புலாலைவிட்டு எம்பிரான் பிரிந்திருந்தது எங்ஙனே?
புலாலுமாய்ப் பிதற்றுமாய் பேருலாவும் தானுமாய்
புலாலிலே முளைத்தெழுந்த பித்தன்காணும் அத்தனே! 149

(எ.ரை:) *இந்த மனித உடம்பு நாற்றமுடைய புலாலால் ஆனதென்று கூறி வெறுத்து, அறியாமையான கருத்துக்களைப் பேசும் மாந்தரே! புரிந்து கொள்ளுங்கள்!*

தாயின் புலாலிலே (தசை) பிறந்து, அந்தப் புலால் உடம்பால் வளர்ந்து, அருளறிவு பெற்று இறைவனைப் புகழ்ந்து பாடிப் பிதற்றி, ஊரும் நகரும் சென்று உலாவந்து, அன்பாலும் அறிவாலும் பித்தனாகிய நம்பியாரூரர் (சுந்தரர்) போன்றவர் காணுகின்ற கடவுளும் இந்த உடம்பை விரும்பினாரே! இத்தகைய புலாலுடலைப் புறக்கணித்து விட்டு எம்பெருமான் பிரிந்தது இல்லையே. இதை நன்கு உணருங்கள்; பழிக்காதீர்கள்!

(அன்புநெறியில் வந்த மூடர்களே! எண்ணிப் பாருங்கள்!)

உதிரமான பால்குடித்து ஒக்கநீர் வளர்ந்ததும்
இரதமாய் இருந்ததொன்று இரண்டுபட்டது என்னலாம்;
மதிரமாக விட்டதேது? மாமிசப் புலாலதென்று
சதிரமாய் வளர்ந்ததேது? சைவரான மூடரே! 150

(எ.ரை:) *அன்புநெறியென்னும் சைவ சமயத்தில் இருக்கின்ற அறியாமையுடைய அன்பர்களே! இதனை ஆழ்ந்து சிந்தியுங்கள்; பழிக்காதீர்கள்.*

நீங்கள் தாயின் குருதியிலே வேதி மாற்றமடைந்து உணவாகிய பாலைக் குழந்தைப் பருவத்தில் எல்லோரையும்

போலவே குடித்து நிகராகவே வளர்ந்தீர்களே; இந்தப் பாலானது, உணவுக் குழம்பிலிருந்து வேதிச் செயலால் மற்றொன்றாகத் திரிந்து வந்ததென்று சொல்லலாம். ஆனால், நீங்கள் உண்டு வளர்ந்து உடம்பு வளமானபோது, இது (பால்) மாமிசப் புலாலி லிருந்து வந்ததென்று நினைக்கவில்லை; இனிமையானதென்று நினைத்தே இதைக் கைவிடவில்லை. ஆதலால், நீங்கள் எந்த உடம்பையும் (பிறவியையும்) வெறுக்காதீர்கள்.

(சிந்திக்கும் நுட்பமில்லாத மாந்தரே!)

உண்டகல்லை எச்சிலென்று உள்ளெறிந்து போடுறீர்
கண்டஎச்சில் கையலோ பரமனுக்கு ஏறுமோ?
கண்டஎச்சில் கேளடா! கலந்தபாணி அப்பிலே
கொண்டசுத்தம் ஏதடா? குறிப்பிலாத மூடரே! 151

(எ.ரை:) *பொதுவான அறிவுநுட்பம் இல்லாதவரே! சிந்தியுங்கள். நீங்கள் சாப்பிடும்போது, உணவில் கலந்து வாயிலே வந்த கல்லை எடுத்து எச்சலென்று எறிந்து போடுகிறீர்கள். கண்ட எச்சில் கையாலே கோயில் இறைவனுக்கு அமுதுபடைத்தால் அதை அவர் ஏற்றுக் கொள்வாரா? இந்த உலகமே எச்சில் கலந்ததாகவே உள்ளது. அதைச் சொல்கின்றேன்; கேட்பாயாக! நீங்கள் எச்சில் கலந்த கையை (பாணி)ப் பொதுவான தண்ணீரில் கழுவுகின்றீர்களே. அதிலே நீங்கள் தூய்மை கொண்டது இல்லையே.*

(இறைவா! கற்றதும் பெற்றதும் எங்கே போய் ஒளித்தது?)

ஓதிவைத்த நூல்களும் உணர்ந்துகற்ற கல்வியும்
மாதுமக்கள் சுற்றமும் மறக்கவைத்த நித்திரை
ஏதுபுக்கு ஒளித்ததோ? எங்குமாகி நின்றதோ?
சோதிபுக்கு ஒளித்தமாயம் சொல்லடா சுவாமியே! 152

(எ.ரை:) *இரக்கமுடைய இறைவா! எனக்கு நீயே உண் மையைச் சொல்ல வேண்டும்.*

சான்றோர்கள் காலமெல்லாம் ஓதிச் சுவைத்த புத்தகங்களும், மக்கள் நன்குணர்ந்து கற்றுக் கொண்ட கல்வியும், மனைவி-குழந்தைகள்-உறவினர்கள் யாவரும், எந்த நினைவுமின்றி மறக்க வைத்த அமைதியான உறக்கமும் இறுதியிலே எங்கே சென்று ஒளித்ததோ? அவை எவ்விடத்தும் கலந்து இருக்குமோ? தெரிய வில்லையே. அன்றி, அவை உனது பேரொளியில்தான் கலந்து மறைந்ததோ இந்த மறைப்பையும் வியப்பையும் எனக்குச் சொல்லியருள வேண்டும்.

(மக்களே! இறைவனைச் சிந்தித்துப் பெற்றது என்ன?)

ஈணெருமை யின்கழுத்தில் இட்டபொட் டணங்கள்போல்
மூணுநாலு சீலையில் முடிந்தவிழ்க்கும் மூடர்காள்!
மூணுநாலு லோகமும் முடிவிலாத மூர்த்தியை
ஊணிஊணி நீர்முடிந்த உண்மையென்ன உண்மையே? 153

(எ.ரை:) *அறிவிலிகளே! மூடப்பழக்கத்தை விட்டொழியுங்கள்.*

ஈனக்கூடிய சூல்கொண்ட எருமை மாட்டின் கழுத்திலே கட்டிவிட்ட (சங்கு, மயிர்முடி முதலிய பொருட்கள்) பொட்டணங்களைப் போல் ஏதாவது மனக்கருத்துக்காகத் துணியிலே ஒரு பொருளை வைத்து மூன்று முடிச்சோ நான்கு முடிச்சோ போட்டுக் கட்டிப் பின்னே அவிழ்க்கின்ற பழக்கமுடைய மூடர்களே! கீழுலகம்-பாதாள உலகம்-மேலுலகம்-அப்பாலுள்ள எல்லையற்ற உலகங்களும் கலந்திருக்கும் கடவுளை, நீங்கள் மனத்தில் ஊன்றியூன்றி நினைந்து வேண்டிப் பெற்ற பொருள் என்ன? அந்த உண்மையைச் சொல்லுங்கள்.

(உயிர் பிரியும்போது அறிவுப்புலன்களின் போர் ஒழியும்)

சாவல்நாலு குஞ்சதஞ்சு தாயதான வாறுபோல்
காவலான கூட்டிலே கலந்துசண்டை கொள்ளுதே
கூவமான கிழநரி கூட்டிலே புகுந்தபின்
சாவல்நாலு குஞ்சதஞ்சும் தாமிறந்து போனதே. 154

(எ.ரை:) ஆண் சேவல் நான்கால் பெண் கோழி ஐந்தும் தாய்த் தன்மையடைந்ததும், காவலுடைய கூட்டிலே கூடிக்கலந்து சண்டையிட்டன. அப்போது பள்ளமான புதரிலிருந்து கிழநரி ஒன்று வந்து கூட்டிலே புகுந்ததால் அத்தனையும் இறந்து இரை யாகிவிட்டன. அது போன்றே மனித வாழ்விலே, உடம்பாகிய பாதுகாப்புடைய கூட்டுக்குள், மனம்-அறிவு-எண்ணம்-செருக்கு (ஆணவம்) என்னும் நான்கு உட்கருவிகளும் இவற்றோடு தொடர்புடைய மெய், வாய், கண், மூக்கு, செவி ஆகிய ஐந்து அறிவுப் பொறிகளும் அடங்காமல் முரண்பட்டுச் சண்டை போடுகின்றன. இந்த நிலையில் மறைந்திருந்து வந்த கூற்றுவன் (நரி) உடலில் புகுந்து உயிரைப் பிடித்துச் செல்கின்றான். இதனால் சண்டையும் ஓய்ந்தது; வாழ்வும் முடிந்தது.

இப்பாடல் உருவக அணி நயம் தந்தது.

(மூலக்கனலாம் குண்டலினியைத் தவத்தாலே தலைக்குக் கொண்டு சென்றால் அழியாமலிருக்கலாம்)

மூலமாம் குளத்திலே முளைத்தெழுந்த கோரையைக்
காலமே எழுந்திருந்து நாலுகட்டு அறுப்பிரேல்
பாலனாகி வாழலாம் பரப்பிரமம் ஆகலாம்
ஆலமுண்ட கண்டர்பாதம் அம்மைபாதம் உண்மையே. 155

(எ.ரை:) தவத்தில் ஆர்வம் கொண்டவரே! ஆழமான குளத்தில் முளைத்து வளர்ந்த கோரைப்புல்லைக் காலைப் பொழுதிலே (மாடு சென்று மேய்வதற்கு முன்) சென்று நான்கு கட்டு அறுத்துவந்து மாட்டுக்கு இரை போடுவது போலத் தவமிருக்கும் ஒழுக்கமுடைய ஒருவன் விடியற்காலை அமுத வேளையில் எழுந்திருந்து நான்கு நாழிகை தவஞ்செய்து, மூலாதாரத்திலிருந்து மூளும் கனலாகிய குண்டலினி ஆற்றலை நடுநாடி வழியே கொண்டுசென்று ஆன்மாவாகிய அறிவு மன்றிலே சேர்க்கும்போது அங்கே பேரொளிக் காட்சி வாய்க்கும். அதனால் என்றும் இளமையோடு வாழலாம்; தெய்வநிலையும் அடையலாம். இது உறுதி; இதை அம்மையப்பர் திருவடி யொளியின் மேல் ஆணையிட்டுச் சொல்கிறேன்.

(இறையொளியைப் பெறும் நிலையில் உயிரின் மாசு அழியும்)

செம்பினில் களிம்புவந்த சீதரங்கள் போலவே
அம்பினில் எழுதொணாத அணியரங்க சோதியை
வெம்பிவெம்பி வெம்பியே மெலிந்துமேல் கலங்கிட
செம்பினில் களிம்புவிட்ட சேதியேது? காணுமே. 156

(எ.ரை:) *செம்பால் செய்யப்பட்ட கலத்தில் இயற்கை யாகவே களிம்பு ஊறி வருகின்றது. அதுபோலவே மனித உள்ளத்திலே மாசுகள் (ஆணவம் முதலியன) இயல்பாகவே தோன்றுகின்றன. இந்த மாசாகிய இருள் நீங்கி ஒளிபெற இறையருள் வேண்டும். அம்புபோல் கூரிய தூரிகையால் எழுதமுடியாத அழகிய மன்றமாம் தலைநடுவிலுள்ள ஆன்ம உயிரிலுள்ள ஒளிவடிவமான கடவுளை நினைந்து, தவத்தால் உடம்பு வெம்பி மெலிந்து பாடுபட்டால், அந்த மேல்நிலையான பேரொளி, செம்பில் களிம்புவிட்டதுபோல் மாசு நீங்கி காட்சி தரும்! இதுவே உண்மைச் செய்தியாகும். இதையுணர்ந்து எல்லோரும் காணுங்கள்.*

(இறையொளியை உள்ளத்தில் நிலைபெறுத்தி நெடிய காலம் வாழ்க!)

நாடிநாடி உம்முளே நயந்துகாண வல்லிரேல்
ஓடியோடி மீளுவார் உம்முளே அடங்கிடும்!
தேடிவந்த காலனும் திகைத்திருந்து போய்விடும்
கோடிகால மும்முகந்து இருந்தவாறு எங்ஙனே. 157

(எ.ரை:) *அன்பர்களே! நீங்கள் உங்களது உள்ளத்திலும் உயிரிலும், விழைவும் ஆர்வமும் கொண்டு நாடிநாடி இறையொளியைக் காணும் வல்லமை பெற்றால் போதும்; அவன் உள்ளிருந்து ஓடியோடி மீள்பவனாயினும் உமது உள்ளேயே ஒளிவடிவில் அடங்கிவிடுவான்.*

இந்த ஆற்றலை நீங்கள் பெறுவதால், உங்களைத் தேடிவந்த கூற்றுவன் திகைத்து அஞ்சி உயிரைப் பிடிக்காமலே போய்விடு

வான்; அதனால் நீங்கள் வியக்குமாறு கோடிக்கணக்கான ஆண்டுகள் நிலைத்திருக்கலாம்.

(உயிராய் இருக்கும் பேரொளியை அறியாமலிருக்கலாமா?)

பிணங்குகின்றது ஏதடா பிரஞ்ஞைகெட்ட மூடரே!
பிணங்கிலாத பேரொளிப் பிராணனை அறிகிலீர்;
பிணங்குவோர் இருவினைப் பிணக்குஅறுக்க வல்லிரேல்
பிணங்கிலாத பெரியஇன்பம் பெற்றிருக்க லாகுமே. 158

(எ.ரை:) *கருத்து வேறுபாடு கொள்ளாத பேரொளி உயிராக இருக்கின்ற கடவுளை இன்னும் அறிந்துணராமலிருக்கின்றீர்களே; ஆவி செத்து உணர்வற்று இருக்கின்ற முட்டாள்களே! இறைவ னோடு பகைகொள்ள உமக்கு என்ன தகுதி இருக்கின்றது?*

கருத்து முரண்படுவோர் நல்வினை-தீவினை ஆகிய இரண்டின் முரண்பாடுகளைக் களைய நீங்கள் வல்லமை பெறுவீரானால், வேறுபாடற்ற உறவான பேரின்பத்தைப் பெற்று நெடிய காலம் இருக்கலாமே!

(மறையவர் மீன் முதலியவற்றைத் தின்ன மாட்டார்)

மீனிறைச்சி தின்றதில்லை அன்றுமின்றும் வேதியர்;
மீனிருக்கும் நீரலோ மூழ்வதும் குடிப்பதும்
மானிறைச்சி தின்றதில்லை அன்றுமின்றும் வேதியர்
மானுரித்த தோலலோ மார்புநூல் அணிவதும். 159

(எ.ரை:) *மறையோதுகின்ற பார்ப்பனர், அன்றும் இந்நாளும் மீனின் புலாலைத் தின்பதில்லை; ஏனென்றால், அந்த மீன் வாழும் நீரைத்தானே அவர்கள் குடிக்கின்றார்கள்; குளித்து மூழ்குகின் றார்கள்; அந்த அன்பால்தான்.*

அதுபோலவே அவர்கள் அக்காலத்தும் இக்காலத்திலும் மானின் புலாலை உண்ண மாட்டார்கள்; ஏனெனில், அவர்கள் மானின் தோலைச் சிறிது நறுக்கியெடுத்து அதைத் தாங்களணியும் பூணூலில் கட்டிக் கொள்கின்றார்; இதுவும் அந்த மான்மேல் கொண்ட அன்பால்தான்.

(வேள்வியில் ஆட்டை வெட்டிப் போடுவதாலே மறையவர் ஆட்டைத் தின்பதில்லை)

ஆட்டிறைச்சி தின்றதில்லை அன்றுமின்று வேதியர்
ஆட்டிறைச்சி அல்லவோ யாதும்நீங்கள் ஆற்றலே;
மாட்டிறைச்சி தின்றதில்லை அன்றுமின்றும் வேதியர்
மாட்டிறைச்சி அல்லவோ மரக்கறிக்கு இடுவது. 160

(எ.ரை:) மறையோதும் பார்ப்பனர் அன்றும் இன்றும் ஆட்டின் புலாலை உண்பதில்லை; ஏனெனில், அவர் செய்கின்ற வேள்வியிலே அந்தப் புலாலைத் தேவருக்கு அமுதாகப் போடுவதால்தான். அதுபோலவே அவர்கள் மாட்டின் இறைச்சியையும் தின்பதில்லை; ஏனெனில், அவர்கள் அன்றுமுதல் இன்றுவரை அவர்கள் உண்ணும் மரக்கறியுணவுக்கு (காய்-கனிகளுக்கு) மாட்டின் புலாலையே (மரம்-செடிகளுக்கு) உரமாக வைத்துப் பயிர் செய்வதால்தான்.

(அனைத்துயிர்க்கும் அடிப்படையாய் இருப்பது முதல்வான தீப்பிழம்பேயாகும்)

அக்கிடீர் அனைத்துயிர்க்கும் ஆதியாகி நிற்பது!
முக்கிடீர் உமைப்பிடித்து முத்தரித்து விட்டது
மைக்கிடில் பிறந்திறந்து மாண்டுமாண்டு போவது
மொக்கிடீர் உமக்குநான் உணர்த்துவித்தது உண்மையே. 161

(எ.ரை:) உணர்ந்துகொள்ளாத மாந்தரே! கேளுங்கள்; படைக்கப்பட்ட அனைத்து உயிர்களுக்கும் முதன்மையாய் இருப்பது சிவக்கடவுளாகிய தீப்பிழம் பாகுமென்பதை அறியமாட்டீர்கள்; படைப்புக்காக, மாயையென்னும் தாய் உம்மைப் பிடித்து முத்தமிட்டு, பாலுணர்ச்சி தந்த பருவத்திலே, காதலால் மயங்கி மீள முடியாமல் முக்கிப் போனீர்கள்; மை போன்ற இருளான ஆணவம் முதலிய மாசுகளால் நீங்கள் பிறந்தும் இறந்தும் மீண்டும் மீண்டும் தொடர்வது உண்மையென்று அறிய மாட்டீர்கள்; இவ்வுண்மை யாவற்றையும் உமக்கு நான் உணர வைக்கும் போது, நீங்கள் ஆர்வமாய்க் (மொக்க) கேட்காமல் இருப்பீர்கள்.

(இறைவன் மறைவாகவே வந்து புகுந்து பேசாமலிருக்கிறான்)

ஐயன்வந்து மெய்யகம் புகுந்தவாறு எங்ஙனே?
செய்யதெங்கு இளங்குரும்பை நீர்புகுந்த வண்ணமே;
ஐயன்வந்து மெய்யகம் புகுந்துகோயில் கொண்டபின்
வையகத்தில் மாந்தரோடு வாய்திறப்பது இல்லையே. 162

(எ.ரை:) மக்களே! எண்ணிப் பாருங்கள்; சிவந்த தென்னை மரத்தின் இளங்குரும்பையிலே தெரியாமல் தண்ணீர் புகுந்த இயற்கைபோல் இறைவன் வந்து எவருக்கும் தெரியாமலே உடம்பிலே புகுந்தான்; இதை யார் எண்ணிப் பார்க்கின்றார்?

இறைவன் வந்து உடம்பினுள்ளே புகுந்து கோயிலாகக் கொண்டிருந்தபின் இந்த உலகில் மனிதரோடு வாய்திறந்து பேசுவதில்லை; இதுவே இறைவன் இயல்பு!

(உடம்பிலே ஐந்தெழுத்தும் இருப்பதையும் மூலக்கனலின் இயக்கத்தையும் அறிந்தவர் இறைநிலை அடைவர்)

நவ்வும்மவ்வை யுங்கடந்து நாடொணாத சியின்மேல்
வவ்வும்யவ்வு ளும்சிறந்த வண்மைஞான போதகம்
ஒவ்வுசுத்தி யுள்நிறைந்தது உச்சியூடு உருவியே
இவ்வகை அறிந்தபோர்கள் ஈசனானை ஈசனே. 163

(எ.ரை:) இறையுண்மை இயக்கம் உடம்பிலே ஆறு ஆதார இடங்களிலே நடைபெறுகின்றது; நமசிவாய என்னும் இறைவனின் ஐந்தெழுத்துக்களும் முறையாக மூலக்கனலில் ந வும், குறியிடத்தில் ம வும், கொப்பூழில் சி யும், நெஞ்சகத்தில் வா வும், கழுத்தில் ய வும் என அமைந்துள்ளன. இவ்வுண்மை வளமான மெய்யறிவாலே புரியும். இவ்வாறு ஆறு இடங்களில், முதலிடமான மூலாதாரத்தில் தோன்றும் கனலாற்றலான குண்டலினியானது இந்த ஐந்தையும் கடந்து, ஆறாவதான புருவநடுவையும் ஊடுருவிச் சென்று தலையின் நடுவிலுள்ள அறிவு மன்றமாம் சிற்சபையை அடைந்து இறையொளியோடு கூடும். இந்த

உண்மையைப் புரிந்தவரே இறைநிலை பெறுவர்; இது உண்மையாகும்.

மூன்றாம் அடி:- ஒவ்வுசுத்தியுள்=பொருந்திய தூய உடம்பில்.

(தோன்றிய காலம் தெரியாத பொருள்கள்)

அக்கரம் அனாதியோ? ஆத்துமம் அனாதியோ?
புக்கிருந்த பூதமும் புலன்களும் அனாதியோ
தர்க்கமிக்க நூல்களும் சாத்திரம் அனாதியோ
தற்பரத்தை ஊடறுத்த சற்குரு அனாதியோ? 164

(எ.ரை:) *அறிவாளர்களே! எண்ணிப் பாருங்கள்:*

எழுத்துகளென்பன தோன்றிய காலம் தெரியாத பழைமை யுடையனவா? ஆன்மாவாகிய உயிரும் தோற்றம் தெரியாததா? உடம்பிலே அமைந்த ஐந்துபூத இயற்கைப் பொருள்களும், உடலிலுள்ள ஐந்து (சுவை, ஒளி, ஊறு, ஓசை, மணம் ஆகிய) அறிவுப் புலன்களும் அத்தன்மையுள்ளனவா? வினா விடை தருகின்ற சிறந்த அறிவுமிக்க நூல்களும், இறையியல், உண்மையில் முதலான நுட்பமுடைய நூல்களும் அத்தன்மை கொண்டவையா? இவையன்றித், தானே தோன்றிய இறைவனைப் பற்றி விளக்கியுரைக்கும் அறிவொளியுடைய (குரு) ஆசானும் அப்படியா? ஆராய்ந்து பாருங்கள்; எல்லாம் மனித வாழ்வுக்காக இறைவனால் படைக்கப்பட்ட மெய்ப் பொருள்களே.

(சிவத்தைப் பார்த்திருக்க முடியாது; பார்த்தால் மறுபிறவி இருக்காது)

பார்த்தது ஏது? பார்த்திடில் பார்வையூடு அழிந்திடும்
சுத்ததாய் இருப்பிரேல் குறிப்பிலச் சிவமதாம்!
பார்த்தபார்த்த போதெல்லாம் பார்வையும் இகந்துநீர்
பூத்தபூவும் காயுமாய் பொருந்துவீர் பிறப்பிலே. 165

(எ.ரை:) *அன்பர்களே! நீங்கள் இறைவனாகிய செம்பொற் பேரொளியைப் பார்த்திருக்க மாட்டீர்கள். பார்த்தாலோ,*

பார்வையில் மெய்யறிவுச் சுடரால் உங்களது ஆன்மவுயிரைப் பற்றியிருந்த மாசுகளும் செருக்காகிய இருளும் அழிந்து, ஆன்மா தூயநிலை (துரியநிலை) அடையும்; அப்போதே உங்களது இறைவேட்கையான அறிவிலே சிவச்செம்பொருள் தோன்றும்!

ஆன்மா தூய்மையடையாமல், எவ்வளவு காலம் பார்த்துத் தவமிருந்தாலும் பார்வைதான் நீண்டு போகும். சிவம் தெரியாது! அதனால் மீண்டும் மீண்டும் பிறந்து பூவும்காயும்போல் மக்களையும் உறவினரையும் பெற்று அதில் மகிழ்வீர்கள்; அவ்வளவுதான்.

(இறைவன் இருக்குமிடத்தை அறிந்தவன் மெய்ப்பொருளாவான்)

நெற்றிபற்றி உழலுகின்ற நீலமா விளக்கினைப்
பற்றியொற்றி நின்றுநின்று பற்றறுத்து என்பயன்?
உற்றிருந்து பாரடா உள்ளொளிக்கு மேலொளி
அத்தனார் அமர்ந்திடம் அறிந்தவன் அனாதியே. 166

(எ.ரை:) தவமிருக்கும் அன்பர்களே! உங்களது நெற்றியின் நடுவிலுள்ள மனத்திலே நீலநிறப் பெருஞ்சுடராம் இறைவனை வைத்துப் பற்றிக் கொண்டு வருந்துகின்றீர்கள்; இதற்காக உடலை வருத்துகின்றீர்கள். இதன் பயனாகப் பற்றுக்களை ஒழித்தீர்களே யன்றி வேறு பெற்றது உண்டா?

இதை விட்டுவிட்டு நீங்கள் உங்கள் உள்ளே உயிரிலே நன்கு பொருந்திப் பாருங்கள்; இங்கே உள்ளொளிக்கு மேலே தலைநடுவாகிய அறிவு மன்றென்னும் 'சிற்சபை'யில் அமர்ந்திருக்கின்ற இறைவனின் செஞ்சுடரொளி தெரியும்; இதை அறிந்தவனே அழியாத காலம் தெரிய முடியாத மெய்ப்பொருளாவான்.

(வேரான கடவுளை நினைந்து வழிபட்டால் சிவத்தைப் பெறலாம்)

நீரையள்ளி நீரில்விட்டு நீர்நினைத்த காரியம்
ஆரையுன்னி நீரெலாம் அவத்திலே இறைக்கிறீர்?
வேரையுன்னி வித்தையுன்னி வித்திலே முளைத்தெழும்
சீரையுன்ன வல்லிரேல் சிவபதங்கள் சேரலாம். 167

(எ.ரை:) *அன்பெனும் பெயரில் வீணாகாதீர்கள். உண்மை யுணர்ந்து செயல்படுங்கள். நீர்வழிபாடு என்ற பெயரில் நீரை அள்ளியெடுத்து அந்த நீரிலேயே விடுகின்றீர்கள்; அதனால் நீங்கள் நினைத்த ஒரு செயலாவது நிறைவேறியது உண்டா? வேறு யாரை நினைந்து இப்படி நீரையெல்லாம் வீணாக இறைக்கின்றீர்கள்? அந்தோ!*

உலகிற்கே வேராகவும் விதையாகவும் இருக்கின்ற ஒருவனை நீங்கள் நினைத்ததுண்டா? அந்த விதையிலே முளைத்தெழுகின்ற பேரொளியின் ஆற்றலை நினைக்க வல்லமை பெறுவீரானால் சிவவொளி தரும் பெரும்பேறுகளை நீங்கள் அடைவீர்கள்.

(பேரொளியைத் தொடர்ந்தவரே என் தலைவர்!)

நெற்றியில் தியங்குகின்ற நீலமா விளக்கினை
உய்த்துணர்ந்து பாரடா! உள்ளிருந்த சோதியைப்
பத்தியில் தொடர்ந்தவர் பரமயமது ஆனவர்
அத்தலத்தில் இருந்தபேர்கள் அவரெனக்கு நாதரே. 168

(எ.ரை:) *தவமிருக்கும் மனிதா! நெற்றியின் நடுவில் பெருஞ்சுடர்விட்டுத் திகழ்கின்ற நீலமணிச்சுடர் போன்ற மனவிளக்கான உயிர்விளக்கை அறிவின் ஆழங்கண்டு உணர்ந்து பாரடா! அந்த ஆன்மவுயிருள்ளே திகழும் பேரொளியாம் கடவுளைத் தூய நெருப்பான அன்பால் உறவு கொண்டவரே மேலான உயிருடையவர். அவரைப் போல் அந்த வரிசையில் உள்ளவரே தகுதியுடையவர். அவரே எனக்குத் தலைவர் ஆவர்.*

(ஐயங்களைப் போக்கித் தெளிவு தந்தது சிவாயம் ஒன்றே!)

கருத்தரிக்கு முன்னெலாம் காயம்நின்றது எவ்விடம்?
உருத்தரிக்கு முன்னெலாம் உயிர்ப்புநின்றது எவ்விடம்
அருள்தரிக்கு முன்னெலாம் ஆசைநின்றது எவ்விடம்
திருக்கறுத்துக் கொண்டதே சிவாயமென்று கூறுவீர். 169

(எ.ரை:) *அன்பரே! இந்த வினாக்களுக்கு விடைகாணுங்கள்: தாயின் கருப்பையிலே ஒரு கருத்தோன்றி வளர்தற்கு முன்னே*

அந்த உடலானது எவ்விடத்தில் இருந்து வந்தது? அதைப்போல் ஓர் உருவம் தோன்றுதற்கு முன்னம் அதையியக்கும் மூச்சுக் காற்றானது எங்கிருந்து புறப்பட்டு வந்தது? ஒருவன் அருள் பெறுதற்கு முன்னே அதற்குரிய வேட்கையான ஆசை எங்கிருந்து வந்தது? இத்தகைய அடிப்படையான உண்மைகளையும் ஐயங் களையும் வினவி, அறியாமையை ஒழித்து நான் ஒளியறிவைப் பெற்றுக் கொண்டது 'சிவாய' மந்திரத்தாலே எனக் கூறுவீராக! எல்லா வினாக்களுக்கும் விடை, சிவக்கனலாம் ஒன்றிலிருந்து வந்தவையே! என உணர்க!

(ஐம்பூதங்களிலிருந்தே அனைத்தும் பிறந்தன)

கருத்தரிக்கு முன்னெலாம் காயம்நின்ற தேயுவில்
உருத்தரிக்கு முன்னெலாம் உயிர்ப்புநின்ற அப்புவில்
அருள்தரிக்கு முன்னெலாம் ஆசைநின்ற வாயுவில்
திருக்கறுத்துக் கொண்டதே சிவாயமென்று கூறுமே. 170

(எ.ரை:) *அன்பரே! விடையைத் தெளியுங்கள்.*

தாயின் கருப்பையில் கருத்தோன்றுதற்கு முன்னமே அந்த உடல், அந்தக் கருவின் அடிப்படையான ஐம்பூதங்களிலொன்றான தீயிலிருந்துதான் பிறந்தது; உடம்பு தோன்றுதற்கு முன்னமே உடலையியக்கும் மூச்சுக்காற்று, நீரிலிருந்து தான் தோன்றியது; அருள் தோன்றுதற்கு முன்னே அதன் அடிப்படையான வேட்கை யென்னும் ஆசை காற்றிலிருந்தே பிறந்தது; இவ்வாறு தெளிவில் லாது குழம்பிய குழப்பங்களையெல்லாம் தீர்த்து உண்மை யறிவைக் கொடுத்தது சிவாயமே என்று கூறுவீராக!

(சிவாயத்தின் வலிமை தீமைகளை அழிக்கும்)

தாதரான தாதரும் தலத்திலுள்ள சைவரும்,
கூதரைப் பறைச்சிமக்கள் கூடிச்செய்த காரியம்
வீதிபோகு ஞானியை விரைந்துகல் எறிந்ததும்
பாதகங்க ளாகவே பலித்ததே சிவாயமே. 171

(எ.ரை:) *தூரமான பெண் அந்த நேரத்தில் ஒருவனோடு முயங்கிப் பெற்ற பிள்ளையை (அக்கால மாந்தர் இழிவெனக்*

கருதியதால்) இடுகாட்டிலே புதைக்குமாறு சொல்லவும், அதைக் கேட்ட பறைச்சியின் மக்களான வெட்டியான்கள் எடுத்துச் சென்று புதைத்த கொடுஞ் செயலொன்றும், தெருவிலே சென்று கொண்டிருந்த அமைதியான தவஅறிவோர் ஒருவரைக் கண்ட சிறியோர் சிலர், தவறாக நினைந்து ஓடிச்சென்று அப்பெரிய வரைக் கல்லால் அடித்த செயலொன்றும் கொடிய தீவினை களென்றே அடியார்களும் கோயிலில் பணிசெய்யும் சைவ அன்பர்களும் கருதி வருந்தினார்கள்.

இவர்கள் சிவாய மந்திரத்தின் வலிமையைப் பெற்றவர் களென்பதால் இவர்கள் வேண்டியபடி தீவினை செய்தவர் களுக்குத் தண்டனை கிடைத்தது.

(உலகில் நடக்கும் துன்பச் செயல்கள்)

ஓடியோடி பாவியழைத்து உள்ளங்கால் வெளுத்ததும்,
பாவியான பூனைவந்து பாலிலே குதித்ததும்,
பணிக்கன்வந்து பார்த்ததும் பாரமில்லை என்றதும்
இழையறுந்து போனதும் என்னமாயம் ஈசனே! 172

(எ.ரை:) இறைவா! இவ்வுலகிலே எதிர்பாராமல் நிகழும் கொடுஞ்செயல்கள்தாம் எத்தனை? அந்தோ! ஒழுக்கக்கேடு களையும் குற்றங்களையும் செய்கின்ற தீவினையாளர்களை ஓடியோடி அழைத்துக் கண்டும், அறிவுரைகள் கூறியும் எனது உள்ளங்கால் வெளுத்து வலுவிழந்துவிட்டதே; தீய பழக்கமுள்ள பூனையானது வந்து சூடான பாலிலே விழுந்து துயரமுற்றதைக் கண்டு வருந்தினேன்; பாம்பு கடிக்கப்பட்ட ஒருவனைப் பார்வை பார்க்க வந்த பணிக்கன் (நச்சு மருத்துவன்) பார்த்ததும், இவன் பிழைக்கமாட்டான் என்று கைவிட்டுச் சென்றதையும் கண்டேன்; உயிராகிய மெல்லிய நூல் அறுந்து (செத்துப்) போனதையும் உணர்ந்தேன். இப்படியெல்லாம் இந்த உலகம் பாழாகத் தெரிகின்றதே; இது என்ன உலகம்? நீயே விளக்க வேண்டும்.

(தலைக்குமேல் எழுகின்ற பேரொளி!)

சதுரம்நாலும் அறையும்எட்டு தானதுஅங்கி மூன்றுமே
எதிரதான வாயுவாறு எண்ணும்வட்டம் மேவியே

உதரதான வரைகளெட்டும் எண்ணுமென் சிரசின்மேல்
கதிரதான காயகத்தில் கலந்தெழுந்த நாதமே. 173

(எ.ரை:) *உடம்பிலே மூலாதாரமென்பது சதுரத்தன்மையும் நான்கிதழ்த் தாமரை மலரும் போன்றது; இதிலிருந்து புறப்பட்டு வரும் கனலொளியானது, எட்டறை கொண்ட புருவ நடுவிலுள்ள ஞாயிறு-திங்கள்-தீ ஆகிய மூன்று சுடர்களோடு கலக்கின்றது; இதற்குக் கீழேயுள்ள கழுத்து இடத்தில் (விசுத்தி) உயிர்வளி யென்னும் காற்று வட்டமாகச் சுழன்று நெஞ்சக இடமான இதயத்தையும் தொடர்பு கொள்கின்றது. இந்த நிலையில், மூலாதார ஒளியோடு மூச்சுடரொளியும் சேர்ந்து புருவ நடுவுக்கு மேலே, தலைநடுவான அறிவு மன்றத்தையும் கடந்து பேரொளி யாகித் தலைக்குமேல் நாதமென்னும் கடவுட் பேரொளியோடு கலந்து காட்சி தரும்!*

(ஐந்தெழுத்தைக் குரு விளக்க உடம்பு ஒளியாகும்)

நாலொடாறு பத்துமேல் நாலும்மூன்றும் இட்டபின்
மேலும்பத்தும் ஆறுடன் மேதிரண்டது ஒன்றுமே
கோலிஅஞ் செழுத்துளே குருவிருந்து கூறிடில்
தோலுமேனி நாதமாய்த் தோற்றிநின்ற கோசமே. 174

(எ.ரை:) *உடம்பிலுள்ள ஆறு அடிப்படைத்தறிகளிலே ஐம்பத்தொரு தாமரை இதழ்கள் கற்பிக்கப்பட்டுள்ளன. வேரான மூலாதாரத்தில் நான்கிதழ்களும், குறியிடத்தில் ஆறும், கொப்பூழிடத்திலே பத்தும், நெஞ்சகத்தில் பன்னிரண்டும், கழுத்தில் பதினாறும், புருவநடுவிலே மூன்றும் என அமைந் துள்ளன. இவை அனைத்தும் உறவுடையன ஆதலால், நமசிவாய என்னும் ஐந்தெழுத்தையும் ஒளிக்குருவானவர் ஓதி விளக்கும் போது இவ்விதழ்கள் ஒளிமயமாகி, மாணவரின் உடல்மேனியும் நாதமென்னும் தகத்தக ஒளியாகிவிடும். இதற்குமேல் தலைமுகடு என்னும் கோசமும் பெருஞ்சுடராய்த் திகழும்.*

(ஐம்பத்தோர் எழுத்துக்களும் ஆகமங்களே!)

கோசமாய் எழுந்ததும் கூடுருவி நின்றதும்
தேசமாய்ப் பிறந்ததும் சிவாயம்அஞ் செழுத்துமே

ஈசனார் இருந்திடம் அனேகஅனேக மந்திரம்
ஆகமம் நிறைந்துநின்ற ஐம்பத்தோர் எழுத்துமே. 175

*(**எ.ரை:**) அன்பர்களே! சிறப்பைத் தெரிந்து கொள்ளுங்கள்: சிவாயம் என்னும் ஐந்தெழுத்துக்கள் உலகைப் பற்றி எடுத்துரைப் பதால், அவையே தலைமேல் சிற்றம்பலச் சுடராகவும், உடல் முழுதும் ஆறு சக்கரங்களாகச் சுழன்று ஊடுருவி வாழ்வைத் தருவதாகவும், நாடுகளும் உலகங்களுமாய்த் திகழ்வதாகவும் கொள்ளப்படும்.*

இதைப் போலவே மேலே குறிப்பிட்ட (உடம்பிலே ஆறு ஆதார இடங்களாய்ச் சொன்ன) ஐம்பத்தோர் எழுத்துக்களும் இறைவன் உறையும் கோயிலாகவும், எண்ணற்ற மந்திரங் களாகவும், ஆகம நூலில் சொல்லப்பட்டதாகவும் போற்றப்படும்.

(நமசிவாய-சிவாயநம இரண்டும் ஆவுடையார்)

அங்கலிங்க பீடமாய் ஐயிரண்டு எழுத்திலும்
பொங்குதா மரையினும் பொருந்துவார் அகத்தினும்
பங்குகொண்ட சோதியும் பரந்தஅஞ் செழுத்துமே
சிங்கநாத ஓசையும் சிவாயமல்லது இல்லையே. 176

*(**எ.ரை:**) ஆவுடையார் என்னும் அருவுருவத் திருமேனி (ஆ- உயிர்; உடையார்-இறைவன்) உயிர்மேல் இறைவன் இருக்கிறார் எனும் உண்மையைப் பேசும். இந்த “அங்கலிங்க”த்திற்குரிய பீடமாக அமைவது ‘நமசிவாய’ என்னும் ஐந்தும், ‘சிவாயநம’ என்னும் ஐந்தும் ஆகும். இவ்விருவகையில், பரந்த ஐந்தெழுத்தான ‘நமசிவாய’ என்பது, உடலிலுள்ள ஆறு ஆதாரச் சக்கரமாகிய தாமரை மலர்களிலும் பொருந்திய அன்புடையாரின் அக மலரிலும் உடலில் பங்கு கொண்ட அனைத்து ஒளிச்சுடர்களிலும் அமைந்துள்ளது. குறுகிய ஐந்தெழுத்தான ‘சிவாயநம’ என்பது சிங்கத்தின் முழக்கமாகிய ஓசையிலும் ‘நாத உண்மை’யாய் உள்ளது. ஆக உலகமே இருவகையான மந்திரங்களில் உள்ளதாக விளக்கம் பெறும்.*

(எல்லாம் தோன்றியதற்கு அடிப்படை சிவத்தீயே!)

உவமையில்லாப் பேரொளிக்குள் உருவமானது எவ்விடம்?
உவமையாகி அண்டத்துள் உருவிநின்றது எவ்விடம்
தவமதான பரமனார் தரித்துநின்றது எவ்விடம்
தற்பரத்தில் சலம்பிறந்து தாங்கிநின்றது எவ்விடம்? 177

(எ.உரை:) அன்பர்களே! விழித்து உணருங்கள்; ஒப்புமை சொல்ல முடியாத பேரொளிக் காட்சியில் கடவுள் உருவம் (அருவுருவம்) தெரிந்தது எந்த இடம்? அறிவுவெளியாகும். ஒப்புமையோடு தலையாகிய அண்டத்துள்ளும் விண் அண்டங்களிலும் ஊடுருவிக் காட்சி தந்தது எந்த இடம்? அது அருள்வெளியாகும். இறைவன் தவக்கோலம் கொண்டு காட்டியது எவ்விடம்? அது சிவவெளியாகும். தானே தானாய்த் தோன்றிய கடவுளிடம் தண்ணீர் (கடல்) பிறந்ததும், ஊழிக்காலத்தின் வெள்ளத்தைச் சடைமுடியிலே தாங்கிக் காத்ததும் எவ்விடம்? ஆக, எல்லாத் தோற்றங்களுக்கும் அடிப்படையாய்-'கருவாய் அமைந்தது சிவத் தீயேயாகும். இவ்வுண்மையை ஓசை ஒளி (நாத-விந்து தத்துவம்) என்பர்.

(இறைவனும் இறைவியும் ஆடல் புரிவதால் உயிர் தோன்றியது)

சுகமதாக எருதுமூன்று கன்றையீன்றது எவ்விடம்?
சொல்லுகீழு லோகமேழும் நின்றவாறது எவ்விடம்
அளவதான மேருவும் அமைவதானது எவ்விடம்
அவனும்அவளும் ஆடலால் அருஞ்சீவன் பிறந்ததே. 178

(எ.உரை:) உயிருண்மை எனப்படும் ஆத்ம தத்துவத்திலிருந்து-எருதாகிய (காளைமாடு) நாதம், மூன்று கன்றான இயற்கை மாயை, தூயமாயை, தீயமாயைகளை ஈன்றது. அதற்குரிய இடம் சிவக்கனல் ஆகும்; இயற்கைக் கருவாகும். வழக்கமாய்ச் சொல்லி வரும் கீழ் உலகம் ஏழையும் தாங்கிக் கொண்டிருக்கும் ஆற்ற லிடம் சிவஆற்றலான சிவசக்தியாகும்; உயரமான அளவிலுள்ள

பொன் (மேரு) மலையைப் பிடித்துக் கொண்டிருக்கும் பேராற்றலும் அருளாற்றலே ஆகும்; இறைவனும் இறைவியும் சேர்ந்து ஐந்தொழிலான (படைத்தல்-காத்தல்-அழித்தல்-மறைத்தல்-அருளல் ஆகிய) ஆடலைப் புரிவதால்தான் உலக உயிரெல்லாம் படைக்கப்பட்டன. எல்லாவற்றுக்கும் கரு சிவக் கனலேயாகும்.

கீழுலகம் ஏழாவன:- அதலம், விதலம், சுதலம், தராதலம், மகாதலம், இரசாதலம், பாதாளம்.

'மூன்று கன்று' என்றதற்கு, நாத உண்மையிலிருந்து தோன்றிய ஆன்ம உயிரானது மூன்று நிலையான பண்பு கொண்டது என்றும் கூறலாம். அவை:- உயர்பண்பு (சத்துவம்), குறைப்பண்பு (தாமதம்), வலியபண்பு (இராக்கதம்) என்பனவாம்.

(அறிவாளிகளே! இவற்றிற்கு விடை சொல்லுங்கள்!)

உதிக்குமென்றது எவ்விடம்? ஒடுங்குமென்றது எவ்விடம்?
கதிக்கு நின்றது எவ்விடம்? கன்றுறக்கம் எவ்விடம்?
மதிக்க நின்றது எவ்விடம்? மதிமயக்கம் எவ்விடம்?
விதிக்கவல்ல ஞானிகாள்! விரித்துரைக்க வேணுமே. 179

(எ.ரை:) அறிவால் எதையும் ஆணையிட்டுரைக்கும் வல்லவரே! என் வினாக்களுக்கு விரிவுரை கூறவேண்டுகின்றேன்.

உலகில் ஒருயிர் ஓரிடத்திலிருந்து தோன்றும் என்பார்களே; அது எவ்விடம்? அந்த உயிர் இறுதியில் சென்று ஒடுங்குமென்று கூறுவரே; அது எந்த இடம்? வாழ்தற்கு அருள் தருகின்ற இடம் எது? கன்றாகிய உயிர் உறங்கும் இடம் எத்தகையது? அறிவாலும் அன்பாலும் போற்றி வணங்கத் தக்கதாக இருக்கும் இடம் எது? உலக உண்மைகள் (தத்துவங்கள்), இறையுண்மை புரியாமல் அறிவு மயங்கிப் போகும் இடம் எது?

ஆக இத்தனைக்கும் விடை ஒன்றுதான். அது, உருவமற்ற சிவமாகிய செம்பொருட் பெருஞ்சுடரே ஆகும். இதையே 'சிவ உண்மை' என்பார்.

(அரும்பில் பூக்காத பூ கடவுளாகிய பூ ஆகும்!)

திரும்பியாடு வாசலெட்டு திறமுரைத்த வாசலெட்டு
மருங்கிலாத கோலமெட்டு வன்னியாடு வாசலெட்டு
துரும்பிலாத கோலமெட்டு சுற்றிவந்த மருளரே!
அரும்பிலாத பூவுமுண்டு ஐயனாணை உண்மையே. 180

(எ.ரை:) *ஊரைச் சுற்றி வருகின்ற அறிவிலிகளே! தவத்தின் ஆற்றலையும் பயனையும் தெரிந்து கொள்ளுங்கள்: தவம் செய்தற்குத் தகுதியான ஒழுக்கமென்று சொல்லப்பட்ட நெறி எட்டாகும். அவை-நல்லொழுக்கம்,* விலக்கவேண்டிய தீயவொ ழுக்கம், இருக்கைநிலை, மூச்சுப்பயிற்சி, உள்ளத்தை ஒருமைப் படுத்தல், மனத்தை இறையோடு சேர்த்தல், இறைமந்திரத்தை நினைவு கூரல், ஒளியோடு கலந்திருத்தல் ஆகும். இவற்றைக் கடைப்பிடிக்க வேண்டும். உடலிலுள்ள தவ ஆதாரம் எட்டாகும். அவை: மூலவேர் இடம், குறியிடம், கொப்பூழிடம், நெஞ்சக இடம், கழுத்திடம், புருவநடு இடம், தலைத்துளையான இடம், தலைநடுவிலுள்ள அறிவுமன்றம் என்பனவாம். இவை தவத் திறனால் மூலாதாரக்கனல் சுழுமுனை நாடி வழிச்சென்று சக்கரங்களைச் சுழலவைக்கும்; அப்போது ஆதார மலர்கள் மலரும். இந்த எட்டு வாசல்வழியே சுழலும் உயிர்வளியான காற்று திரும்பிச் சுழலும். இந்த எட்டுவாசல் வழியாகவே மூலாதாரத்திலுள்ள வன்னியான நெருப்பு சென்றுவரும்.

இத்தவச் செயலின் பயனாய் மாசுமறுவற்ற (துரும்பில்லாத) அழகிய பேறுகள் எட்டு வாய்க்கும்.

அவை:- பொருளை நுண்மையாக்கிக் கொள்ளுதல் (அணிமா), மென்மையாக்கல் (இலகிமா), பருமையாக்கல் (மகிமா), விரும்பியதைப் பெறுதல் (பிராத்தி), அனைத்தையும் அறிதல் (கரிமா), இறையொளி அறிதல் (பிராகாமியம்), இறைமை பெறுதல் (ஈசத்துவம்), எதையும் தன்வயமாக்கல் (வசித்துவம்) என்பனவாகும். இத்தகைய அருளைத்தரும் கடவுள் எந்த அரும்பிலிருந்தும் தோன்றாத கனலாகிய மலராவான். இவ்வுண்மையை ஆணையிட்டு உரைக்கின்றேன்.

(மூன்று சுடரின் ஆற்றலைப் பெற்றவனே சிறந்த தவத்தோன்)

தானிருந்து மூலஅங்கி தணலெழுப்பு வாயுவால்
தேனிருந்து வரைதிறந்து தித்தியொன்று ஒத்தவே
வானிருந்த மதியம்மூன்று மண்டலம் புகுந்தபின்
ஊனிருந்தது அளவுகொண்ட யோகிநல்ல யோகியே. 181

(எ.ரை:) *மூலவேரிடத்திலுள்ள கனலை உயிர்வளிக் காற்றால் எழுப்பி, அதன் ஆற்றலான குண்டலினியை நடுநாடி வழியாக ஆதாரங்களைக் கடந்து சென்று, தலைநடுவான ஆன்ம அறிவாம் வரை (மலை)யைத் திறந்து அங்குள்ள இறையொளி யான தேனைத் தித்திக்கச் சுவைப்பவன் தவத்தோன்; மேலும், வானிலுள்ள ஞாயிறு-திங்கள்-விண்மீன் ஆகிய மூன்றின் ஒளியைத் தனது அறிவுவட்டமான மண்டலத்தில் புகுந்தபின்னே அவன் முன்னிருந்த அளவைவிடப் பேரறிவைப் பெற்ற நல்ல தவத்தோன் ஆகிவிடுவான்.*

(பற்றற்றவன் தலைமேல் ஆடலைக் காணலாம்)

முத்தனாய் நினைந்தபோது முடிந்தஅண்டத்து உச்சிமேல்
பத்தனாரும் அம்மையும் பரிந்துஆடல் ஆடினார்
சித்தரான ஞானிகாள்! தில்லையாடல் என்பீர்காள்!
அத்தனாடல் உற்றபோது அடங்கலாடல் உற்றதே. 182

(எ.ரை:) *இறைவனிடம் அறிவை ஒப்படைத்து மெய்யறி வாளரான மெய்யறிவாளரே! இறைவன் தில்லையில் ஆடல்புரிகின்றான் என்பீர்களே; அந்தத் தில்லை எது தெரியுமா? மனிதனின் தலையே தில்லைதான்; இதை நன்கு உணருங்கள்! அறிவாளி பற்றுக்களையெல்லாம் ஒழித்து விடுதலையான போது, அவனது தலையாகிய அண்ட அறிவுவெளியிலேதான் பரிவு கொண்டு இறைவனும் இறைவியும் இணைந்தே ஆடல் புரிந் தார்கள். அப்படி அவர்கள் ஐந்தொழில் ஆடலை நிகழ்த்தும் போது உலகம் அனைத்தும் அருளொளி ஆகித் திகழ்ந்தது.*

(இறைவனும் இறைவியும் கலந்த ஒருவரே!)

ஒன்றுமொன்றும் ஒன்றுமே உலகனைத்தும் ஒன்றுமே
அன்றுமின்றும் ஒன்றுமே அனாதியானது ஒன்றுமே
கன்றல்நின்ற செம்பொனைக் களிம்பறுத்து நாட்டினால்
அன்றுதெய்வம் உம்முளே அறிந்ததே சிவாயமே. 183

(எ.ரை:) ஒரே தெய்வத்தை நெஞ்சிலே நாட்டுங்கள். இறைவனும் அவனது அருளாற்றலாகிய இறைவியும் கலந்த கடவுள் ஒன்றே. இதுவே உலகனைத்தையும் தழுவிக் கொண்டு ஒன்றாகவே திகழ்கின்றது. இந்த ஒன்றுதான் அக்காலம் முதல் இக்காலம் வரை, தோற்றம் தெரியமுடியாத ஒரு தெய்வமாய்ப் போற்றப்படுகின்றது.

உமது ஆன்மாவாகிய உயிரைச், செம்பிலே களிம்பை நீக்கி ஒளியாக்கினாற்போல் தூய வெளியாக்கினால், அப்போது உம்முள்ளே இந்த ஒரே தெய்வம் குடியிருக்கும்; இதுவே சிவாயமும் ஆகும்.

(இறைவனை நான் உணர்ந்ததால் எல்லாம் விரும்பியதாய் முடிந்தன)

நட்டதா வரங்களும் நவின்ற சாத்திரங்களும்
இட்டமான ஓமகுண்டம் இசைந்தநாலு வேதமும்
கட்டிவைத்த புத்தகம் கடும்பிதற்று இதற்கெலாம்
பெட்டதாய் முடிந்ததே பிராணையான் அறியவே. 184

(எ.ரை:) என் உயிர்த்தலைவனை நான் அறிந்து கொண்ட தாலே, நன்மை தீமைகளையும் உயிர்களுக்குத் தேவையான அறிவுப் பொருள்களையும் உலகத்தையும் உணர்ந்து கொள்ள முடிந்தது.

நட்டதான (நிலையானதான) அருள்வரங்களும் (பயிர்வகை-உணவுப்பொருள்களும்), கற்று ஓதவேண்டிய இறையியல்-உண்மையியல் நூல்களும், அன்பால் வேண்டிச் செய்யும் வேள்வியும், அதனோடு பொருந்திய நான்குமறைகளும், நூலால் கட்டிப் பேணும் பலவகையான புத்தகங்களும் ஆகிய யாவும்

விரும்பக் கூடியவையாகவே அமைந்துவிட்டன. இந்நூல்களைப் பற்றிய ஆய்வும் பிதற்றுங்கூடப் படிக்க வேண்டியவையாய் உணர முடிந்தது. அறிவே வாழ்க!

(மூக்கு வழி வரும் உயிர்க்காற்று அடைபட்டதும், வாழும் உயிரானது போனது தெரியவில்லை)

வட்டமான கூட்டிலே வளர்ந்தெழுந்த அம்புலி
சட்டசமீ பத்திலே சங்குசக் கரங்களாய்
விட்டதுஅஞ்சு வாசலில்; கதவினால் அடைத்தபின்
முட்டையில் எழுந்தசீவன் விட்டவாறது எங்ஙனே? 185

(எ.ரை:) *விண்ணிலிருக்கும் திங்களாகிய அம்புலி, மனிதனின் தலைமூளையாம் வட்டக்கூட்டிலே ஊடுருவி அறிவொளியாய் ஆன்ம உயிரில் கலந்து இயங்குவதாய்க் கூறுவர். மூக்கு வழியே இவ்வுயிருக்கு வரும் உயிர்வளியானது, சங்குபோல் ஒலித்துச் சக்கரம்போல் சுழன்று இயங்கும். இந்தக் காற்று மூக்குவழியன்றி, ஐந்து அறிவுப்பொறி (மெய், வாய், கண், மூக்கு, செவி) வாயிலாகவும் விடப்படும். வாழ்நாள் இறுதியில், இந்த வாசல் இயற்கையென்னும் கதவால் அடைபடும்போது, கருமுட்டையில் தோன்றிவந்த மனித உயிர் பிரிந்து சென்ற வழி யாருக்கும் தெரிவதில்லை. ஏன்? இது கடவுளின் மறைப்பாற்றல் எனப்படும்.*

(உடம்பென்னும் ஊடகத்தில் இறைவனைக் காணலாம்)

கோயில்பள்ளி ஏதடா! குறித்துநின்றது ஏதடா!
வாயினால் தொழுதுநின்ற மந்திரங்கள் ஏதடா
ஞாயமான பள்ளியில் நன்மையாய் வணங்கினால்
காயமான பள்ளியில் காணலாம் இறையையே. 186

(எ.ரை:) *பள்ளி என்பதும் கோயில் என்பதும் மக்கள் கூடி அன்பால் கலக்கும் திருவிடமாகும். மனிதன் தனது உடம்பாகிய பள்ளியில் இறைவனை அன்பால் நன்னெறியோடு நினைந்துருகி வழிபட்டால் இங்கேயே காணலாம். இவ்வாறு இயற்கை யிருக்கும் போது, கோயிலென்றும் பள்ளியென்றும் தேடி அங்கே*

ஏன் செல்லவேண்டும்? அங்கே நீ மனத்தில் குடிகொண்ட கடவுளை உன்னால் காண இயலுமா? அங்கே வாயினால் நீ வணங்கிச் சொல்லும் மந்திரங்களாலே எதை வரவழைக்க முடியும்? இவ்வுண்மையை மெய்யறிவால் எண்ணிப்பாரடா, மனிதா!

(பேரொளியான கடவுளை எல்லா மந்திரங்களாலும் போற்றி வணங்கலாம்)

நல்லவெள்ளி ஆறதாய் நயந்தசெம்பு நாலதாய்
கொல்லுநாகம் மூன்றதாக் குலாவுசெம்பொன் இரண்டதாய்
வில்லினோசை ஒன்றுடன் விளங்க ஊத வல்லிரேல்
எல்லையொத்த சோதியானை எட்டுமாற்ற லாகுமே. 187

(எ.ரை:) *எல்லா மந்திரங்களும் ஒரே பேரொளியில் பிறந்த உண்மையாலே சிவச்செம்பொருளை எல்லா மந்திரங்களாலும் ஒரு ஏழு நாட்களிலே ஓதி வழிபடலாம்.*

தூய வெள்ளிக்கிழமையில் 'சரவணபவ' என்னும் ஆறெழுத்து மந்திரத்தையும், செவ்வாயில் 'சிவசிவ' எனும் நான்கெழுத்து மந்திரத்தையும், நாகநிறமான புதனில் 'சிவாய' எனும் மூன்றெழுத்து மந்திரத்தையும், பொன்னிறமான வியாழனில் 'சிவ' எனும் இரண்டெழுத்து மந்திரத்தையும், சனியில் வில்லினோசை போன்ற 'ஓம்' எனும் ஓரெழுத்து மந்திரத்தையும் தெளிவாகப் பொருளுணர்வோடு முறையாக உருச்செய்ய வல்லமை பெறுவீரானால் எல்லையில்லாத பேரொளிக் கடவுளின் அருளைப் பெறுவீர்கள்; மேலும், பொது நோக்கிலே 'ஓம் நமோ நாராயணாய' என்னும் எட்டெழுத்து மந்திரத்தையும் ஓதலாம்.

(மனமாசை அறுத்த மெய்யறிவாளரே பிறவியை அறுப்பர்)

மனத்தகத்து அழுக்கறாத மவுனஞான யோகிகள்
வனத்தகத்து இருக்கினும் மனத்தகத்து அழுக்கறார்;
மனத்தகத்து அழுக்கறுத்த மவுனஞான யோகிகள்
முலைத்தடத்து இருக்கினும் பிறப்பறுத்து இருப்பரே. 188

(எ.ரை:) *மனத்துள் ஊறிவரும் அழுக்காகிய மாசினை அழித்தொழிக்காத வாய்பேசாத தவமெய்யறிவாளர்கள், காட்டிற் சென்று தவம் மேற்கொண்டாலும் மனத்தில் அழுக்குடைய வராகவே இருப்பார்கள். உள்ளத்தினுள்ளே களிம்புபோல் ஊறிவரும் மாசுகளையும் குற்றங்களையும் முழுமையாக ஒழித்து, தூய்மையான வாய்பேசாத தவமெய்யறிவோர் முலையுடைய பெண்டிரின் (குடும்பத்துடன்) சூழ்நிலையில் வாழ்ந்தாலும் பிறவியை ஒழித்து இனிமேல் பிறவாமல் இருப்பர்.*

(புரியாத புதிராயுள்ள கடவுளை யாரால் காண இயலும்?)

உருவமல்ல ஒளியுமல்ல ஒன்றதாகி நின்றதே!
மருவுமல்ல கந்தமல்ல மந்தநாடி உற்றதல்ல
பெரியதல்ல சிறியதல்ல பேசுமாவி தானுமல்ல
அரியதாக நின்ற நேர்மை யாவர்காண வல்லிரே. 189

(எ.ரை:) *முழுமுதற்கடவுளாய்ச் செம்பொருட் பேரொளியாய்ப் போற்றப்படுகின்ற ஒரே மெய்ப்பொருளென்பது, எந்த ஒரு வடிவமும் அன்று; தெரியும் ஒளியும் அன்று; ஒரு மனமும் அன்று; மணமுள்ள பொருளும் அன்று; உடம்பில் தவஞ் செய்யும் போது தோன்றும் மூலக் கனலின் துணையோடு இயங்கும் நடுநாடி ஒளியிலே பொருந்திய ஒளிப்பொருளும் அன்று; அது ஒரு பெரிய மலையும் அன்று; சிறிய பொருளும் அன்று; உடம்புக்குள்ளிருந்து பேசும் ஓர் உயிரும் அன்று; ஆதலால், இப்படி அருமையாய் நிலைத்திருக்கும் கடவுளின் நுட்பத்தைக் கண்டுரைக்க வல்லவர் இவ்வுலகிலே இருப்பவர் யார்? அதுதான் இன்னும் தெரியவில்லை.*

(நாவிலே நவிலும் சிவசிவ என்பதே சிவாயமே!)

ஓரெழுத்து உலகெலாம் உதித்தஉட் சரத்துளே;
ஈரெழுத்து இயம்புகின்ற இன்பமேது அறிகிலீர்!
மூவெழுத்து மூவராய் மூண்டெழுந்த மூர்த்தியை
நாலெழுத்து நாவிலே நவின்றதே சிவாயமே. 190

(எ.ரை:) மக்களே! மந்திரங்களின் நுட்ப இன்பத்தை உணர்ந்து கொள்ளுங்கள்.

உலகமெல்லாம் (ஐம்பூதங்கள் முதலியன) தோன்றுவதற்குக் கருவாய் இருந்தது ஓரெழுத்தாகிய ஓங்காரமேயாகும்; அதுவே நாம் உள்ளே இழுத்து விடுகின்ற மூச்சுக்காற்றாகும். சிவ என்னும் இரண்டு எழுத்துக்களை ஓதும்போது ஏற்படும் இன்பத்தை மக்களாகிய நீங்கள் இன்னும் அறியாமலிருக்கின்றீர்களே. 'சிவாய' எனும் மூன்றெழுத்துப் போன்ற மலரவன், மாலவன், அரன் என்னும் மூவரும் பிறத்தற்கு அடிப்படையான தெய்வத்தையும் அதன் பெயரான சிவசிவ என்னும் நான்கெழுத்தையும் நாவிலே வைத்து இனித்துச் சொன்னதும் சிவாயமே ஆகும்.

(உலக முதலான ஓசையும் ஒளியுமே ஐம்பூதமாய் ஐந்தெழுத்தாய் ஆயின)

ஆதியந்த மூலவிந்து நாதம்ஐந்து பூதமாய்
ஆதியந்த மூலவிந்து நாதம்ஐந்து எழுத்துமாய்
ஆதியந்த மூலவிந்து நாதம்மேவி நின்றதும்
ஆதியந்த மூலவிந்து நாதமே சிவாயமே. 191

(எ.ரை:) உலகம் அனைத்தின் முழுமையான தோற்றத்திற்கு வேராய் அமைந்தவை ஒளி (விந்து)யும் ஓசை (நாதம்)யும் ஆகும். இவற்றிலிருந்து பிறந்தவையே வானம், காற்று, தீ, நீர், நிலம் ஆகிய ஐந்துமாகும். இந்த வேரான ஒளியும் ஓசையுமாகிய இரண்டிலிருந்தே 'நமசிவாய' எனும் ஐந்தெழுத்துக்களும் தோன்றின. இந்த முதலும் முடிவுமான வேராகிய ஒளியையும் ஓசையையும் சார்ந்து நின்ற கடவுள் மந்திரமும் சிவாயமே என அறியவேண்டும்.

(அறங்கள் செய்தவர் ஆள்வதும் மறங்கள் செய்தவர் வீழ்வதும் இயல்பேயாம்)

அன்னமிட்ட பேரெலாம் அனேககோடி வாழவே;
சொன்னமிட்ட பேரெலாம் துரைத்தனங்கள் பண்ணலாம்;
வின்னமிட்ட பேரெலாம் வீழ்வர்வெந் நரகிலே
கன்னமிட்ட பேரெலாம் கடந்துநின்றல் திண்ணமே. 192

(எ.ரை:) *உலக வாழ்விலே ஏழையெளிய மக்களுக்கு இரங்கி, சோறு வழங்கிய அன்பர்களெல்லாம் கோடிக்கணக்கில் வளமான இனிய வாழ்வு வாழ்வார்கள்; தங்கக் காசுகளைத் தகுதியுடைய வருக்குக் கொடையாய் நல்கியவர்கள் நாட்டை ஆட்சிபுரியும் பேற்றைப் பெறுவார்கள். பிறருக்குச் சூழ்ச்சியாலும் சூதாலும் கேடு செய்தவர்களோ கொடிய துன்பந்தரும் நரகத்திலே வீழ்ந்து அழிவார்கள்; வீட்டுச் சுவரிலே துளையிட்டுக் களவு செய்தவரோ நரகத்தைவிடக் கொடிய துயரில் ஆழ்ந்து மடிவார்கள்; இது உறுதியே!*

(ஒளி பெற்ற அருளாளரின் உயரிய வாழ்வு வியப்புக்குரியது)

ஓதொணாமல் நின்றநீர் உறக்கம்ஊணும் அற்றநீர்
சாதிபேதம் அற்றநீர் சங்கையின்றி நின்றநீர்
கோதிலாத அறிவிலே குறிப்புணர்ந்து நின்றநீர்
ஏதுமின்றி நின்றநீர் இயங்குமாறது எங்ஙனே? 193

(எ.ரை:) *அருளொளி பெற்றவரின் பெருவாழ்வு இப் பாடலில் பேசப்படுகின்றது:*

இறையொளி பெற்றவரே! நீர் எந்த நூலையும் எடுத்து ஓதுவது இல்லை; உண்பதும் இல்லை; உறங்குவதுமில்லை; யாரையும் சாதி வேறுபாடு எண்ணங்கொண்டு பார்ப்பது இல்லை; எந்த ஒரு பொருள் பற்றியும் ஐயங்கொள்ளாமல் தெளி வாகவே செயல்புரிகின்றீர்; மாசற்ற தூய அறிவினால் பிறருடைய மனக்கருத்தறிந்து தக்கவாறு அருள் செய்கின்றீர்; இவற்றிற் கெல்லாம் மேலாக நீர் எந்த ஒரு பற்றுமின்றி ஒளியையே பற்றி நிற்கின்றீர். இப்படியெல்லாம் உம்மால் எப்படி இயங்கி வாழ முடிகின்றது? இது ஒரு வியப்பே என்பேன்.

(சடங்குகள் செய்வோரே! நிலம் பிளப்பதும் வான் இடிந்து நின்றதும் ஏன்?)

பிறந்தபோது கோவணம் இலங்குநூல் குடுமியும்
பிறந்ததுடன் பிறந்ததோ? பிறங்குநாள் சடங்கெலாம்

மறந்தநாலு வேதமும் மனத்துளே உதித்ததோ?
நிலம்பிளந்து வானிடிந்து நின்றதென்ன வல்லிரே! 194

(எ.ரை:) *வல்லவர்களே! நீங்கள் பிறந்தபோது, உங்களது உடலோடு கோவணமும் மார்பிலே விளங்கும் பூணூலும் தலையிலே குடுமியும் சேர்ந்தே பிறந்தனவா? நீங்கள் சிறப்பான நாட்களில் செய்யும் சடங்குகளெல்லாம் நீங்கள் மறந்த நான்கு மறைகளிலே உண்டா? அன்றி, இவையெல்லாம் உங்கள் விருப்பம்போல் உங்கள் மனத்திலே தோன்றியவையா?*

இயற்கையாய் நிலம் வெடித்துப் பிளப்பதும் வானிடிந்து இடிவிழுவதும் பற்றியெல்லாம் பகுத்தறிவாலே நீங்கள் ஆராய்ந்ததும் உண்டா? வல்லவரே! சொல்லுங்கள்.

(தலைமேல் தோன்றும் பேரொளிக்கூத்தும் உன் ஒளியும் ஒன்றேயாகும்)

துருத்தியுண்டு கொல்லருண்டு சொர்ணமான சோதியுண்டு
திருத்தமாய் மனத்திலுன்னித் திகழஊத வல்லிரேல்
பெருத்ததூணில் அங்கியே பிழம்பதாய் விரிந்திடும்
நிருத்தமான சோதியும் நீயுமல்லது இல்லையே. 195

(எ.ரை:) *அன்பரே! உமது உடம்பிலே துருத்தியாகிய உயிர்வளிக்காற்று உண்டு; அதை இயக்க ஆன்ம உயிராகிய கொல்லருண்டு; உருக்கி ஒளியாக்க தங்கமாகிய கடவுட் பேரொளி உண்டு; இவற்றைக் கொண்டு மனத்தில் குறிக்கோளுடன் அன்பாய் நினைந்து திருத்தமாய்ச் செயல்பட்டு உயிர்க் காற்றை ஊத வல்லமை பெறுவீரானால், அப்போது, உங்களது மூலாதாரக் கனல், நடுநாடியைத் தூண்போல் பெருக்கச் செய்து, ஆறு சக்கரங்கள் வழியே தலைக்குச் சென்று ஆன்ம அறிவு மன்றமான அம்பலத்தில் பேரொளிப் பிழம்பாய்த் தோன்றும்; இதுவே தலைமேல் பேரொளிக் கூத்தாய் நிகழும். இந்தப் பேரொளியும் உமது ஆன்மப் பேரொளியும் வேறல்ல; ஒன்றே என்பதை உணரவேண்டும்.*

(ஆரவாரப் பூசனைகளை ஆண்டவன் விரும்ப மாட்டானே)

வேடமிட்டு மணிதுலக்கி மிக்கதூப தீபமாய்
ஆடறுத்துக் கூறுபோட்ட அவர்கள்போலும் பண்ணுவீர்
தேடிவைத்த செம்பெலாம் திரள்படப் பரப்பியே
போடுகின்ற புட்பபூசை பூசையென்ன பூசையே. 196

(எ.ரை:) கடவுள் பூசனையில் பகுத்தறிவையும் பயனாக்க வேண்டும்.

ஆருயிரைப் படைத்த இறைவன், தனக்கு ஓர் ஆருயிரையே பலியாக்க விரும்ப மாட்டானே. ஆனால், நாட்டிலே நடக்கும் கொடுமையை எப்படி உரைப்பேன்? ஐயோ! சில கோயில்களிலே பூசாரி, தன்னை வேடமிட்டு ஒப்பனை செய்து கொண்டு, பூசனைக்குரிய மணியை விளக்கியடித்தபடி, வரிசையாக மணப் புகையை மிகுதியும் காட்டுவார். அத்துடன் திருவிளக்கையும் காட்டிவிட்டு, ஆருயிராகிய ஆட்டையும் வெட்டி அதுவே அமுதெனப் படைப்பார். அருள்நெஞ்சில்லாத அவரைப்போல அருமறை கற்ற நீங்களும் பயன்தராத சடங்குப் பூசனைகளைச் செய்கின்றீர்களே! இறைவன் திருமுன்னே, நீங்கள் சேர்த்து வைத்த, பலவகையான, செம்பால் செய்யப்பட்ட கலசங்களைப் பரப்பி, மலர்மாலை சார்த்திப் பூசனை என்னும் பெயரில் ஆற்றுகின்றீர்கள். இதுதான் பூசனையா? இறைவன் விரும்புவது மனத்தூய்மையும் அன்பும் அன்றோ!

(தலைமேல் நின்ற இறையொளியைக் கையால் பிடித்து உறவு கொள்ள வீடுபேறு வாய்க்கும்)

முட்டுகண்ட தூமையின் முளைத்தெழுந்த சீவனைக்
கட்டிக்கொண்டு நின்றிடம் கடந்துநோக்க வல்லிரேல்
முட்டுமற்று கட்டுமற்று முடியினின்ற நாதனை
எட்டுத்திக்கும் கையினால் இருத்தவீடு அதாகுமே. 197

(எ.ரை:) பெண்ணிற்குத் திங்களில் பூப்பு நிகழ்ந்தபின் கணவனோடு கூடுதலால் ஏற்படும் செம்பாலெனும் சுரோணிதத்

திலிருந்து உருவாகும் கருவிலே பிறந்த உயிரைத் தழுவிக்கொண்ட உடம்பின் வாழ்வைக் கடந்து அப்பாலுள்ள இறையொளியை நோக்கி வணங்க வல்லமை பெறுவீரேல், நீங்கள், அந்த உயிரும் உடலும் இல்லாத கடவுளை, உங்களது தலையின்மேலே அறிவு அம்பலத்தில் எட்டுத்திசையும் சுடரொளி விரிந்து பரவும் ஆடலரசைக் கையிலே சிக்கெனப் பிடித்துக் கொண்டு பேரின்ப வீட்டை அடையலாம்.

(விண்ணிலுள்ள மூன்று சுடரையும் ஓங்காரத்தில் உணரவல்லவர் பிறவியிலிருந்து விடுதலை பெறுவர்)

அருக்கனோடு சோமனும் அதுக்கும் அப்புறத்திலே
நெருக்கியேறு தாரகை நெருங்கிநின்ற நேர்மையை
உருக்கியோர் எழுத்துளே ஒப்பிலாத வெளியிலே
இருக்கவல்ல பேரலோ இனிப்பிறப்பது இல்லையே. 198

(எ.ரை:) விண்ணகத்திலே, ஞாயிறும் திங்களுமாகிய கோள்களும், அதற்கு அப்பாலுள்ள நெருக்கமாய்த் தெரியும் எண்ணற்ற சுடர்மிக்க விண்மீன்களும் அடுக்காய் அமைந்திருக்கும் ஒழுங்கை வியந்து, மனத்தை நெகிழவைத்து, ஒரே எழுத்தாகிய ஓங்காரத்திலே அவையெல்லாம் (நாத-விந்துதத்துவத்தில்) பிறந்தன என்று உணரவும், அவை ஒப்பில்லாத சிவ நெருப்பிலே தோன்றியவை என்று கருதவும் வல்லவர் எவரோ, அவரே இனிப் பிறப்பு வரிசைக்கு வரமாட்டார் என்பதை அறிக.

(உலக உருண்டையில் அறிவுவெளியிலே கமழ்வது சிவாயம்)

மூலவட்ட மீதிலே முளைத்தஅஞ்சு எழுத்தின்மேல்
கோலவட்ட மூன்றுமாய் குலைந்தலைந்து நின்றநீர்
ஞாலவட்ட மன்றுளே நவின்றஞான மாகிலோ
ஏலவட்ட மாகியே இருந்ததே சிவாயமே. 199

(எ.ரை:) ஒளி (விந்து) உண்மையிலமைந்த மூலக் கனலிடத்திலே விளைந்த 'நமசிவாய' என்னும் ஐந்தெழுத்துக்களும் தோன்ற அடிப்படையாய் அமைந்தது அழகிய வட்டமான

ஓங்காரம். அது (அ+உ+ம என்னும்) மூன்று எழுத்துக்களாய்ப் பிரிந்து மூன்று பொருளை உணர்த்தும். அவற்றிலே 'உ' என்பது உயிரைச் சுட்டும்; அந்த உண்மையில் வந்தவர் நீங்களே; இந்த உலகமாகிய உருண்டையில் நீங்கள் அறிவு மன்றிலே புகழப்பட்ட மெய்யறிவு வடிவாய் விளங்கும்போதே, ஏலம்போல் கமழ்கின்ற ஒளிவட்டமான சிவாயம் இருப்பது புரியும்.

(கரு அறையில் மூவர் ஒலிப்பது சிவாய மந்திரமே)

சுக்கிலத் திசையுளே சுரோணிதத்தின் வாசலுள்
முச்சதுரம் எட்டுளே மூலாதார அறையிலே
அச்சமற்ற சவ்வுளே அரிஅரன் அயனுமாய்
உச்சரிக்கும் மந்திரம் உண்மையே சிவாயமே. 200

(எ.ரை:) *ஆணின் வெண்பாலாகிய சுக்கிலம் செல்லும் நேரே செம்பாலான சுரோணிதம் ஊறுகின்ற வாயிலுள் (உடம்பிலுள்ள எட்டுச்சக்கர இடங்களில் அடிப்படையான) மூலாதார இடமான கனலறையிலே தொடர்புடைய வலிமையான அச்சமற்ற சவ்வெனும் கருப்பையிலே திருமால், அரன், நான்முகன் ஆகிய மூவரும் இருந்து, மூன்று தொழில்களான படைத்தல் காத்தல் அழித்தல் என்பவற்றைச் செய்யவே இந்த மந்திரமான சிவாயத்தை ஆர்வமுடன் சொல்லி வேண்டுவர். இது உண்மையே!*

(இறைவனின் ஆடலொளியில் ஐவரும் தெரிவார்)

பூவும்நீரும் என்மனம் பொருந்துகோயில் என்னுளம்
ஆவியோடு லிங்கமாய் அகண்டமெங்கும் ஆகிலும்
மேவுகின்ற ஐவரும் விளங்குதீப தீபமாய்
ஆடுகின்ற கூத்தனுக்கோர் அந்திசந்தி இல்லையே. 201

(எ.ரை:) *மக்களே! உண்மைகளை நம்புங்கள்:*

இறைவழிபாட்டுக்குரிய பூவும்நீரும் என் மனத்திலேயே ஆழமாக உள்ளன; என் உள்ளமாகிய ஆன்ம உயிர் இறைவன் உறைகின்ற பொருத்தமான கோயிலாகும்; இறைவனோ அண்டகோள்களிலும் விரிந்த உலகங்களிலும் வாழ்கின்ற ஆவி (சீவன்)யாகவும் அடையாளமான இலிங்கமாகவும் திகழ்கின்றான்.

இந்த நிலையில், உயிர்களின் வாழ்வு இயக்கத்திற்காக, இறைவன் ஐந்தொழிலையும் காட்டுதற்காகவே ஆடற்கூத்தை நிகழ்த்து கின்றான். இந்த ஐந்து (படைத்தல்-காத்தல்-அழித்தல்-மறைத்தல்-அருளல் ஆகிய) தொழில்களையும் செய்ய ஐவரை (நான்முகன்-திருமால்-உருத்திரன்-மகேச்சுரன்-சதாசிவம் என்போரை) இறைவனே படைத்துள்ளான்; இறைப்பேரொளியிலே தான் இவர்கள் விளங்குகின்றனர். முழுமுதலான சிவத்திற்கு மாலை-காலை என்பது இல்லை; அவன் எப்பொழுதும் ஆடிக்கொண்டே இருக்கின்றான்.

(என் உயிரில் நீ கலந்தபோதே இருவரும் ஒன்றானோம்)

உருக்கலந்த பின்னலோ உன்னைநான் அறிந்தது
இருக்கிலென்? மறக்கிலென்? நினைந்திருந்த போதெலாம்
உருக்கலந்து நின்றபோது நீயும்நானும் ஒன்றலோ!
திருக்கலந்த போதலோ தெளிந்ததே சிவாயமே. 202

(எ.ரை:) *இறைவா! உனது திருவுருவம் எனது உள்ளத்தில் படமாய்க் கலந்த பின் அல்லவா உன்னை நான் அறிந்து கொண்டேன்; நான் உன்னை நினையாமல் இருந்து பயன் ஒன்றுமில்லை; மறப்பதாலும் நன்மை இல்லை. உன்னை நினைந்திருந்த போதெல்லாம் உனது திருவுருவைக் கண்டு கலந்து இன்புற்றேன்; அந்தக் கலந்த உறவால்தான் நீயும் நானும் ஒன்றானோம். இப்படியே உனது அருளொளியாகிய செல்வம் (அழகு) கலந்தபோதே வாழ்விலே சிவாயமாகிய தெளிவு (அறிவு) நிலைத்தது.*

(அஞ்செழுத்தாலே அனைத்தையும் தெளிந்து கொள்க!)

சிவாயஅஞ் செழுத்திலே தெளிந்துதேவர் ஆகலாம்
சிவாயம்அஞ் செழுத்திலே தெளிந்துவானம் ஆளலாம்
சிவாயம்அஞ் செழுத்திலே தெளிந்துகொண்ட வான்பொருள்
சிவாயம்அஞ் செழுத்துளே தெளிந்துகொள்ளும் உண்மையே. 203

(எ.ரை:) *ஆர்வலர்களே! தெரியுங்கள்:*

சிவாய என்னும் அஞ்செழுத்திலுள்ள உண்மையியலைக் கற்றுணர்ந்து தெளிவு பெற்றால் விண்ணகத் தேவரின் உயர்நிலையை அடையலாம்; சிவாய ஐந்தெழுத்திலுள்ள உயரிய கோட்பாட்டையறிந்து தெளிந்து கொண்டால் வானுலகையே ஆட்சி புரியமுடியும், சிவாய என்னும் திருவைந்தெழுத்திலுள்ள கடவுளான வான்பொருளைச் சிவாய என்பதாலேயே உணர்ந்து தெளிந்து பேரின்ப வாழ்வை அடையுங்கள்.

(பொய்யுடலை வைத்தே மெய்ப்பொருளை நுகரவேண்டும்!)

பொய்க்குடத்தில் ஐந்தொதுங்கி போதும்வீசு மாறுபோல்
இச்சடமும் இந்தியமும் நீருமேல் அலைந்ததே!
அக்குடம் சலத்தைமொண்டு அமர்ந்திருந்த வாறுபோல்
இச்சடம் சிவத்தைமொண்டு உகந்தமர்ந்து இருப்பதே. 204

(எ.ரை:) *இறையின்பத்தை உணர்ந்து பாருங்கள்!*

உடம்பு அழிந்து போவதாயினும், அது ஐந்து பூதங்களால் ஆனதால் அதிலிருந்தே வாழ்வைப் பெற முடிகின்றது. இந்த அறிவற்ற உடம்பும் ஐந்து அறிவுப்பொறி புலன்களும் குளத்து நீரிலுள்ள தாமரையிலையில் அலையால் நீர் புரண்டு அலைதல் போன்ற வாழ்வையுடையனவே. இருந்தாலும் மனித வாழ்வு, உடையும் குடத்திலே இருக்கின்ற தண்ணீரை எடுத்துப்பருகி வேட்கையைப் போக்குவது போல்தான்! இந்த உண்மை போலவே நாம் நமது அழிந்துபோகும் உடம்பிலே இருக்கும் சிவமான மெய்ப்பொருளை, அறிவுக்குத் தக்கவாறு உணர்ந்து எண்ணி அள்ளிக் கொண்டு இன்பத்தால் வாழ்கின்றோம். இதுவே உண்மையாம்!

(பறக்கவிடும் பட்டம் போன்றதே நம் உயிர்வாழ்க்கை)

பட்டமும் கயிறுபோல் பறக்கநின்ற சீவனை
பார்வையாலே பார்த்துநீ படுமுடிச்சு போடடா!
திட்டவும் படாதடா சீவனை விடாதடா!
கட்ட டாநீ சிக்கெனக் களவறிந்த கள்ளனை! 205

(எ.ரை:) *மனிதா! நீ இறைவனை நோகாமல் உனது உயிரைக் காத்துக்கொள்க! இந்த உடலோடு கூடிய உயிர் பட்டமும் அதைக்கட்டிய கயிறும்போல் பறக்கக்கூடிய இயல்புடையது. கயிறாகிய உயிர் அறுந்து போகாமல் நீ பார்த்துப் பார்த்து அறிவோடு இறுக்கமாய் முடிச்சுப் போடவேண்டும்; கவனம் இல்லையேல் கயிறு அறுந்து போகும்; அதுபோல் உயிரும் உடலைவிட்டுப் போய்விடும்! உயிர் போனபின் யாரைத் திட்டி என்ன பயன் பெறமுடியும்? ஆகவே, உயிரானது கள்ளனைப் போல் களவு செய்யக் கூடியது; போகவிரும்பினால் போய்விடும்; எனவே, நீ உயிரைச் சிக்கென இறுகக்கட்டிப் பேணிட வேண்டும். இங்கே கள்ளனை இறைவனென்றும் கூறலாம்.*

(இறையின்பத்தை எடுத்துரைக்க எனக்கு வேறு துணைவர் இல்லையே!)

அல்லிறந்து பகலிறந்து அகப்பிரமம் இறந்துபோய்
அண்டரண்ட மும்கடந்த அனேகனேக ரூபமாய்
சொல்லிறந்து மனமிறந்த சுகசொரூப உண்மையைச்
சொல்லியாற என்னில்வேறு துணைவரில்லை ஆனதே. 206

(எ.ரை:) *என் அகவுயிரிலே அமர்ந்திருக்கும் ஒரே கடவுள் தான், இரவு பகல் கடந்த நிலையில் அப்பாலுக்கப்பாலாய் எங்கும் கடந்தவன்; அவனே தேவர்கள் வாழும் அண்டங்களை யெல்லாம் கடந்தவன்; அவன் எத்தனையோ வடிவங்களில் காட்சி தருபவன்; அவன் மனித அறிவுக்கு அகப்படாதவன்; அவனது இன்ப வடிவத்தை நுகர்ந்து மனத்தாலும் சொல்லாலும் யாரும் வெளியிட்டுரைக்க முடியாது. இருப்பினும் நான்பெற்ற இன்பத்தைச் சொல்லியாற்ற நினைத்தாலும் என்னைத் தவிர வேறு துணைவர் இல்லையே! என்ன செய்வேன்?*

(பெண்ணின் கருமுட்டையில்தான் ஐம்பூத உடம்பே உருவாகிப் பிறக்கின்றது)

ஐயிரண்டு திங்களாய் அடங்கிநின்ற தூமைதான்
கையிரண்டு காலிரண்டு கண்ணிரண்டும் ஆகியே
மெய்திரண்டு சத்தமாய் விளங்கிரச கந்தமும்
துய்யகாயம் ஆனதும் சொல்லுகின்ற தூமையே. 207

(எ.ரை:) *பெண்ணிற்குப் பத்துத் திங்களாய் வெளியாகாமல் அடங்கியிருந்த (தீ-நீர்-மண் ஆகிய பூதக் கூட்டுப் பொருளால் உருவாகும்) தூமையென்னும் கருப்பொருளே கைகளாகவும் கால்களாகவும் கண்களாகவும் உருவாகி உடம்பும் திரண்டு முழுமையடைகின்றது; அப்போதே உயிரும் பொருந்தி, அதனோடு தொடர்புடைய மனம், அறிவு, எண்ணம், செருக்கு ஆகிய உள்ளூறுப்புக் கருவிகளும், ஐந்து சுவை மணம் முதலான அறிவுப் புலன்களும் சேர்ந்து, வாழக்கூடிய முழுமையான மனித உடம்பும் வெளிவருகின்றது. இதற்கு அடிப்படை தூமையே என அறிக.*

(உலக ஓசைகளனைத்திலும் சிவாயமே ஒலிக்கின்றது)

அங்கலிங்க பீடமும் அசவைமூன்று எழுத்தினும்
சங்குசக்க ரத்தினும் சகலவா ணகத்தினும்
பங்குகொண்ட யோகிகள் பரமவாசல் அஞ்சினும்
சிங்கநாத ஓசையும் சிவாயமில்லது இல்லையே. 208

(எ.ரை:) *ஓசையென்னும் நாத உண்மையே உலக ஓசைகளென அறிதல் வேண்டும். ஆவுடையாரென்னும் இலங்கத்திலுள்ள உயிரிலும், அசைவை என்னும் ஓங்கார எழுத்திலுள்ள (அ+உ+ம ஆகிய) மூன்று எழுத்துக்களிலும், மனிதனின் மூக்காகிய சங்கிலே இழுத்து விடுகின்ற உயிர்வளிக் காற்றிலும், உடலினுள் சுழல்கின்ற ஆறு ஆதாரச் சக்கரங்களிலும், வானகக் கோள்கள் அனைத்திலும், தவத்திலே ஈடுபட்ட தவத்தோரின் உடலிலுள்ள ஐந்து அறிவுப் பொறிகளான தெய்வ வாயில்களிலும் முழங்கும் சிங்கத்தின் பெரிய ஓசையிலும் சிவாயமென்னும் ஐந்தெழுத்தே ஒலிக்கின்றன; இவையன்றி உலக ஓசையில்லை.*

(ஒளி எழுத்தாகிய அகரச் சிவத்தில் அமைந்தது சிவாயமே)

அஞ்செழுத்தும் மூன்றெழுத்தும் என்றுரைத்த அன்பர்காள்!
அஞ்செழுத்தும் மூன்றெழுத்தும் அல்லகாணும் அப்பொருள்
அஞ்செழுத்து நெஞ்செழுத்து அவ்வெழுத்து அறிந்தபின்
அஞ்செழுத்து அவ்வின்வண்ணம் ஆனதே சிவாயமே. 209

(எ.ரை:) *மந்திரங்களை ஓதும் அன்பர்களே! நமசிவாய எனும் ஐந்தெழுத்தும் சிவாய எனும் மூன்று எழுத்துக்களுமே மந்திரங்களென்று முடிவு செய்து விடாதீர்கள். மெய்ப்பொருளான சிவக்கனல் அந்த இரண்டு வகை மந்திரங்களில் மட்டும் இல்லை; அழித்தற் கடவுளான அரனிருக்கும் நெஞ்சகத்திலே ஓரெழுத்து உண்டு; அதுதான் தீயவர் அஞ்சுகின்ற அகரமாகிய நெருப்பு எழுத்தாகும். அவ்வெழுத்தையும் புரிந்து கொண்டால், அகர எழுத்தின் தீயின் நிறமே அஞ்செழுத்தான சிவாயமென உணர்ந்து கொள்ள முடியும்.*

(மந்திரங்களும் ஆகமங்களும் எங்கே சென்று ஒளித்தன?)

ஆதரித்த மந்திரம் அமைந்தஆக மங்களும்
மாதர்மக்கள் சுற்றமும் மயக்கவந்த நித்திரை
ஏதுபுக்கு ஒளித்ததோ எங்குமாகி நின்றதோ?
சோதிபுக்கு ஒளித்திடம் சொல்லடா சுவாமியே! 210

(எ.ரை:) *அடிகளே! இறைவா! நீயே சொல்லுக! போற்றி ஓதப்பட்ட மந்திரங்களும் அவையமைந்த ஆகம நூல்களும் இப்போது எங்கே சென்று ஒளித்துக் கொண்டன? எவ்விடத்தும் பரவி நிற்கின்றனவா? அன்றி பெண்களையும் பிள்ளைகளையும் உறவினர்களையும் மாயையால் மயக்கவந்த சோம்பேறி உறக்கத்திலே மூழ்கிவிட்டனவா? எல்லாம் பேரொளியான இடத்திலே புகுந்துவிட்டன என்றால் அதை நீயே எனக்கு விளக்க வேண்டும்.*

(தவச்செல்வர்களே! எது பிறப்பிடம் தெரியாதது? சொல்லுங்கள் பார்க்கலாம்)

அக்கரம் அனாதியோ ஆத்துமா அனாதியோ?
புக்கிருந்த பூதமும் புலன்களும் அனாதியோ
தக்கமிக்க நூல்களும் சதாசிவம் அனாதியோ
மிக்கவந்த யோகிகாள்! விரைந்துரைக்க வேணுமே. 211

(எ.ரை:) *மிகுதியாய்த் தோன்றி வந்த தவச் செல்வர்களே! ஓங்கார எழுத்து என்பது தோன்றிய காலம் தெரிய முடியாத ஒன்றா? ஆன்மாவாகிய உயிர்தான் அப்படித் தெரியமுடியாத ஒன்றா? உடம்பிலே புகுந்திருக்கின்ற ஐந்து பூதங்களும் (வான் முதலியன) ஐந்து பொறி புலன்களும் தோற்றம் தெரியாதனவா? தகுதி வாய்ந்த ஆக்கமான பல நூல்களும் அருளோனாகிய சதாசிவத் தெய்வமும் அப்படியே தோற்றக் காலம் தெரியாத வர்களா? விரைவிலே நீங்கள் எனக்குச் சொல்ல வேண்டும்.*

(இராமப் பெயர் அன்பர்களுக்கு இன்பமும் வன்பர்களுக்குத் துன்பமும் தரும்)

ஒன்பதான வாசல்தான் ஒழியுநாள் இருக்கையில்
ஒன்பதாம் ராமராம ராமவென்னும் நாமமே
வன்மமான பேர்கள் வாக்கில் வந்துநோய் அடைப்பராம்
அன்பரான பேர்கள் வாக்கில் ஆய்ந்தமைந்து இருப்பதே. 212

(எ.ரை:) *இளம்பருவத்திலேயே இறைவனின் திருப்பெயரை ஓத முற்பட வேண்டும். அவ்வாறன்றி, வாழ்வின் இறுதியிலே, உடலிலுள்ள ஓட்டையான ஒன்பது வாசலும் மூடும்நிலையில் இருக்கையில் (ஓம் நமோநாராயணாய என்னும் எட்டோடு) ஒன்பதாம் பெயரான 'இராம' என்னும் திருப்பெயரை, ஓத விருப்பங்கொண்ட வலிய மனத்தவர்கள் வாயிலேவரும் சொற்கள் நன்மை தராமல் துன்பத்தையே தரும். ஆனால், இனிய அன்பர் களின் வாயிலே வரும் இராம என்னும் பெயரோ பிறருக்கு இன்பந்தரும் எண்ணத்திலேயே அமையும்; வெற்றி தரும்.*

(சமயக்குருக்களே! உங்கள் வேடம் பற்றிக் கூறுங்கள்)

அள்ளிநீரை இட்டதேது? அகங்கையில் குழைத்ததேது?
மெள்ளவே முணமுணென்று விளம்புகின்ற மூடர்காள்!
கள்ளவேடம் இட்டதேது? கண்ணைமூடி விட்டதேது?
மெள்ளவே குருக்களே! விளம்பிடீர் விளம்பிடீர்! 213

(எ.ரை:) *சமயக் குருக்களே! நீங்கள் மெய்யறிவாம் செவ் வொளியைப் பெற்றவர்களா? அதைப் பெறாவிடில் நீங்கள் எப்படிக் குருக்கள் ஆவீர்? சொல்லுங்கள்.*

காலை-மாலையிலே நீரை அள்ளித் தெளிப்பது ஏன்? உள்ளங்கையிலே திருநீற்றையும் திருமண்ணையும் நீரால் குழைத்து இட்டுக் கொள்வதும் எதற்கு? அறிவுபெறாதவர்களே! மெல்லவே முணமுணவென்று பொருள்விளங்காமல் மந்திரத்தை உருப்போடுவதும் ஏன்? பிறரை ஏமாற்றுதற்காக (கள்ள) வேடமாகிய மணிகளும், அணிகளும் அணிந்து கொள்ளும் ஒப்பனையும் எதற்கு? உண்மையில் தவஞ்செய்தல் போல் கண்களை மூடிக்கொண்டு அமர்ந்திருப்பதும் எதற்காக? இவற்றிற் கெல்லாம் உள்ளவாறு தக்க விளக்கம் கூறுங்கள்.

(ஆணும் பெண்ணும் மரபு வழியேதான் பிறக்கின்றனர்)

அன்னைகர்ப்பத் தூமையில் அவதரித்த சுக்கிலம்
முன்னையே தரித்ததும் பனித்துளிபோல் ஆகுமே
உன்னிதொக்குள் அழலும் தூமையுள்ளே அடங்கிடும்
பின்னையே பிறப்பதும் தூமைகாணும் பித்தரே! 214

(எ.ரை:) *சிற்றின்பப் பித்தர்களே! தெரிந்து கொள்ளுங்கள்; தாயின் கருப்பையில், கரு உருவாதற்குரிய செம்பாலில் (சுரோணிதம்) இருந்துதான் ஆண்மகனும் தோன்றுகின்றான்; அவனிடம்தான் வெண்பாலான சுக்கிலம் தோன்றுகின்றது. ஒரு பெண்ணின் (மனைவியின்) கருப்பையில் அவளது செம்பாலோடு தான் கணவனின் வெண்பாலும் ஒரு பனித்துளிபோல் கலக் கின்றது. இக்கலவை (தொக்கு) வேதி மாற்றம் செய்யும் போது, கரு உருவாகும் நிலையில், திங்கள் பூப்புவாகிய தூமை உள்ளேயே அடங்கி விடுகின்றது. பின்னே பத்துத் திங்கள் கடந்ததும் குழந்தை பிறக்கின்றது. இதுவே வழிவழியாய்க் காணும் மரபாகும்.*

(புற அழுக்கைப் போக்கும் நீங்கள் அக அழுக்கை நீக்க ஏன் முயலவில்லை?)

அழுக்கறத் தினங்குளித்து அழுக்கறாத மாந்தரே!
அழுக்கிருந்தது அவ்விடம்; அழுக்கிலாதது எவ்விடம்?
அழுக்கிருந்த அவ்விடத்து அழுக்கறுக்க வல்லிரேல்
அழுக்கிலாத சோதியோடு அணுகிவாழல் ஆகுமே! 215

(எ.ரை:) *பொது மக்களே! நீங்கள் உங்களது உடம்பின் நாற்றத்தைப் போக்கவே நாள்தோறும் தண்ணீரில் குளித்து அழுக்கை நீக்குகின்றீர்கள்; ஆனால், உங்கள் உள்ளத்திலும் உயிரிலும் இருக்கும் செருக்கான ஆணவம் முதலிய அழுக்குகளை அறவே போக்காமலிருக்கிறீர்கள். அதனால் அவலத் துன்பத்தையே அடைகின்றீர்கள். உலகில் அழுக்கில்லாத இடம் எது தெரியுமா? அதுதான் கடவுளாகிய பேரொளிப் பிழம்பாகும்.*

ஆகவே, நீங்கள் அழுக்கிருக்கும் உங்கள் அகத்தைத் தூய்மையாக்கி ஒளியானால்-அதிலே வல்லமை பெறுவீரானால், அழுக்கில்லாத இறைவனான பேரொளியோடு நீங்கள் அணுக்கமுற்று இனிதே வாழ்தல் உறுதியே!

(நூற் கருத்துக்களிலே மயங்காமல் இயற்கையை எண்ணி ஆராய்ந்து பாருங்கள்!)

அணுத்திரண்ட கண்டமாய் அனைத்துபல்லி யோனியாய்
மனுப்பிறந்து ஓதிவைத்த நூலிலே மயங்குறீர்
சனிப்பதுஏது? சாவதேது? தாபரத்தின் ஊடுபோய்
நினைப்பதேது? நிற்பதுஏது? நீர்நினைந்து பாருமே! 216

(எ.ரை:) *அறிவாளர்களே! ஆராய்ந்து பாருங்கள். தாயின் கருப்பையானது ஐம்பூத அணுக்களாலாகியும் ஒரு தனிப் பகுதியாய் அமைந்தும் அதன் வாசலாய்க் குறியும் அமைந்துள்ளது; கருப்பையில்தான் கருவளர்ந்து உருவாகின்றது. இதிலே மனிதன் பிறந்து உலகிற்காக ஓதிப்படைத்து வைத்த நூல்களைப் படித்து அவற்றிலே கற்பித்த கற்பனைகளிலே அறிவு மயங்கித் திரிகின்றீர்கள். இந்தப் பிறவியாய்ப் பிறப்பதும் சாவதும் பற்றி நீங்கள் அராய்ந்து அறிந்தது உண்டா? இதற்கு மேலும், நிலைத்திருக்கும் இயற்கையான அண்டகோள்களையும் பிறவற்றையும் உங்கள் அறிவு ஊடுசென்று ஆராய்ந்து கண்டதுண்டா? அல்லது காணமுடியாமல் திகைத்துப்போய் நின்றதுண்டா? இவற்றை நீங்கள் அறிவியலோடு ஆராய்ந்து பாருங்கள்!*

இங்கே 'மனுப்பிறந்து' என்பதற்கு "மனுநூல்" படைத்த முனிவர் என்றும் பொருள் கூறலாம்.

(அறிஞர்களே! சாதி வேற்றுமை என்பது சிறிதுமில்லை என உணருங்கள்)

ஆதியாகி அண்டரண்டம் அப்புறத்தும் அப்புறம்
சோதியாகி நின்றிலங்கு சுருதிநாத சோமனைப்
பேதியாமல் தம்முளே பெற்றுணர்ந்த ஞானிகாள்!
சாதிபேதம் என்பதொன்று சற்றுமில்லை இல்லையே. 217

(எ.ரை:) உலக முதல்வனாகியும் தேவர்கள் வாழும் அண்டகோள்களுக்கும் அப்பாலுக்கும் அப்பாலாய் பரவெளி-அருள்வெளி-சிவவெளி யாவும் கடந்த நிலையில் பெருஞ்சுடர்ப் பேரொளியாய் நின்று விளங்குபவன் சிவக்கடவுள். அவன் மறைநூலுக்குத் தலைவன்; திங்களைத் தலையில் சூடியவன். அத்தகையவனைத் தங்கள் உள்ளத்திலே வேறுபாடான கருத்துக் கொள்ளாமல் உண்மையையே உணர்ந்த மெய்யறிவாளர்களே!

உலகிலே இறைவன் படைப்பிலே உயிர்க்குலத்திலே சாதி வேற்றுமை என்பது ஒரு சிறிதுமில்லை என்பதை உண்மையென்று உணருங்கள்; தவறிவிடாதீர்கள்.

(உனது உள்ளொளி ஆற்றலால் திசையெங்கும் தெய்வ ஒளியைப் பார்க்கலாம்)

ஆக்கைமூப்பது இல்லையே ஆதிகார ணத்திலே
நாக்குமூக்கை உள்மடித்து நாதநாடி யூடுபோய்
ஏக்கறுத்தி ரெட்டையும் இறுக்கழுத்த வல்லிரேல்
பார்க்கப்பார்க்கத் திக்கெல்லாம் பரப்பிரம்மம் ஆகுமே. 218

(எ.ரை:) தவ ஆர்வலர்களே! தெரிந்து கொள்ளுங்கள். தவ ஒழுக்கத்தாலும், அடிப்படையான எண்வகைத் தவப்படிகளில் பயின்று வெற்றி பெறுவதாலும் உடம்பானது மூப்பு அடைவதில்லை.

நீங்கள் தவநிலையிலே, நாக்கின் நுனியினை, மூக்கின் அடிப்பகுதியிலுள்ள உள்நாக்கு இடத்தைப் பொருத்தியும், ஒளிக்காற்றுச் செல்லும் சுழுமுனை நாடியின் ஊடே வலநாடி இடநாடி வழியே வரும் உயிர்வளியாம் காற்றைச் செலுத்தி

(மூச்சை அடக்க) இறுக்க வல்லமை பெறுவீரானால், திசை யெல்லாம் இறைவனின் பேரொளியைக் கண்டுகண்டு தெய்வமாக ஆகலாம். இதுவே தவத்தின் பயனாகும்.

(சிவாயத்தைப் போற்றி வந்தால் வெற்றி பெறலாம்)

அஞ்சுமஞ்சும் அஞ்சுமஞ்சும் அல்லல்செய்து நிற்பதும்
அஞ்சுமஞ்சும் அஞ்சுமே அமர்ந்துளே இருப்பதும்
அஞ்சுமஞ்சும் அஞ்சுமே ஆதரிக்க வல்லிரேல்
அஞ்சுமஞ்சும் உம்முளே அமர்ந்ததே சிவாயமே 219

(எ.ரை:) உடம்பிலுள்ள அறிவுப்பொறிகள் ஐந்தும் அவற்றின் புலன்கள் ஐந்தும், தொழிற்பொறிகள் ஐந்தும், அவற்றின் தொழில்கள் ஐந்தும் ஆக இருபதும் மனித வாழ்வில் பெரிய அல்லல்களைச் செய்து அமைதியைக் கெடுக்கின்றன. ஆன்ம வுயிரிலே உட்கருவியான மனம், அறிவு, எண்ணம், செருக்கு, ஆவி என்னும் ஐந்தும், ஐந்து பூதங்களின் இயக்கமும், நமசிவாய என்னும் திருமந்திரமும் ஆகிய பதினைந்தும் அகத்திலிருந்தே செயல்படுகின்றன. இந்தப் பதினைந்தையும் நீங்கள் நெறிமுறை யோடு போற்றி வணங்கி வாழ்வீரானால், என்றைக்கும் உமது ஆன்ம உயிரில் சிவாயமாகிய செம்பொருட் சிவம் அமர்ந்து, நமசிவாய-சிவாயநம என்னும் பத்தையும் ஓதிக் கொண்டிருப் பீர்கள்.

அறிவுப்பொறிகள் ஐந்து:- மெய், வாய், கண், மூக்கு, செவி

அறிவுப் புலன்கள் ஐந்து:- தொடும் உணர்வு, சுவை, ஒளி, மணம், ஓசை.

தொழிற்பொறிகள் ஐந்து:- கை, கால், நாக்கு, எருவாய், கருவாய்.

அவற்றின் தொழில்கள் ஐந்து:- வேலை செய்தல், நடத்தல், பேசுதல், எருவைக்கழித்தல், சிறுநீர் கழித்தல்

(ஓங்காரத்திலிருந்தே மற்ற மந்திரங்கள் தோன்றின என்பதை உணரவேண்டும்)

அஞ்செழுத்தின் அனாதியாய் அமர்ந்துநின்றது ஏதடா!
நெஞ்செழுத்தில் நின்றுகொண்டு நீசெபிப்பது ஏதடா
அஞ்செழுத்தின் வாளதால் அறுப்பதாவது ஏதடா?
பிஞ்செழுத்தின் நேர்மைதான் பிரிந்துரைக்க வேண்டுமே. 220

*(**எ.ரை:**) மகனே! எண்ணிப் பார்!*

நமசிவாய என்னும் மந்திரப் பொருளாகவும் தோற்றம் தெரியாத மெய்ப்பொருளாகவும் நிலைத்திருப்பது எது தெரியுமா? அதுதான் சிவக்கனல்! நெஞ்சிலே பதியவைத்துக் கொண்டு நீ உருப்போட்டு ஓதுவது எது? அதுதான் பேரொளி எழுத்தாகிய அகரமும் நமசிவாயமும் ஆகும். இந்த ஐந்து எழுத்தாகிய வாளால் அறுத்துத் தூய்மை செய்யப்படுவது எது? அதுதான் ஆன்மாவிலே ஒட்டிப்பிறந்த இருள் மாசாகிய ஆணவம் முதலான அழுக்குகள்.

எனவே, பிஞ்சான முதன்மை எழுத்தாகிய ஓங்காரத்தின் ஒளியொழுங்கைப் பிரித்து அவ்வெழுத்துக்களின் பொருளை விளக்குமாறு வேண்டுங்கள்.

(மெய்யறிவாளர் உயிரால் உடம்பெடுத்த உண்மையைச் சொல்ல வேண்டும்)

உயிரிருந்தது எவ்விடம்? உடம்பெடுத்த தின்முனம்
உயிரதாவது ஏதடா? உடம்பதாவது ஏதடா?
உயிரையும் உடம்பையும் ஒன்றுவிப்பது ஏதடா?
உயிரினால் உடம்பெடுத்த உண்மைஞானி சொல்லடா! 221

*(**எ.ரை:**) மெய்யறிவுடைய அன்பனே! சொல்க! நீ உடம்போடு பிறத்தற்கு முன்னமே உன் உயிரானது எவ்விடத்தில் இருந்தது; தெரியுமா உனக்கு? அதுதான் இறைவனாகிய பேரொளியிலிருந்து சிற்றணுவாகவே படைக்கப்பட்டது. அந்த உயிரென்பதும் உடலென்பதும் என்ன? சொல்லுக! உயிரோ ஒளி அணுக்களாகும்; உடலோ ஐம்பூதக் கலவையாகும்.*

இந்த உயிரையும் உடம்பையும் ஒன்றவைத்து வாழவிடுவது எது? தெரியுமா? அதுதான் கடவுள்! எனவே, நீ முற்பிறவியில் உயிர்செய்த நல்வினையால் இப்போது மனிதனாய் உடம்பு பெற்று வந்துள்ளாய். இந்த உண்மையை உலகம் அறியவே சொல்வாயாக.

(ஓதும் மந்திரம் மூலாதாரத்திலிருந்து சுழுமுனை வழியே தலை மன்றுக்குச் செல்லும்)

சுழித்தவோர் எழுத்தையும் சொல்முகத்து இருத்தியே
துன்பஇன்ப முங்கடந்து செல்லுமூல நாடிகள்
அழுத்தமான அக்கரம் அங்கியுள் எழுப்பியே
ஆறுபங்க யங்கலந்து அப்புறத் தலத்துளே. 222

(எ.ரை:) நமசிவாய என்னும் சொல்லுக்கு முன்னே; ஓங்கார (ஓம்) எழுத்தையும் சேர்த்துக் கொண்டு 'ஓம்நமசிவாய' என நீட்டி ஒலிக்கும்போது, அதனால் ஏற்படுகின்ற துன்பத்தையோ இன்பத்தையோ பாராமல் ஒலிக்க வேண்டும். அப்பொழுது மூலாதாரக் கனல் தோன்றும்; அங்கிருந்து புறப்படுகின்ற மூன்று (வல, இட, சுழுமுனையாகிய) நாடிகளில் அழுத்தமான எழுத்தான 'சி' என்னும் சிவக்கனலும் சேர்ந்து மேல்நோக்கிச் செல்லும்; அந்த வெப்ப ஒளியால் ஆறு ஆதாரச் சக்கரமான ஆறு தாமரை மலர்களும் (ஐம்பத்தோர் இதழ்கள்) கலந்து மலரும். அப்போதே சுழுமுனை நாடியொளியானது தலை மலரான அறிவுமன்றுக்குச் சென்று ஏழாம் இடமான கடவுள் பேரொளியோடு கலக்கும்.

(நற்பண்பில்லாத குருக்களே! அருளையும் அறிவையும் பெற்றுக் கொள்ளுங்கள்)

உருத்தரிப்ப தற்குமுன் உயிர்புகுந்து நாதமும்;
கருத்தரிப்ப தற்குமுன் காயமென்ன? சோணிதம்;
அருள்தரிப்ப தற்குமுன் அறிவுமூலா தாரமாம்
குருத்தறிந்து கொள்ளுவீர் குணம்கெடும் குருக்களே! 223

(எ.ரை:) குரு என்றாலே செவ்வொளியான கடவுளறிவைப் பெற்றவரென்று பொருள்; நீங்களோ அந்தப் பண்பில்லாதவராய்க் குருக்களென்ற பெயரில் இருக்கின்றீர்கள்.

உருவமான உடம்பு தோன்றுதற்கு முன்னே அதற்கு ஆதாரமான (காரண உடம்பில்) உயிரிலே ஓசை ஒளியான நாத உண்மை புகுந்தது; கருப்பையிலே கருவானது தோன்று முன்னே உடம்பு இல்லையே! அதிலே செம்பாலான சோணிதம் ஊறிய பின்தானே கருவே வளர்ந்தது. அவை போன்றே நீங்கள் அருள் பெறுதற்கு முன்னே அதற்குரிய தக்க அறிவானது மூலக்கனலில் அன்றோ இருந்தது! அதை மூலக்கனலிடத்திலுள்ள பேரொளிச் சிவமான குருத்திலிருந்து அறிந்து கொள்ளுங்கள்.

(எங்கள் தெய்வம் உங்கள் தெய்வமென்று பேசாதீர்கள்!)

எங்குமுள்ள ஈசனார் எம்முடல் புகுந்தபின்
பங்குகூறு பேசுவார் பாடுசென்று அணுகிலார்
எங்கள் தெய்வம் உங்கள்தெய்வம் என்றிரண்டு பேதமோ?
உங்கள்பேதம் அன்றியே உண்மையிரண்டும் இல்லையே. 224

(எ.ரை:) *மக்களே! பகுத்தறிவோடு எண்ணிப் பாருங்கள். எவ்வுலகிலுமுள்ள இறைவன் இப்போது எமது உடம்பினுள் புகுந்து கோயிலாய்க் கொண்டு விட்டானே. எல்லோருடைய உடம்பிலும் அவனிருக்கும் நிலையை உணராமல், மக்கள் பலர் கடவுளைத் தங்களுக்கே சொந்தமென்று பேசலாமா? இவர்கள் இறைவனின் இயற்கைப் பண்பாட்டையும் உண்மையியலையும் அணுகவில்லையே ஏன்?*

"எங்கள் தெய்வம் உங்கள் தெய்வம்" என்று இரண்டாய்ப் பிரித்துப் பேசுதலிலே உண்மையுமில்லை; அறிவுமில்லை. உண்மையிலே பார்த்தால் உங்களிடம் தான் இந்த வேற்றுமை உள்ளது; வேற்றுமையை ஒழியுங்கள்.

(உலகமெங்கும் ஒரே கடவுள்தான் உண்டு; அறிவோடு காணுங்கள்)

அரியுமாகி அயனுமாகி அண்டமெங்கும் ஒன்றதாய்
பெரியதாகி உலகுதன்னில் நின்றபாதம் ஒன்றலோ!
விரிவதென்று வேறுசெய்து வேடமிட்ட மூடரே!
அறிவினோடு பாருமிங்கும் அங்குமெங்கும் ஒன்றதே. 225

(எ.ரை:) *சமயத்தின் பெயரால் பலவாறு வேடம் புனைந்து அடையாளம் காட்டுகின்ற மூடர்களே! கடவுளின் ஒருமை இயற்கையை நன்கு உணர்ந்து பாருங்கள்.*

ஒரே திருவடியான அருளொளியிலே உலகையெல்லாம் தாங்கி நிற்பவன் ஒரே கடவுள்தான். அவனே அண்டகோள் களெங்கும் ஒரே காட்சியாய்ப் பெரியதாயும் தெரிகின்றான்; மாலவனும் மலரவனுமாய்ப் பேர் பெறுகின்றான். இந்த உண்மையை வைத்துக் கொண்டு வேறுவேறு தெய்வமாய் விரிவு படுத்திக் கற்பனை செய்யாதீர்கள். இதனால் அறிவுக்குப் பழியே நேரும்!

(சிந்தையுள் நினைக்கும் மந்திரத்திலே இறைவன் இயங்குவான்)

வெந்தநீறு மெய்க்கணிந்து வேடமும் தரிக்கிறீர்
சிந்தையுள் நினைந்துமே தினம்செபிக்கு மந்திரம்
முந்த மந்திரத்திலோ மூலமந் திரத்திலோ
எந்த மந்திரத்திலோ ஈசன்வந்து இயங்குமே. 226

(எ.ரை:) *வெந்து சாம்பலான வெண்ணீற்றை உடம்பெல் லாம் பூசி அழகு செய்து வேடம் பூணுகின்றீர்! அதுபோல் உள்ளத்தைத் தூய்மையாக்கி அழகுசெய்ய வேண்டுமே! நீங்கள் எண்ணத்திலே நாளும் பொழுதும் நினைந்து நினைந்து, உணர்ந்து உருச்செய்து ஓதுகின்ற திருமந்திரம் கடவுளின் திருப்பெயரன்றோ!*

அந்த மந்திரம், முதல் மந்திரமான ஓங்கார மாயினும் அதிலிருந்து பிறந்த மற்ற மந்திர மாயினும் வேறு எந்த மந்திரமாயினும் அவற்றிலே இறைவன் ஒளியாற்றலாய் (நாத உண்மையாய்) வந்து இயங்கி அருள்செய்வான்.

(மூன்றெழுத்திலும் முப்பொருளாகி விளங்குவான் சிவன்)

அகாரகா ரணத்திலே அனேகனேக ரூபமாய்
உகாரகா ரணத்திலே உருத்தரித்து நின்றனன்

மகாரகா ரணத்திலே மயங்குகின்ற வையகம்
சிகாரகா ரணத்திலே தெளிந்ததே சிவாயமே. 227

(எ.ரை:) ஓம் என்ற முதன்மை மந்திரத்திலே அமைந்த மூன்றெழுத்துக்களிலும் மூன்று உண்மைப் பொருள்கள் கற்பிக்கப்பட்டுள்ளன.

அ+உ+ம என்னும் மூன்றிலே, அகரம் என்னும் ஒளியெழுத்தின் அடிப்படையில் கடவுள் எண்ணற்ற வடிவம் பெறுகின்றான்; உகர எழுத்தின் அடிப்படையில் உயிரிகள் பிறப்பதற்கு உயிராக அருள் செய்கின்றான். மகர எழுத்தின் அடிப்படையில் மாயை வயப்பட்டு மயங்கும் உயிர்களின் வாழ்விடமான உலகமாய்த் திகழ்கின்றான். 'சி' என்னும் எழுத்தின் அடிப்படையிலே 'சிவாயநம' மந்திரமாய்ச் சிவத்தை உணர்த்துவது சிவாயமேயாகும். எல்லாம் சிவச்செம்பொருளே!

(மெய்யறிவாளர்களே! மூன்றெழுத்தும் பிறந்த பொருள் தொடர்பை விரித்துக் கூறுங்கள்)

அவ்வெழுத்தில் உவ்வுவந்து அகாரமும் சனித்ததோ?
உவ்வெழுத்தும் மவ்வெழுத்தும் ஒன்றையொன்றி நின்றதோ
செவ்வையொத்து நின்றலோ சிவபதங்கள் சேரினும்
மவ்வையொத்த ஞானிகாள்! விரித்துரைக்க வேணுமே. 228

(எ.ரை:) உலக மக்களைப்போல் தோன்றுகிற மெய்யறிவாளர்களே! வினாவுக்கு விரிவுரை கூறுங்கள்: அந்த ஓங்கார எழுத்தில், உகரமும் அகரமும் பிறந்தனவா? அதில் தோன்றிய உகர எழுத்தும் அதனோடு இறுதியில் தோன்றிய மகர எழுத்தும் பொருளின் இயைபால் ஒன்றைச் சார்ந்து பொருந்தியதா?

அகர எழுத்து கடவுளையும் உகரம் உயிர்களையும் மகரம் உலகையும் உணர்த்துவன, என்பதால் ஓங்காரக் கூட்டெழுத்தின் மூன்று பொருளையும் செம்மையாக நீங்கள் உணர்ந்தே சிவனது அருள் திருவடியை (சிவஉலகப்பேறுகளை) நினைவோடு பெறமுடியும். ஆதலால், மூன்று பொருட்களையும் நீங்கள் எண்ணியவாறு எனக்கு விரிவாகக் கூறுங்கள்.

(அஞ்செழுத்திலே அனைத்தெழுத்தும் அடக்கமே)

ஆதியான அஞ்சிலும் அனாதியான நாலிலும்
சோதியான மூன்றிலும் சொரூபமற்ற ரெண்டிலும்
நீதியானது ஒன்றிலே நிறைந்துநின்ற வஸ்துவை
ஆதியானது ஒன்றுமே அற்றதஞ்சு எழுத்துமே! 229

(எ.ரை:) *முதலான ஐந்தெழுத்தாம் நமசிவாய என்பதிலும், முதல் தெரியமுடியாத சிவசிவ என்னும் நான்கிலும், சுடரெழுத் தான அகர உகர மகர என்னும் மூன்றிலும், வடிவமில்லாத சிவ என்னும் இரண்டிலும் அறமாகிய ஓம் என்னும் ஒன்றிலும் அருவொளியாய் நிறைந்து நின்ற மெய்ப் பொருளை-வேறு எதுமே உணர்த்த முடியாத ஆற்றலுடைய கடவுளை முடிவாக உணர்த்தும் மந்திரம் ஐந்தெழுத்தேயாகும் என்று அறிக.*

(தானென்று அறியமுடியாத ஒரு தெய்வமே விளங்கி ஆட்சி நடத்துகின்றது)

வானிலாதது ஒன்றுமில்லை வானுமில்லை வானிடில்
ஊனிலாதது ஒன்றுமில்லை ஊனுமில்லை ஊனிடில்
நானிலாதது ஒன்றுமில்லை நானுமில்லை நண்ணிடில்
தானிலாதது ஒன்றுமே தயங்கியாடு கின்றதே. 230

(எ.ரை:) *அவனன்றி ஓர் அணுவும் அசையாது என்னும் உண்மை இங்கே விளக்கப்படுகின்றது. இறைவன் விண்ண கத்தைப் படைக்கவில்லை யென்றால், விண்ணகமும் இல்லை; விண்ணகத்திலே படைக்கப்பட்ட ஞாயிறு-திங்கள்-விண்மீன்கள் முதலான கோள்களும் ஐந்து பூதங்களும் அவற்றால் உருவான உலகங்களும் இல்லையெனலாம். ஊனாலாகிய உடம்பைப் படைக்கவில்லையெனில், உடல்களும் இல்லை; உடல்களால் இயங்கும் உலக வாழ்வும் இல்லை. இவற்றையெல்லாம் கடவுள் விரும்பிவந்து படைக்காவிட்டால், 'நான்' என்று சொல்லக்கூடிய ஆன்ம உயிரும் இல்லை; இந்த உயிர் இல்லாத பொருள் (இயங்கக்கூடியது) ஏதுமே இல்லை.*

இவ்வாறெல்லாம் உலகினைப் படைத்த கடவுள், தான் ஓர் உருவம் இன்றியும், தானில்லையென்றால் எதுவுமே இல்லை

யென்று வியக்கும்படியும் ஒளியாய்த் திகழ்ந்து ஆடல்கூத்தை நிகழ்த்துகின்றது.

(எழுத்தெல்லாம் விளைந்த இடம் ஓங்கார மண்டலவெளி)

விழித்தகண் குவித்தபோது அடைந்துபோய் எழுத்தெலாம்
விளைத்துவிட்ட இந்திரசால வீடதான வெளியிலே
எழுத்தினாலு மதிமயங்கி அனுபவிக்கும் வேளையில்
அவனுமுண்டு நானுமில்லை யாருமில்லை ஆனதே. 231

(எ.உரை:) *நான் கண்டு வியந்ததை எப்படி உரைப்பேன்? அடடா! எனது ஆன்ம உயிர் விழித்திருந்து கண்கள் மூடிய நிலையில் ஏற்பட்ட கனவிலே நான் கண்ட காட்சிதான் என்னே என்னே! எழுத்தாகிய மந்திரங்களனைத்தும் விளைந்த ஓங்கார மண்டலமென்னும் நாத வெளியிலே வியப்பைக் கடந்த இந்திர சால வித்தையே போலக் கண்டேன்; அங்கே ஒளிமயமாயிருக் கையில் 'சிவசிவ' என்னும் நாலு எழுத்தை அழுத்தமாக ஓதினேன்; அப்போது என் அறிவு மயங்கி ஒளியை என்னுயிர் நுகர்ந்து இன்புற்றது; சிவனோ காட்சி தந்தான்; நானோ அவனது அருளொளியில் கரைந்து இல்லாமல் போய்விட்டேன்; இந்த வெளியில் வேறு யாருமில்லை.*

(உள்ளே இருக்கும் ஒளியை வணங்கினால் தலைமேல் உயிரானது சிவவொளியோடு ஆடும்!)

நல்லமஞ் சனங்கள்தேடி நாடிநாடி ஓடுறீர்
நல்லமஞ் சனங்களுண்டு நாதனுண்டு நம்முளே
எல்லமஞ் சனங்கள்தேடி ஏகபூசை பண்ணினால்
தில்லைமேவும் சீவனும் சிவபதத்துள் ஆடுமே. 232

(எ.உரை:) *இறையன்பர்களே! காட்சிக்கு இனியது என்றும், எங்கே சென்றால் மஞ்சள் சந்தனம் முதலிய மணப்பொருள்களால் கடவுளுக்குத் திருமஞ்சனம் (நீராட்டு) நடக்கப் பார்க்கலாம் என்றும் நாடித்தேடி ஓடுகின்றீர்களே; இந்தக் காட்சியிலே என்ன இருக்கின்றது?*

நன்கு எண்ணிப் பாருங்கள்; நம் உள்ளத்திலேயே கமழ்கின்ற மஞ்சனம் இருக்கின்றதே; இறைவனும் அமர்ந்திருக்கின்றானே! நம் உள்ளத்தில் ஒளி (எல்) மயமான மஞ்சனத்தைக் கண்டு மன வொருமையோடு ஒரே பூசனை செய்தாலே போதும்; தில்லை யாகிய தலைநடுவிலுள்ள ஆன்ம உயிரிலே சிவச்செம்பொருள் ஒளித் திருவடியைக் காட்டி ஆடல்புரியும். இதனால் வெற்றி பெறுவீர்கள்.

(பிறப்பதற்கு முன்னே உயிர் இறைவனிடமிருந்துதான் வருகிறது)

உயிரகத்தில் நின்றிடும் உடம்பெடுத்த தற்குமுன்
உயிரகாரம் ஆயிடும் உடலுகாரம் ஆயிடும்
உயிரையும் உடம்பையும் ஒன்றுவிப்பது அச்சிவம்
உயிரினால் உடம்புதான் எடுத்தவாறு உரைக்கிறேன். 233

(எ.ரை:) *அன்பு மக்களே! தெரிந்து கொள்ளுங்கள். இப்போது, உயிரினால்தான் உடம்பு உருவாகிப் பிறந்தது என்பதைச் சொல்கின்றேன்.*

உயிரானது, கருப்பையிலே வெண்பாலும் செம்பாலும் கலந்து கருவாகும் நிலையில் ஒளியாய்க் கலக்கும். அதனால் கருவளர்ந்து உடம்பாகும்; அப்படி உடம்பு பிறப்பதற்கு முன்னே, உயிர் இருந்த இடம் அகரமாகிய கடவுளொளியாகும்; உடலோ உகரமாகிய உயிரைச் சார்ந்தே வரும். இந்த உயிரையும் உடம்பையும் ஒன்றுபடுமாறு செய்வது அந்தச் சிவக்கடவுளே ஆவர். இதுவே படைப்பின் உண்மை.

(இறைவன் ஆடும்போது உலகமே அஞ்சி வருந்தும்!)

அண்டமேழும் உழலவே அனந்தயோனி உழலவே
பண்டைமால் அயனுடன் பரந்துநின்று உழலவே
எண்டிசை கடந்துநின்ற இருண்டசத்தி உழலவே
அண்டரண்டம் ஒன்றதாய் ஆதிநட்டம் ஆடுமே. 234

(எ.ரை:) *ஊழிக்காலத்தில் தனது மறைப்பாற்றலை உலகிற்கு உணர்த்தவே, முதல்வனாகிய சிவக்கடவுள் தேவர்கள் வாழ்கின்ற விண்ணகத்திலிருந்து தானொருவனாய் நின்று கூத்தாடினான்.*

அப்பொழுது ஏழு உலகங்களும் அதிர்ந்தாடி வருந்தின; கோடிக்கணக்கான பிறவிகளும் அஞ்சி வருந்தின; பண்டுதொட்டு தெய்வப் பதவியிலுள்ள திருமாலும் நான்முகனும் செய்வதறியா மல் ஆடியசைந்து நின்றபடியே வருந்தினர்; எட்டுத் திசைகளிலும் ஆட்சிபுரிகின்ற இருள் நிறமுள்ள காளியான அருட்சத்தியும் வாடி வருந்தினாள்.

(மூடர்களே! கடவுளையே உரிமையாகப் போற்றுங்கள்!)

உருவநீர் உறுப்புகொண்டு உருத்தரித்து வைத்திடும்
பெரியபாதை பேசுமோ? பிசாசையொத்த மூடரே!
கரியமாலும் அயனுமாக காணொணாத கடவுளை
உரிமையாக உம்முளே உணர்ந்துணர்ந்து கொள்ளுமே! 235

(எ.ரை:) அச்சம்தரும் (உரு) நீரான பனிக்கும் கொண்ட உறுப்பான கருப்பையிலே உடம்பு உருவாகச் செய்து வைக்கின்ற பெரியபாதை (பிறக்கும்வழி)யான பெண்குறியிலே வீழ்ந்து கிடக்கும் காமப்பேயான மூடர்களே! நீங்கள் துயரம் அடையும் போது உங்களுக்கு ஆறுதல் கூற யார் வருவார்? அந்தப் பெரிய பாதைதான் பேசுமா? எண்ணிப் பாருங்கள்!

கருமை நிறத் திருமாலும் வெள்ளை நிற அயனும் காண முயன்றும் காண முடியாத முழுமுதலான சிவக்கடவுளே உங்களது துயரைத் தீர்க்க முடியும். ஆதலால், அக்கடவுளையே உள்ளத்தில் உணர்ந்து தெளிந்து உரிமையாகக் கொள்ளுங்கள்.

(பொருத்தமான ஒரே கடவுளை நெஞ்சிலே நினையுங்கள்!)

பண்ணிவைத்த கல்லையும் பழம்பொருள் அதென்று நீர்
எண்ணமுற்றும் என்னபேர் உரைக்கிறீர்கள்? ஏழைகாள்!
பண்ணவும் படைக்கவும் படைத்துவைத்து அளிக்கவும்
ஒண்ணுமாகி உலகளித்த ஒன்றைநெஞ்சில் உன்னுமே. 236

(எ.ரை:) இறைவனைப் பற்றிய இயற்கையறிவு இல்லாதவர் களே! சிற்பியால் உருவாக்கப்பட்ட ஒரு கல்லையே வழிவழியாக வழிபடும் பழைய தெய்வமென்று நீங்கள் எண்ணிக் கொண்

டீர்கள். அதற்கும் ஒரு பேரைச் சொல்கின்றீர்கள். உண்மைக் கடவுளை உணரவில்லை.

உண்மையிலேயே நீங்கள் தெய்வத்தைக் காணவும் அதற்கு அமுது படைத்து வழிபாடு செய்யவும் அமுதுணவைப் பிறர்க்கு அன்புடன் அளிக்கவும் பொருத்தமாக (ஒண்ணுதல்) இருக்கும் கடவுள், உலகைப் படைத்த சிவக்கடவுள்தான். அந்த ஒரே கடவுள் உங்களது நெஞ்சிலே உள்ளது; அதனை நினைத்து இன்புறுங்கள்.

(மெய்யறிவாளர்களே! கருப்போன்ற ஓங்காரத்தை எனக்கு விரித்துச் சொல்லுங்கள்)

நாலதான யோனியுள் நவின்றவிந்தும் ஒன்றதாய்
ஆலதான வித்துளே அமர்ந்தொடுங்கு மாறுபோல்
சூலதான உற்பனம் சொல்வதான மந்திரம்
மேலதான ஞானிகாள்! விரித்துரைக்க வேணுமே. 237

(எ.ரை:) *மேன்மையடைந்த மெய்ப்பொருள் அறிந்த அறிஞர்களே! நான்கிதழ்த் தாமரை மலர் போன்ற பெண்குறியுள், பேசப்படுகின்ற ஆணின், வெண்பாலான விந்து, ஆலின் விதை ஒன்று போல் விழுந்து கலந்து ஒடுங்கிக் கருவாவதுபோல்தானே ஒலிகளுக்கெல்லாம் கருவான (நாதமான) ஓம் என்னும் மந்திரம். இதன் உண்மைப்பொருளை நீங்கள் எனக்கு விரிவாக உரைக்க வேண்டும்.*

(உயிரானது ஒளியறிவைப் பெற்றபோதே தெய்வநிலையை அடையும்)

அருவமாய் இருந்தபோது அன்னையங்கு அறிந்திலை
உருவமாய் இருந்தபோது உன்னைநான் அறிந்தனன்;
குருவினால் தெளிந்துகொண்டு கோதிலாத ஞானமாம்
பருவமான போதலோ பரப்பிரம்மன் ஆனதே. 238

(எ.ரை:) *வணக்கத்திற்குரிய ஆன்ம உயிரே! நீ உருவமற்று அருவமாய் அன்னையின் கருவிலே வந்து இருந்தபோதும் அவன் உன்னை அறிந்து கொள்ள முடியவில்லை; நீ உருவமாய்*

உடம்பாகி வெளியிலே வந்தபோதுதான் உன்னை நான் அறிந்து கொண்டேன். இதைப்போன்றே தெரியாதிருந்த கடவுளுண்மை யானது, ஒளியறிவுடைய குருவினால் அறிவித்துத் தெளிவான மெய்யறிவு ஒளியைப் பெற்றதால்தான் தெளிவாகத் தெரிந்து கொண்டு தெய்வநிலையை அடைய முடிந்தது. இது எல்லோரும் பெறவேண்டிய உண்மையொளி!

(பிறந்த உடலான வீட்டின் பற்றால்தான் மீண்டும் பிறவி ஏற்படுகின்றது)

பிறப்பதும் இறப்பதும் பிறந்திடாது இருப்பதும்
மறப்பதும் நினைப்பதும் மறந்ததைத் தெளிந்ததும்
துறப்பதும் தொடுப்பதும் சுகித்துவாரி உண்பதும்
பிறப்பதும் இறப்பதும் பிறந்தவீடு அடங்குமே. 239

(எ.ரை:) *அன்பர்களே! எண்ணிப் பார்த்துப் பற்றினை விட்டொழியுங்கள்.*

நீங்கள் மீண்டும் மீண்டும் பிறப்பதும் இறப்பதும் எதனால் தெரியுமா? பிறந்த வீடாகிய இந்த உடம்பால்தான்! இதை உணருங்கள்.

நீங்கள் மீண்டும் பிறப்பதும் இறப்பதும் மேலும் பிறவாமல் இருப்பதும், உங்களது ஆசைப்பற்றைப் பொருத்தே அமையும். நீங்கள் நல்லதை மறப்பதும் ஒருநேரம் நினைப்பதும் உண்டு; ஆனால், மறந்த உண்மைப்பொருளை (கடவுளை) ஒரு பருவத்தில் தெளிந்து ஏற்றுக் கொள்வதும் உண்டு. நீங்கள் பொருளை வெறுத்து அதைத் துறப்பது உண்டு; பின்னே அதன் தேவையால் தொடர்வதும் உண்டு. உணவை இனிதெனச் சுவைத்து வாரிவாரி உண்பதும் தெரிந்ததே! இந்த ஊசலாட்டத்திற்கெல்லாம் அடிப்படை உடம்பே ஆகும்; பசியே ஆகும்.

(என்னுள் இருப்பவனே எங்குமாகி நிற்பான்)

கண்ணிலே இருப்பனே கருங்கடல் கடைந்தமால்
விண்ணிலே இருப்பனே மேவியங்கு நிற்பனே
தன்னுளே இருப்பனே தராதலம் படைத்தவன்
என்னுளே இருப்பனே எங்குமாகி நிற்பனே. 240

(எ.ரை:) *மூவரின் நிலையும் இங்கே போற்றப்படுகின்றது. பெரியதும் வலியதுமான பாற்கடலை மற்ற தேவர்களோடு சேர்ந்து கடைந்தவன் திருமால்; அவன் அழகால் எல்லோருடைய கண்ணிலும் இருக்கக் கூடியவன்; காத்தல் தெய்வமான அவன் விண்ணகத்திலும் இருப்பான்; அங்கே விரும்பி, விடாமல் நிற்பான்; அவனது உயிரான உந்தியென்னும் தாமரை மலரிலே பிறந்தவன்தான் இந்த உலகைப் படைத்த நான்முகன்; எனது உயிரில் நிலைத்திருப்பவன் யார் தெரியுமா? அவன்தான் எல்லா உலகமும் விரிந்து கலந்து நிலையாய் இருக்கும் சிவமான செம்பொற் பேரொளி!*

(செய்த அறமே வந்து நின்று உதவி செய்யும்)

ஆடுநாடு தேடினும் ஆனைசேனை தேடினும்
கோடிவாசி தேடினும் குறுக்கேவந்து நிற்குமோ?
ஓடியிட்ட பிச்சையும் உகந்துசெய்த தர்மமும்
சாடிவிட்ட குதிரைபோல் தர்மம்வந்து நிற்குமே! 241

(எ.ரை:) *அறமாகிய தெய்வத்தைப் புரியுங்கள். மக்களே! நீங்கள் ஆளுதற்கு ஒரு நாட்டைத் தேடினாலும் ஏறிச்செல்லுதற்கு ஆனையையும் படைகளையும் விரும்பித் தேடினாலும் ஆளுதற்கு வேண்டிய கோடிக் கணக்கான குடிமக்களைத் தேடினாலும் விரும்பியபடியாகும் எதுவும் முன்னேவந்து நிற்க மாட்டார்கள்.*

ஆனால், அறச்சிந்தனையிலே பசித்தவரைக் கண்டு இரக்கப் பட்டு ஓடிச்சென்று அவருக்கு அளித்த உணவும், பலருக்கும் விரும்பிச் செய்த அறச்செயல்களுமே ஏவிவிட்ட குதிரையைப் போல் அறத்தின் பயனாக வந்து அறஞ்செய்தவருக்குத் துன்பக் காலத்தில் பேருதவி செய்யும்; இது உறுதி.

(தீவினையால் வரும் துன்பங்களைச் சிவாயத்தாலேதான் தீர்க்க முடியும்)

எள்ளிரும்பு கம்பிளி இடும்பருத்தி வெண்கலம்
அள்ளியுண்ட நாதனுக்கோர் ஆடைமாடை வத்திரம்;
உள்ளிருக்கும் வேதியர்க்கு உற்றதானம் ஈதிரால்;
மெள்ளவந்து நோயனைத்தும் மீண்டிடும் சிவாயமே. 242

(எ.ரை:) *வீடுகளிலே இறைவனுக்கு அமுது படைத்தற்காக, எளிய இரும்பு மிடாவிலும் கம்பிளித் துணியிலும் பருத்தித் துணியிலும் வெண்கலக் கொப்பரையிலும் வைத்து பலவகையான அமுதுப் படையல்களைப் படைத்தும், ஆடையணிகளை அணிந்தும் வழிபட்டாலும், வீட்டில் வந்து பூசனை செய்த குருவுக்கு வேண்டிய கொடைகளையளித்தாலும் மனிதனுக்குத் தீவினையின் பயனால்வரும் நோய்த் துன்பங்களை நீக்க முடியாது; உண்மையில் கடவுளின் திருமந்திரமான சிவாயமே துயரங்களைத் தீர்க்கும் என்பதே உறுதி.*

(தேரில் தெய்வத்தை வைத்து இழுப்பது ஆரவாரமே!)

ஊரிலுள்ள மனிதர்காள்! ஒருமனதாய்க் கூடியே
தேரிலே வடத்தையிட்டுச் செம்பைவைத்து இழுக்கிறீர்
ஆரினாலும் அறிவொணாத ஆதிசித்த நாதரைப்
பேதையான மனிதர் பண்ணும் புரளிபாரும் பாருமே. 243

(எ.ரை:) *ஊரிலே-நகரிலே வாழ்கின்ற மனிதர்களே! நீங்கள் எல்லோரும் சேர்ந்து மனவொருமைப்பாட்டோடும் அன்போடும் தேரிலே வடக்கயிற்றைக் கட்டி அழகு செய்தே, செம்பினாலான கடவுள் படிமத்தை வைத்துக் கொண்டு முழக்கோடு ஆரவாரம் செய்து இழுக்கிறீர்கள். இதனால் என்ன பயன் கண்டீர்கள்?*

கடவுளோ அறிவே வடிவான முதல்வன்; அவனை யாராலும் காணமுடியாது; அப்படியிருக்க, அறிவில்லாத மனிதரான நீங்கள் இப்படியெல்லாம் செய்யும் செயலானது வீண் பொய்ச் செயலேயாகும்.

(ஆசான் கொடுத்த மந்திரத்தைக் கொண்டே வாழ்வைக் கடக்க முடியாது!)

மருள்புகுந்த சிந்தையால் மயங்குகின்ற மாந்தரே!
குருக்கொடுத்த மந்திரம் கொண்டுநீந்த வல்லிரேல்
குருக்கொடுத்த தொண்டரும் குகனொடிந்த பிள்ளையும்
பருத்திபட்ட பன்னிரண்டு பாடுதான் படுவரே. 244

(எ.ரை:) மக்களே! நீங்கள் மூடநம்பிக்கையென்னும் இருள்புகுந்த எண்ணத்தாலே குழம்பித் தெளிவில்லாமலே வாழ்கின்றீர்கள்; உங்களின் ஆசான் சொல்லிக் கொடுத்த மந்திரம் ஒன்றை வைத்துக் கொண்டு, பலவகையான கல்வியறிவைப் பெற்றுக் கொள்ளாமலிருந்தால் வாழமுடியாது. குருவால் உருவாக்கப்பட்ட அவருடைய தொண்டரான நீங்கள் உங்களது ஊக்கமான அறிவைப் பயன்படுத்தவில்லையானால் தோல்வியடைவீர்கள். ஒரு கதையைக் கேளுங்கள்:-

சிவனோடும் உமையோடும் பிள்ளையாரும் (ஒற்றைக் கொம்பு ஒடிந்தவர்) முருகனும் இருந்தனர்; அப்போது உமையம்மை சொன்னாள்: "பிள்ளைகளே! உலகைச் சுற்றிவந்தவனுக்கு இந்தப் பழம் பரிசு" என்றாள். உடனே முருகன் மயில்மீது ஏறி உலகை முழுதும் சுற்றிவந்தான். பிள்ளையாரோ, அப்பா அம்மாவே உலகம் எனக்கருதி இவரையே சுற்றி வந்தார். பரிசுப்பழம் அறிவைப் பயன்படுத்திய பிள்ளையாருக்கே வாய்த்தது. சிந்திக்காத முருகன் பஞ்சுபோல் படாதபாடுபட்டுப் பன்னிரண்டு கண்களும் சிந்தினான்.

(அருளால் கருப்பையில் குழந்தை நன்கு வளர்ந்து பிறக்கின்றது)

அன்னைகர்ப்ப அறையதற்குள் அங்கியின் பிரகாசமாய்
அந்தறைக்குள் வந்திருந்து அரியவிந்து ரூபமாய்
தன்னையொத்து நின்றபோது தடையறுத்து வெளியதாய்
தங்கநற் பெருமைதந்து தலைவனாய் வளர்ந்ததே. 245

(எ.ரை:) தாயின் கருப்பையான அறைக்குள்ளே சிவக்கடவுள் கனலைப்போல் ஒளிவீசி வந்திருந்து, அருமையுள்ள வெண்பாலான விந்துவடிவிலே தங்கினான். அந்த வெண் பாலொளி சிவனொளியை ஒத்து நின்றதாலே, தாயின் செம்பாலும் கலந்து கருவானது தடையின்றி வளர்ந்து, உருவாகிப் பிறந்து நற்பெருமையைத் தந்தது; அதனால் குழந்தை சிறந்த தலைப்பாடு உடையவனாய் வளர்ந்தது. இறைவனே ஆன்ம உயிரொளியாய் விந்துவில் வந்து தங்கினானென்பது படைப்பின் உண்மையியலாகும்.

(திருவடி ஒளியே பிறவாமையை நல்க வேண்டும்!)

உன்னையற்ப நேரமும் மறந்திருக்க லாகுமோ?
உள்ளம்மீது உறைந்தெனை மறப்பிலாத சோதியைப்
பொன்னைவென்ற பேரொளிப் பொருவிலாத ஈசனே
பொன்னடிப் பிறப்பிலாமை யென்றுநல்க வேணுமே. 246

(எ.ரை:) இறைவா! உன்னை நான் இமைப்பொழுதும் மறந்து எப்படியிருக்க முடியும்? முடியவே முடியாது! நீயோ என் உள்ளத்திலே உறைந்து மறக்க முடியாத பெருஞ்சுடராய் ஒட்டி விட்டாய்.

எனவே, பசும்பொன்னையும் வென்ற ஒப்பில்லாத பேரொளிக் கடவுள் நீயே ஆனாய். ஆதலால், எனக்கு உனது திருவடியொளியே பிறப்பில்லாமையை (விடுதலையை) நல்க வேண்டும்.

(தம்மையே தெய்வமென்னும் தடி தூக்கிகளே! உண்மைக் கடவுளை அறிந்து கொள்ளுங்கள்)

பிடித்ததண்டும் உம்மதோ? பிரமமான பித்தர்காள்!
தடித்தகோலம் அத்தைவிட்டுச் சாதிபேதம் கொண்மினோ!
வடித்திருந்தது ஓர்சிவத்தை வாய்மைகூற வல்லிரேல்
திடுக்கமுற்ற ஈசனைச் சென்றுகூடல் ஆகுமே. 247

(எ.ரை:) 'தம்மையே கடவுள்' என்னும் கொள்கை (ஏகான்மவாதம்) கொண்ட கலங்கிய அறிவுடையவரே! நீங்கள் கையிலே பிடித்த (அடையாளமான) கம்பு உமது தகுதிக்கு உரியதா? அத்துடன் தடித்த ஒப்பனையும் கொண்ட நீங்கள் சாதி வேற்றுமையும் கடைப்பிடிக்கின்றீர்களே! அதை எப்போது கைவிட்டு உண்மைநிலைக்கு வரப்போகிறீர்கள்? அறிவு வடிவாய் வெளிப்படும் ஒப்பற்ற ஒரே கடவுளான செம்பொருட்சிவத்தைப் போற்றி ஓதவல்லமை பெறுவீரானால், அக்கடவுள் உங்கள் முன்னே திடுமெனத் தோன்றுவான்; நீங்கள் அவனோடு கூடி அருள்பெறலாம்.

(மக்களே! உங்களுக்குள்ளே எல்லாமே இருப்பதை உணருங்கள்)

சத்திநீ தயவுநீ தயங்குசங்கின் ஓசைநீ
சித்திநீ சிவனும்நீ சிவாயமாம் எழுத்துநீ
முத்திநீ முதலும்நீ மூவரான தேவர்நீ
அத்திறமும் உம்முளே அறிந்துணர்ந்து கொள்ளுமே. 248

(எ.ரை:) *அறிவுள்ள மக்களே! உங்களை நீங்களே உற்று அறிந்து கொள்ளுங்கள்.*

உங்கள் உயிரிலமைந்திருக்கும் அருளாற்றலும் நீங்களே; உயிர்களிடம் காட்டும் இரக்கமும் நீங்களே; விளங்கித் திகழும் மூச்சுக்காற்றின் ஓசையும் நீங்களே; அறிவால் பெறும் வெற்றியும் நீங்களே; செம்பொருளான சிவமும் நீங்களே; அவனைப் போற்றும் சிவாய மந்திரமும் நீங்களே; நீங்கள் விரும்பும் பற்றற்ற நிலையான விடுதலை (முத்தி)யும் நீங்களே; அனைத்து வெற்றிகளுக்கும் அடிப்படையான முதலும் நீங்களே; மேலும் படைத்தல் காத்தல் அழித்தலுக்குரிய மூவரான தேவரும் உங்களுக்குள்ளேதான் இருக்கின்றனர். இவற்றையெல்லாம் அருளறிவாலே புரிந்து அருள்வாழ்வு வாழுங்கள்.

(உயிர்களுக்கும் அருள்வாழ்வுக்கும் தீமை செய்யும் வீணர்களே!)

சட்டையிட்டு மணிதுலங்கும் சாத்திரச் சழக்கரே!
பொத்தகத்தை மெத்தவைத்துப் போதமோதும் பொய்யரே
நிட்டை ஏது? ஞானம்ஏது? நீரிருந்த அட்சரம்?
பட்டை ஏது? சொல்லிரே! பாதகக் கபடரே! 249

(எ.ரை:) *உடம்பிலே ஒப்பனையாக அழகிய சட்டையை மாட்டிக்கொண்டும், கழுத்திலே ஒளிவிடும் விலையுயர்ந்த மணிமாலையை அணிந்து கொண்டும் மக்களைக் கவர்ந்து உண்மையியல் (தத்துவம்) நூல்களைப் பற்றி அரங்கிலே பேசுகின்ற பயன் தராத வீணர்களே! மிகுதியான பலவகை நூல்களைப் பாடம் சொல்வதாகக் கூறி மக்களை ஏமாற்றும்*

பொய்யர்களே! உங்களுக்கெல்லாம் தவஞ்செய்யும் போலித்தனம் எதற்கு? பெற்றுள்ள மெய்யறிவும் எதற்கு? நீங்கள் வைத்து ஓதுகின்ற மந்திரம்தான் எதற்கு? இவற்றிற்கு மேலும் மேனியிலே பளபளக்கும் திருநீற்றுப்பட்டையும் எதற்கு? இந்த ஒப்பனை ஏமாற்றுக்களால் நீங்கள் பயன்பெறலாம். ஆனால், பொதுவான நம்பும் மக்களுக்கு என்ன பயனுண்டு? சொல்லுங்கள் பார்க்கலாம்!

(தெளிந்த மெய்யறிவாளர்களே! கூறுங்கள்)

உண்மையான சுக்கிலம் உபாயமாய் இருந்ததும்
வெண்மையாகி நீரிலே விரைந்துநீரது ஆனதும்
தண்மையான காயமே தரித்துருவம் ஆனதும்
தெண்மையான ஞானிகாள் தெளிந்துரைக்க வேணுமே. 250

(எ.ரை:) *தெளிந்த மெய்யறிவுடைய அறிஞர்களே! என் வினாவுக்கு விடைசொல்லுங்கள்:*

உயிரிகளின் படைப்புக்காக ஆணின் உடம்பிலே (வானின் கூறும் காற்றின் கூறும் ஆகிய இரண்டும்) பூதங்களின் கலவையிலிருந்து உண்மையாக உருவாகும் வெண்பாலான சுக்கிலம் கருத்தோன்ற அடிப்படையாக உள்ளது; அத்தகைய ஆற்றலுடைய அது வெண்மையான நீரிலே விட்டால் அதுவும் நீராகவே ஆகிவிடுகின்றதே. அதுவே உயிருடைய உடம்பாய் உருவாகித் தாயின் கருப்பையில் குழந்தை வடிவம் தோன்றுகின்றதே! இதன் இயற்கை ஏன் அப்படி உள்ளது? சொல்லுங்கள்!

இயற்கைப் படைப்பிலே பயிர் வகைகள் முதல் அனைத்துப் பிறப்புக்களுமே ஆண்-பெண் உயிர் அணுக்களின் கலவையால் வேதிமாற்றம் ஏற்பட்டே சூல் உருவாகுமென்பதே அறிவியல் விதியுமாகும் என்பதை நாம் அறிவோம்.

(வஞ்சகப் பிறவிகளைத் திருத்தினாலே அஞ்செழுத்தின் உண்மையை ஊட்டமுடியும்)

அஞ்சகப் பிறவியை மனத்துளே விரும்பியே
அஞ்செழுத்தின் உண்மையை அறிவிலாத மாந்தர்காள்!

வஞ்சகப் பிறவியை வதைத்திடவும் வல்லிரேல்
அஞ்செழுத்தின் உண்மையை அறிந்துகொள்ளல் ஆகுமே. 251

(எ.ரை:) *அறிவில்லாத மக்களே! அறிவுடையோர் மனத்துள் விரும்பிய அஞ்செழுத்தாகிய நமசிவாயத்தை, வஞ்சகப் பிறவியாக ஒருவர் இருந்தாலும் அவருக்கும் எடுத்துரைக்க வேண்டியது கடமையாகும்.*

அத்தகைய வஞ்சகப் பிறவியை, மாசுகளை நீக்கித் திருத்தும் வல்லமை உங்களுக்கு இருக்குமானால் அப்படித் திருத்தி, அவருக்கு அஞ்செழுத்துக்களின் விளக்கத்தை எடுத்துக்கூறி உண்மையை அறிந்து கொள்ள வைக்கலாம்! எல்லோரும் அருள் பெறுதலால் உலகம் ஒற்றுமையில் வாழுமே!

(தவ ஒளியில் ஆழ்ந்துள்ளவர் அதன் இன்பத்தை வாயாலே சொல்ல முடியாது)

காயிலாத சோலையில் கனியுகந்த வண்டுகாள்!
ஈயிலாத தேனையுண்டு இராப்பகல் உறங்குறீர்
பாயிலாத கப்பலேறி அக்கரைப் படுமுனே
வாயினால் உரைப்பதாகு மோமவுன ஞானமே. 252

(எ.ரை:) *உயிரொளியில் இறையொளி கலந்து இன்பம் நுகர்வதே தவப்பயனாகும். இவ்வின்பத்தைச் சொல்லால் யாரும் சொல்ல இயலாது.*

காய்க்காத சோலையாகிய மனித உடம்பிலே கனியாகிய தெய்வத்தைச் சுவைக்க விரும்பிய மனிதப் பிறவிகளே! நீங்கள் செய்யும் நெறிமுறையான தவத்திலே ஈக்கள் மொய்க்காத இறையொளியான தேனை உண்டு இரவும் பகலும் எப்போதும் இன்ப உறக்கத்தில் ஆழ்ந்து போகின்றீர்கள். ஆனால், உங்கள் குறிக்கோளான பிறவியறுப்பதற்கு முன்னே அதாவது, தவமாகிய பாயில்லாத கப்பலில் ஏறி அக்கரையாகிய வீடுபேற்றை அடையும் முன்னே இன்ப ஒளியில் திளைத்து உறங்கும்போது வாயால் பேச முடியாதே! இதுதான் பேசாத மெய்யறிவோ!

(பொய்ப் பேய்களுக்குப் பூசைகள் செய்யாதீர்கள்!)

பேய்கள்பேய்கள் என்கிறீர் பிதற்றுகின்ற பேயர்காள்!
பேய்கள்பூசை கொள்ளுமோ? பிடாரிபூசை கொள்ளுமோ?
ஆதிபூசை கொள்ளுமோ? அனாதிபூசை கொள்ளுமோ?
காயமான பேயலோ கணக்கறிந்து கொண்டதே. 253

(எ.ரை:) 'பேய்' என்னும் சொல் பொய்மையைக் குறிக்கும். இதை மாயத்தோற்றம் என்பர்.

வாழ்க்கையில் பொது மக்களில் பலர் உண்மையறிவு பெறாமையால், இருண்ட இடத்தைக் கண்டாலும் அதைப் பார்த்துப் பேய் என்பார்கள். இவர்களை நோக்கியே, பயன்தராத பேச்சைப் பேசுகின்ற பேயர்களே! ஏன் எப்போதும் பேய்கள் பேய்கள் என்று அச்சத்தால் அலறுகின்றீர்கள்? நீங்கள் சொல்லும் பேய்கள், அஞ்சுவோர் கொடுக்கும் அச்சவழிபாட்டை ஏற்றுக்கொள்ளுமா? பிடாரி என்றும் பெண் தெய்வமென்றும் சொல்கின்றார்களே; அதுவும் பூசையை ஏற்றுக்கொள்ளுமா? இந்தப் பொய்களே ஏற்றுக் கொள்ளாத பூசை வழிபாட்டை உண்மை எப்படி ஏற்றுக் கொள்ளும்? எண்ணிப்பாருங்கள்.

முதல்வனான கடவுளும் முதன்மை தெரியாத நிலையிலுள்ள கடவுளும் இப்படிப்பட்ட வழிபாட்டையெல்லாம் விரும்ப மாட்டாரென்பதைப் புரிந்துக் கொள்ளுங்கள்.

பேய்கள்-சிறுதெய்வ வழிபாட்டையெல்லாம் உருவாக்கிய கற்பனை மனிதர்களே, தங்களது உடலை வளர்க்க வேண்டிக் கணக்குப்போட்டு இப்படிச் செய்து விட்டார்கள்.

(சிவசிவ மந்திரம் உடம்பின் எட்டுத் தாமரையிலும் சென்று கமழ்ந்ததைக் கண்டேன்)

மூலமண்ட லத்திலே முச்சதுரம் ஆதியாய்,
நாலுவாசல் எம்பிரான் நடுவுதித்த மந்திரம்
கோலிஎட்டு இதழுமாய்க் குளிர்ந்தலர்ந்தது இட்டமாய்
மேலும்வேறு காண்கிலேன் விளைந்ததே சிவாயமே. 254

(எ.ரை:) *எம்பெருமானாகிய சிவக்கடவுளின் நமசிவாய என்னும் ஐந்தெழுத்திலே நடுவில் அமைந்த 'சி' எழுத்து மந்திரமே 'சிவசிவ' என்னும் நான்கு வாசல் ஆகும். தவஞ்செய்யும் நிலையில் இந்த மந்திர ஒலியானது, மூலாதார முச்சதுர இடத் தாமரை மலர் நான்கிதழ் முதல் தலை நடு அறிவுமன்றமான எட்டாமிடத்துத் தாமரை இதழ்கள் வரையிலும் கனலொளியோடு கலந்து செல்லும்; அதனால் எட்டு இடத்து (சக்கரம்) மலர்களும் மலர்ந்து குளிரின்பத்தைத் தரும். அத்தகைய இன்பம் விளைய அடிப்படையாய் இருந்தது சிவாயமே ஆகும். இந்த விரும்பிய இன்பத்தை நான் வேறு எங்கும் காணவில்லை என்பேன்.*

(தவமுயற்சியாலே இறையொளியிலிருந்து பல்வகை ஆகம நூல்கள் தோன்றின)

ஆதிகூடு நாடியோடி காலைமாலை நீரிலே,
சோதிமூல மானநாடி, சொல்லிறந்த தூவெளி
ஆதிகூடி நெற்பறித்து அகாரமாதி ஆகமம்
பேதபேதம் ஆகியே பிறந்துடல் இறந்ததே. 255

(எ.ரை:) *தவச்செல்வர்கள் சிவமுதல்வனைத் தமது ஆன்ம ஒளியிலே கூடுவதற்கு ஆர்வங்கொண்டு, காலையும் மாலையும் நீராடி விளக்கமுற்று, அந்தப் பெருஞ்சுடர்க் கடவுளைச் சுழுமுனை நாடியில் தவச்செயல் புரிவதால் பெற்று, அதன் வழியே சென்று தலைக்குமேல் தாமரை மலர்போன்ற அறிவம்பலத்தை அடைந்து, அங்கே காட்சிதரும் சொல்லும் மனமும் கடந்த தூய அருள் வெளியைக்கண்டு, அந்தச் சிவமுதல்வனோடு கூடி இன்புற்றனர். அப்படி அவர்கள் பெற்ற மெய்யறிவென்னும் நெல்லை அறுவடை செய்ததால்தான், அகரக்கலையான நூல்களையும் ஆகம நூல்களையும் பலவாறு படைத்து, உடலான உலகைக் கடந்த நிலையில், அந்நூல்கள் அழியாமல் இருக்கின்றன.*

(தவத்திலே பாடுபட்டு ஓதிய மந்திரப்பயனை ஆய்ந்த நூலிலே காணலாம்)

பாங்கினோடு இருந்துகொண்டு பரமன்அஞ் செழுத்துளே
ஓங்கிநாடி மேலிருந்து உச்சரித்த மந்திரம்

மூங்கில்வெட்டி நாருரித்து மூச்சில்செய் விதத்தினில்
ஆய்ந்தநூலில் தோன்றுமே அறிந்துணர்ந்து கொள்ளுமே. 256

(எ.ரை:) அன்பர்களே! தவப்பயனை உணருங்கள்! இறைவனது அஞ்செழுத்தை உள்ளத்தில் பதிய வைத்து, நெறிமுறையோடு அமர்ந்து கொண்டு, சுழுமுனை நாடி வழியே ஓங்கி உருப் போட்டு ஓதவேண்டும். அப்படிக் கவனமாகவும் கடினமாகவும் ஓதுதலென்பது, மூங்கிலை வெட்டியெடுத்து வந்து அதை நாராக உரித்துக் கூடைமுடைதல் போன்ற அரிய செயலாகும். அத்தகைய மூச்சுப் பயிற்சியில் விளைந்த மெய்யறிவு ஒளி போன்றதே ஆய்ந்த நூலிலே தோன்றும் கடவுளும்! இந்த உண்மையை அறிந்துக் கொள்ளுங்கள்.

(தலைத் தாமரையில் பேரொளியை வணங்கக் கூடியவர் வேறு கோயிலுக்குச் செல்லத் தேவையில்லை)

புண்டரீக மத்தியில் உதித்தெழுந்த சோதியை
மண்டலங்கள் மூன்றினோடு மன்னுகின்ற மாயனை
அண்டரண்டம் ஊடறுத்து அறிந்துணர வல்லிரேல்
கண்டகோயில் தெய்வமென்று கையெடுப்பது இல்லையே. 257

(எ.ரை:) தலைநடுவிலுள்ள ஆயிரத்தெட்டு இதழான தாமரை மலராம் ஆன்ம அறிவு மன்றின் அகத்தே தோன்றும் பேரொளியானவனும், விண்ணிலே ஞாயிற்றிலும் திங்களிலும் விண்மீன்களிலும் கனலொளியாய் மறைந்திருப்பவனுமாகிய சிவக்கடவுளைத் தவவொளியாற்றலால் வானைக் கடந்து சென்று காணும் வல்லமையுள்ளவர் மண்ணிலே பிறகோயில்களுக்குச் சென்று வணங்க வேண்டியதில்லை.

(நினைப்பவருள்ளே நினைவாய் இருப்பவன் கடவுள்)

அம்பலங்கள் சந்தியில் ஆடுகின்ற வம்பனே
அன்பனுக்கு அன்பனாய் நிற்பன்ஆதி வீரனே
அன்பருக்குள் அன்பராய் நின்றஆதி நாயனே
உன்பருக்கு உண்மையாய் நின்றஉண்மை உண்மையே. 258

(எ.ரை:) முழுமுதற்கடவுளான செம்பொருட்சிவன், உயிரெல்லாம் கூடுகின்ற அம்பலமென்னும் உலக அரங்கிலே ஐந்தொழிலை உணர்த்தி ஆடுகின்ற ஆடலாலே அவன் புதுமையான (வம்பு) கலைஞன் ஆனான்; அவன் படைத்த அனைவரிலும் அன்புடையவனுக்கு அன்பனாகி முன்வந்து நிற்கின்றான்; அச்சிவனே அடியார்களுக்கெல்லாம் அடியாராய் முந்துவந்து உதவி செய்வதில் முதன்மையான காக்கும் காவலனாய் (நாயகன்) நிற்கின்றான். இவ்வாறு நினைப்பவருக்கு (உன்னுதல்) உண்மைத் தோழனாய் எளிமையில் வருபவன் கடவுளே. இது உண்மையிலும் உண்மையே.

(எண்ணற்ற மந்திரங்களிலே உண்மையான மந்திரம் எது?)

அண்ணலாவது ஏதடா அறிந்துரைத்த மந்திரம்;
தண்ணலான வந்தவன் சகலபுராணம் கற்றவன்
கண்ணனாக வந்தவன் காரணத்து உதித்தவன்
ஒண்ணதாவது ஏதடா? உண்மையான மந்திரம்.

(எ.ரை:) எல்லாரும் எல்லாப் பொருளும் கடவுளே என்று அறிக. ஒவ்வொருவரும் கற்பித்த மந்திரங்களில் தலைசிறந்த மந்திரம் எது என்று சொல்ல முடியுமா? கடவுளே தன்னைத்தானே படைத்துக் கொண்டு வந்தவன்; அவன் அனைத்து வகையான தொன்மங்களுக்கும் வரலாறுகளுக்கும் கதைகளுக்கும் கற்பனை யாய்க் கருக்கொடுத்தவன்; கற்றவன்; கற்பித்தவன்; எல்லாம் அவனே! கண்ணனாகப் படைத்துக் கொண்டு வந்தவனும் அவனே; வெவ்வேறு கதைகளிலே வரும் புனைவுத் தெய்வமாகத் திகழ்பவனும் அவனே; இப்படிப் பெருகிச் செல்லும் கருத்துக்களிலும் கற்பனைகளிலும் உண்மையான மந்திரம் ஒன்றைத் தேர்வது கடினமேயாகும்.

(உயிரிக்கும் இடம் கள்ளவாசலையுடையது; வருவதும் தெரியாது; போவதும் தெரியாது!)

உள்ளதோ புறம்பதோ உயிரொடுங்கி நின்றிடம்?
மெள்ளவந்து கிட்டிநீர் வினவவேணும் என்கிறீர்;

உள்ளதும் புறம்பதும் ஒத்தபோது நாதமாம்
கள்ளவாச லைத்திறந்து காணவேனும் அப்பனே! 260

(எ.உரை:) *அப்பனே! அன்பர்களே! புரிந்து கொள்ளுங்கள். நீங்கள் மெல்ல எம்மிடத்தில் அருகிலே வந்து நின்று, சாகும் நிலையில் கிடப்பவரைப் பார்த்து, "அவரது உயிரானது ஒடுங்கி யிருக்கும் நிலை எப்படி? அவரது உயிர் இன்னும் உடலுக்குள்ளே இருக்கிறதா? வெளியில் சென்றுவிட்டதா?" என்று வினவ வேண்டும் என்று சொல்கின்றீரே! இதை யாரிடம் வினவ முடியும்? யாருக்கு விடைசொல்லத் தெரியும்?*

ஆதலால், அந்த உயிரானது எங்கும் பரவியுள்ள ஓசை யுண்மையென்னும் தத்துவத்திலே அமைந்துள்ளது என்பதாலே, அவ்வுயிர் உடலுக்கு வருவதும் போவதும் இயல்பாதலால் அது ஒத்தநிலையுடையது என உணரவேண்டும். நாதத்தின் போக்கு வரத்து வாசல் யாருக்கும் தெரியாத கள்ள (மறைவு) வாசல்; எனவே, அதை அறிந்து யாரும் திறக்கமுடியாது. அப்பனே! உம்மால் காணமுடிந்தால் காணுங்கள்.

(உடம்பின் படைப்பு அண்டங்களாலும் பூதங்களாலும் உருவானதே என அறிக)

ஆரலைந்து பூதமாய் அளவிடாத யோனியும்
பாரமான தேவரும் பழுதிலாத பாசமும்
ஓரொணாத அண்டமும் உலோகலோக லோகமும்
சேரவந்து போயிந்த தேகமேது? செப்புமே! 261

(எ.உரை:) *அன்பர்களே! புரிந்து சொல்லுங்கள். இந்த உயிருள்ள உலகமும் உயிரில்லாத உலகமும் யாரால் எவற்றால் படைக்கப்பட்டனவென்று தெரியுமா?*

இயற்கை மாயையால் படைக்கப்பட்ட ஐந்து பூதங்களும், அவற்றால் (தூவாமாயையால்) உருவான பலவகையான பிறவிகளும், நிறைந்த ஆற்றலுடைய வானகத் தேவர்களும், உலகவாழ்விற்கு வேண்டிய குற்றமில்லாத அன்பும் அருளுமாகிய பண்பும், ஓர்ந்து நினைக்க முடியாத விண்ணக அண்டமாகிய ஞாயிறும் திங்களும் விண்மீன்களும், மேலுலகம் மண்ணுலகம்

கீழுலகம் ஆகிய மூன்று உலகங்களும் கடவுளால் படைக்கப் பட்டவையாகும். இந்தப் படைப்பு உண்மையால், மனித உடம்பு பிறப்பதும் இறப்பதுமாய் உள்ளது. இந்த உண்மையன்றி வேறு இயம்புதற்கு இல்லை.

(என் அகத்தில் என் உயிர்தான் இருக்கின்றது)

என்னகத்துள் என்னைநான் எங்கும்நாடி ஓடினேன்
என்னகத்துள் என்னைநான் அறிந்திலாதது ஆகையால்
என்னகத்துள் என்னைநான் அறிந்துமே தெரிந்தபின்
என்னகத்துள் என்னையன்றி யாதுமொன்றும் இல்லையே. 262

*(**எ.ரை:**)* நான் என்று சொல்வதும் என் என்று பெருமை கொள்வதும் உயிரே ஆகும்; இது ஒளி என்றும் அவைவென்றும் அறிவென்றும் விளக்கப்படும்.

நான் என்னை (உயிரை-ஆன்மாவை) என்னுள்ளே எங்கும் ஆர்வங்கொண்டு தேடினேன்; இப்படி நான் தேடியது, என்னை நான் என்னகத்துள்ளே இருப்பதை அறியாமலிருந்ததுதான். பின்னர், என்னை நான் என்னுள்ளே அறிந்து புரிந்து கொண்டு தெளிவடைந்தேன். அதனால், என்னகத்துள்ளே என்னை (உயிரை) யன்றி வேறு எதுவுமில்லை என்ற உண்மையைப் பெற்றேன்.

(என்னுள் இறைவன் மறைந்திருப்பதால் என்னுயிரை நான் அறியவில்லை)

விண்ணில்நின்று மின்னெழுந்து மின்னொடுங்கு மாறுபோல்
என்னுள்நின்று எண்ணுமீசன் என்னகத்து இருக்கையில்
கண்ணில்நின்று கண்ணில்தோன்றும் கண்ணறிவு இலாமையால்
என்னுள்நின்ற என்னையும் யானறிந்தது இல்லையே. 263

*(**எ.ரை:**)* இறைவன் உள்ளத்திலே இருந்தாலும் அவன் அருள்செய்தால்தான் என்னுயிரை நான் அறிந்து கொள்ள முடியும். எப்படியென்றால், இதைச் சிந்தியுங்கள்.

விண்ணிலிருந்துதான் மின்னல் தோன்றி ஒளிபரப்புகின்றது; ஆனால், அந்த ஒளி மீண்டும் விண்ணிலே சேர்ந்து ஒடுங்கி

மறைகின்றது. அதுபோலவே என் உள்ளத்தில் வைத்து எண்ணும் இறைவன் என்னுள்ளே இருந்தாலும், அவனது அருள் எனக்கு வாய்க்காமல் மறைந்திருக்கும்போது என்னுள் இருக்கும் என்னுயிரை நான் அறிய முடியவில்லை. இன்னும் ஓர் உவமையை எண்ணிப் பாருங்கள்: ஒருவனுக்குக் கண்மணி நன்கு இருப்பதுபோல் தெரிந்தாலும் அதிலே ஒளிவரவில்லையென்றால் எதையும் காணமுடியாது; அதுபோன்றே இறைவன் உள்ளே இருந்தாலும் அவனருள் ஒளியாகவேண்டும்!

(தவநிலையில் உயிர் அம்பலத்தில் பெறும் பட்டறிவும் இன்பமும்)

அடக்கினும் அடக்கொணாத அம்பலத்தின் ஊடுபோய்
அடக்கினும் அடங்கொணாத அன்புருக்கும் ஒன்றுளே
கிடக்கினும் இருக்கினும் கிலேசம்வந் திருக்கினும்
நடக்கினும் இடைவிடாத நாதசங்கு ஒலிக்குமே. 264

(**எ.உரை:**) தலைமன்றிலே அன்பை உருக்கும் இறையொளியைக் காணலாம். தலைநடுவிலுள்ள அறிவம்பலமென்பது பேரொளி வீசும் அருட்காட்சியாகும். தவநிலையில் மூலக் கனலொளியைச் சுழுமுனை நாடி அம்பலத்திற்குக் கொண்டு செல்லும் தருதியில், அடக்கமுடியாத பொங்கிய அன்பு அங்கே அம்பலத்தில் உருகிப் போகும்; அப்போது மூச்சுக் காற்றும் கனலொளியும் அம்பலத்தில் படுத்தாலும் இருந்தாலும் வருத்தமோ அச்சமோ அடைந்தாலும் நடந்தாலும் இறைவன் அருள்செய்வதன் அறிகுறியாக நாதமென்னும் சங்கு ஒலித்துக் கொண்டே இருக்கும். இதையே "நாத சம்மியம்" என்பர்.

(தவத்திலே உயிரொளியும் இறையொளியும் கலந்து காதலின்பம் பெறும்)

மட்டுலாவு தண்துழாய் அலங்கலாய்! புனல்கழல்
விட்டுவீழில் தாகபோகம்; விண்ணில்கண்ணில் வெளியினும்
எட்டினோடு இரண்டினும் இதத்தினால் மனம்தனைக்
கட்டிவீடி லாதுவைத்த காதலின்பம் ஆகுமே. 265

(எ.ரை:) *தேன்துளிக்கும் குளிர்ந்த துளசிமாலை அணிந்த திருமாலே! நீ உனது திருவடியிலிருக்கும் கழலை ஒலித்து மழையாய்ப் பொழிவதால் உலகத்து நீர்வேட்கை தீர்ந்து உயிர்கள் இன்பம் அடைகின்றன; அதனால், விண்ணிலும் கண்ணிலும் வெளியுலக இயற்கையிலும் பசுமையின்பம் தெரிகின்றது.*

இதுபோல் தவத்தில் ஒளிமழையில் நனைகின்ற இரண்டென்னும் (உ) உயிரும், எட்டென்னும் (தமிழில் அ) அகரவொளியான இறைவனும் கலந்து இன்பமயமாகி மனத்தைக் கட்டிப்போட்டது போல ஆகிவிடுவர். இதுவே தவக் காதலாகும்.

(பற்றுக்களற்ற விடுதலையும் தவவேள்வியில் விடுதலையும் மனிதனுக்கு வாய்க்கும்)

ஏகமுத்தி மூன்றுமுத்தி நாலுமுத்தி நன்மைசேர்
போகமுற்றி புண்ணியத்தில் முத்தியன்றி, முத்தியாய்
நாகமுற்ற சயனமாய் நலம்கடல் கடந்ததீ
யாகமுற்றி ஆகிநின்றது என்கொலாதி தேவனே. 266

(எ.ரை:) *முதல்வனான தெய்வமே! உயிர்களுக்கு எப்படியெல்லாம் நீ அமைதியின்பம் தருகின்றாய்! என்னே உன் அருளாட்சி! மன ஒருமைப்பாட்டால், ஒன்றாகிய பிறவியினின்றும் விடுதலை (முத்தி) தருகின்றாய்; உயிரில் ஒட்டிய மூன்று மாசுகளான (ஆணவம், கன்மம், மாயை ஆகியவற்றை ஒழித்து விடுதலை தருகின்றாய்; வாழ்க்கையில் ஆழ்த்துகிற அறம், பொருள், இன்பம், வீடு என்னும் நான்கிலிருந்தும் விடுதலை தருகின்றாய்; நலம்தரும் இன்பம் நிறைந்த அறம் செய்வதால் விடுதலை தருகின்றாய். இவையன்றி, தவஞ்செய்யும் ஒருவனது உடம்பில் மூலக்கனலை மூட்டிப், பாற்கடலில் படுத்த பாம்புபோல் குண்டலினியை எழுப்பிச் சுழுமுனை நாடி வழியே தலைக்குக் கொண்டு செல்லும் ஒளியாலும் பிறவியற்ற பேறான இன்பம் தருகின்றாய். என்னே உன் அருள்மாண்பு!*

(இறைவன் உடலில் ஒன்பது தெய்வநிலையாக இருந்து பொது உணர்வு தருகின்றான்)

மூன்றுமுப்பத்து ஆறினோடு மூன்றுமூன்று மாயமாய்
மூன்றுமுத்தி ஆகிமூன்று மூன்றுமூன்று மூன்றுமாய்த்
தோன்றுசோதி மூன்றதாய் துலக்கமில் விளக்கதாய்
ஏன்றுஎன்நாவின் உள்புகுந்தது என்கொலோ நம்ஈசனே. 267

*(**எ.ரை:**) எம் இறைவா! நான் செய்யும் தவத்தில் நீ எப்படியெல்லாம் என்னுள்ளே புகுந்தாய்? வியப்பாகவே உள்ளது.*

என் உடம்பிலே முதுகந்தண்டோடு இணைகின்ற முப்பத்திரண்டு வரி எலும்புகளுடன் சேர்த்து முப்பத்து மூன்று எலும்புகள் அமைந்துள்ளன; மூலாதாரம் முதல் புருவநடுவிடம் வரை ஆறு சக்கரங்கள் சுழல்கின்றன; வலநாடி, இடநாடி, நடுநாடி என்று மூன்று நாடிகளும் மூலக்கனல் வெப்ப ஒளியோடு உயிர்வளியையும் முதுகந்தண்டின் துளை வழியாகத் தலை நடுவுக்கு எடுத்துச் செல்கின்றன; மூச்சை வலமூக்கு வழியே உள்வாங்கி இடமூக்குவழியே விடுதலும் இடதுவழி உள்வாங்கி வலதுவழிவிடுதலும் மூச்சை குறிப்பிட்ட நேரம் உள்ளே அடக்கி வைத்தலும் ஆகிய மூன்று இயக்கம் நடைபெறுகின்றன; பொருட்பற்றை அறுத்தலும் உடலை விடுதலும் பிறவியையே ஒழித்தலுமாகிய மூன்று விடுதலை (முத்தி) அடைதல் தகுதியாகின்றன; மேல்-கீழ்-நடு என்னும் மூன்று உலகிலும் அறிவு இயக்கம் நிகழ்கின்றது; மூன்று+மூன்று+மூன்றுமாய் ஒன்பது தெய்வநிலைக் கொள்கை (சிவம், அருட்சத்தி, ஓசை, ஒளி, படைப்போன், காப்போன், அழிப்போன், மறைப்போன், அருள்வோன் என்னும் ஒன்பது) போற்றப்படுகின்றது; அந்த ஒன்பதுமே தெய்வ ஒளியாய்த் திகழ்வதோடு தீக்கலை, ஞாயிற்றுக்கலை, திங்கட்கலை ஆகிய மூன்று சுடர்களையும் காட்டுகின்றது. ஆக எல்லா ஒளியுமே மறைவாயிருந்தே விளக்கம் தருகின்றன. இந்த நிலையில் என்னைப் படைத்த நீ, இப்போது தவ ஒளியாலே பொருந்திய எனது உள் நாக்கின் உள்துளையுள்ளே புகுந்து தலைநடுவில் ஆன்ம மன்றுக்குச் சென்றுவிட்டாய்; இது நினைக்க நினைக்க வியப்பில் ஆழ்த்துகின்றதே!

(இயற்கைப் பொருள் அனைத்துமாய் உள்ளவன் கடவுளே)

ஐந்தும் ஐந்தும் ஐந்துமாய் அல்லஅத்துள் ஆயுமாய்
ஐந்தும் மூன்றும் ஒன்றுமாகி நின்றஆதி தேவனே
ஐந்தும் ஐந்தும் ஐந்துமாய் அமைந்தனைத்தும் நின்றநீ
ஐந்தும் ஐந்தும் ஆயநின்னை யாவர்காண வல்லரே. 268

(எ.ரை:) *இறைவா! நீ வானம், காற்று, தீ, நீர், மண் ஆகிய ஐந்து பூதங்களிலும், அவற்றின் நிறமாகிய நீலம், கருப்பு, சிவப்பு, வெள்ளை, பொன்மை ஆகிய ஐந்து வண்ணங்களிலும், அவற்றின் சுவையாகிய ஓசை, ஊறு, ஒளி, சுவை, மணம் என்னும் ஐந்திலும் ஆக அனைத்திலும் அமைந்து நிற்கின்றாய். அன்றியும் உடம்பிலே மெய்-வாய்-கண்-மூக்கு-செவி என்னும் ஐந்து அறிவுப் பொறிகளாயும், கை-கால்-நாக்கு-எருவாய்-கருவாய் என்னும் ஐந்து தொழிற் பொறிகளாகவும், வேலைசெய்தல், நடத்தல், பேசுதல், எருக்கழித்தல், கருச்செயல்புரிதல் என்னும் ஐந்து தொழில்களாகவும் நீயே இருந்து செயல்புரிவோனாகவும் அப்படி அல்லாதவனாகவும் எண்ணப்படுகின்றாய்.*

மேலும், உடம்பிலே சுவை, ஒளி, ஊறு, ஓசை, மணம் என்னும் புலன்கள் ஐந்தும் மனம், அறிவு, எண்ணம் ஆகிய மூன்றும் சேர்ந்த (எட்டாய்) நுண்ணுடம்பாகவும், ஆன்ம உயி ரான ஒன்றாகவும் நின்று நீயே முதற்கடவுளாய்ப் போற்றப்படு கின்றாய்.

உடலில் இயக்கும் உயிர்வளிக்காற்று கழிப்புக்காற்று, தோல்நிலைக்காற்று, வயிற்றுத் தீக்காற்று, நிகர்நிலைக் காற்று, கொட்டாவிக்காற்று, இமைபடுகாற்று, புருவநடுக்காற்று, விழிப்பில் தூண்டல்காற்று, கேடுசெய்காற்று என்னும் பத்துவகைக் காற்றாகவும் நீயே அமர்ந்து வாழவைக்கின்றாய். இத்தகைய நுட்பமான உன்னை யாரால் காணவியலும்? முடியாதே!

(தவத்திலே மூச்சுக்காற்றோடு கலக்கும் சுடர்க் கலைகள்!)

ஆறும்ஆறும் ஆறுமாய் ஓரைந்தும்ஐந்தும் ஐந்துமாய்
ஏறுசீர் இரண்டுமூன்றும் ஏழும்ஆறும் எட்டுமாய்

வேறுவேறு ஞானமாகி மெய்யினோடு பொய்யுமாய்
ஊறுமோசை யாய்அமர்ந்த மாயமாய மாயனே! 269

(எ.ரை:) *வெட்டவெளிப் பொட்டலாய்-மாயமாய் மறைந் திருக்கும் இறைவா! நீ தவத்தோன் உடம்பிலே ஊற்றுணர்ச்சி தந்து ஒலித்து அறிகுறி காட்டிக் கொண்டிருக்கின்றாய்;*

தவநிலையில் மூச்சுக்காற்றோடு-ஞாயிற்றின் கலைச்சுடரான (ஆறும் ஆறும்) பன்னிரண்டையும் கலக்கச் செய்து, (ஆறும் ஓர் ஐந்தும் ஐந்தும்) திங்களின் கலைச்சுடரான பதினாறையும் கலக்கச் செய்கின்றாய்; மேலும், (ஐந்து இரண்டு மூன்றும்) தீயின் கலையான பத்தையும் கலக்கச்செய்து பேரறிவை அளிக்கின்றாய். இந்தச் சுடர்களின் பயனாய் மூலாதாரம் முதல் ஆறு மலர்ச்சக் கரங்களிலும், அவற்றிற்குமேல் ஏழாமிடமான உள், நாக்குக்கு மேலுள்ள துளை (பிரமரந்திரம்) யிடத்திலும், எட்டாமிடமான ஆன்ம அறிவுமன்றிலும் தெய்வஒளியினைச் சேர்த்துப் பல்வகை யான (வேறுவேறு) உண்மையியலாம் அறிவுகளைத் தந்தருள் கின்றாய்.

அன்றியும் நீ ஆன்மாவோடு மெய்யாய் இருப்பதாகவும் பொய்யாய்ப் போவதாகவும் காட்டிக் கொள்கின்றாய். என்னே உனது தவ ஆட்சி!

(மூவேழ் உலகங்களிலும் இறைவன் திருமந்திரங்கள் ஒலிக்கின்றன)

எட்டும்எட்டும் எட்டுமாய் ஓரேழும்ஏழும் ஏழுமாய்
எட்டும் மூன்றும் ஒன்றுமாகி நின்றஆதி தேவனே!
எட்டுமாய பாதமோடு இறைஞ்சிநின்ற வண்ணமே
எட்டெழுத்தும் ஓதுவார்கள் அல்லல்நீங்கி நிற்பரே. 270

(எ.ரை:) *முதலாகிய இறைவனே! நீயோ (ஓரேழும் ஏழும் ஏழுமாய்) மூன்று ஏழு உலகங்களிலும் எட்டுத் திசைகளிலும் விரிந்து நிற்பதோடு, எட்டாகிய அகரமென்னும் அகரவெளியில் திகழ்ந்து, தவஉடம்பில் எட்டாமிடமான தலைமேல் அம்பலத்தில் காட்சி தருகின்றாய்.*

உனது ஒன்றான ஓங்காரத்தையும், மூன்றான சிவாயத்தையும், எட்டான ஓம் நாமோநாராயணாயத்தையும் மந்திரமாய் ஓத வைத்துள்ளாய். அன்பரெல்லாம் உனது திருவடிகளைப் பற்றி எட்ட முயன்று, அன்புடன் வணங்கி நின்றபடியே எட்டெழுத்து மந்திரத்தை ஓதுகின்றார்கள்; அதனால் துன்ப அல்லல்கள் நீங்கி இன்புறுகின்றனர்.

(தவத்தோருக்கு இறைவன் வீடுபேற்றை அருள்கின்றான்)

பத்தினோடு பத்துமாய் ஓரேழினோடும் ஒன்பதாய்
பத்துநால் திசைக்குள்நின்ற நாடுபெற்ற நன்மையால்
பத்துமாய் கொத்தமோடும் அத்தலம்மிக்கு ஆதிமால்
பத்தர்கட்கு அலாதுமுத்தி முத்திமுத்தி யாகுமே. 271

(எ.ரை:) *அன்பர்களே! உடல் செய்யும் தவத்தால் அடையும் அருட்பேற்றை எண்ணிப் பாருங்கள்:*

மனித உடம்பு பத்துவகையான காற்றோடும் (முன்னே கூறப்பட்டவை) பத்து வகையான குருதி செல்லும் நாடிகளோடும் (இடக்கலை நாடி, வலக்கலைநாடி, சுழுமுனைநாடி, கழுத்துநாடி, வலக்கண்நாடி, இடக்கண்நாடி, வலச்செவிநாடி, இடச்செவிநாடி, கருவாய்நாடி, எருவாய்நாடி என்பவை) மூலாதாரம் முதல் தலைத்துளை வரையான ஏழு சக்கரங்களோடும் ஒன்பது ஓட்டைகளோடும் அமைந்து இயங்குகின்றது.

இத்தகைய உடம்பு, (பத்து-எட்டும் இரண்டும்) மேல்கீழ் எட்டுமாகிய திசைகளுக்குள்ளே அடங்கிய நாட்டில் வாழ்கின்றது. நலம் பெறுதற்காகவே, பத்தான மாணவரோடு சேர்ந்து பயிற்சி தரும் ஆசானிடம் (கொத்தம்-கொற்றம்) தவப்பயிற்சி பெறுகின்றான் ஒருவன். இத்தகைய பயிற்சிக் கூடத்தால்தான் நன்மை பெருகுகின்றது; இறையோடு கூடும் பயிற்சி பெறுவதால் அன்பு மாணவருக்கு மாலவனின் அருளும் வீடுபேறும் வாய்க்கின்றன.

(தவஞ்செய்வதால் இறைவனின் ஒளியை மறக்க முடியாது)

வாசியாகி நேசமொன்றி வந்தெதிர்ந்தது என்னுக!
நேசமாக நாளுலாவ நன்மைசேர் பவங்களில்
வீசிமேல் நிமிர்ந்ததோளி இல்லையாக்கி னாய்கழல்
ஆசையால் மறக்கலாது அமரராகல் ஆகுமே. 272

(எ.ரை:) *அன்பனே! அன்பும் ஆர்வமும் பற்றும் கொண்டதால்தான் மூச்சுப் பயிற்சியில் வெற்றி வாய்த்ததென்று சொல்லுக.*

பயிற்சியிலே ஆர்வம் கொண்டு நாள்தோறும் செய்வதாலே நன்மை பல கிடைக்கின்றன; அதனால், பிறவிகளிலே செருக்குடனும் பகட்டுடனும் கைவீசியும் தோள்தட்டியும் வாழாமல் அடக்கமும் பணிவும் கொண்டு பண்புடன் வாழலாம்; அன்றியும் இறைவனின் திருவடியில் அணியும் அருட்கழலின் ஆசையிலும் பற்றிலும் மறவாத நிலையிலே தெய்வ நிலையையும் அடையலாம்.

(உடம்பு அருள்வெளியாகும் போது இதில் சிவாயம் விளையும்)

எளியதான காயமீது எம்பிரான் இருப்பிடம்
அளியுறாது நின்றதே அகாரமும் உகாரமும்
கொளுகையான சோதியும் குலாவிநின்றது அவ்விடம்;
வெளியதாகும் ஒன்றிலே விளைந்ததே சிவாயமே. 273

(எ.ரை:) *அன்பர்களே! உமது உடம்பின் அருமையை உணருங்கள்; உடம்பு படைப்பு நிலையில் எளிமையானதுதான்; ஆனால், இது இறைவனே கோயிலாய்க் கொள்ளும் இடம்; இதனை நீங்கள் தெளிவோடு அறியாமல் இருந்து விட்டீர்கள். இந்த உடம்பிலேதான் அகரமாகிய இறைவன் உண்மையும் உகரமாகிய உயிருண்மையும் கொள்ளுதற்குரிய தெய்வப் பேரொளியும் குலாவிக் கூத்தாடுகின்றது.*

இவ்வரிய உடம்பானது அருள்வெளியாகும் போது இதிலே சிவாயமான சிவக்கடவுள் வெளிப்படும்.

(ஐந்தெழுத்தும் மூன்றெழுத்தும் ஒரே சிவப்பொருள்தான்)

அஞ்செழுத்தும் மூன்றெழுத்தும் என்றுரைக்கும் அன்பர்காள்!
அஞ்செழுத்தும் மூன்றெழுத்தும் அல்லகாணும் அப்பொருள்
அஞ்செழுத்தை நெஞ்சழுத்தி அவ்வெழுத்தை அறிந்தபின்
அஞ்செழுத்தும் மூறெழுத்தும் அவ்வுபாயம் சிவாயமே. 274

(எ.ரை:) *நமசிவாய என்னும் ஐந்தெழுத்தும் சிவாய என்னும் மூன்றெழுத்தும் வேறோ என்று கருதிப் பேசுகின்ற அன்பர்களே! போற்றிக் காண்கின்ற அந்தச் சிவமான செம்பொருள் இந்த ஐந்தெழுத்தும் மூன்றெழுத்துமே அன்று; எத்தனையோ எழுத்துக்களை அது கொண்டதாகும்! ஆகவே, நீங்கள் ஐந்தெழுத்தை நெஞ்சிலே படமாகப் பதித்துக் கொண்டு சிந்தித்தபிறகு, ஐந்தும் மூன்றும் ஒரே சிவாயம் என்னும் ஒருமைப்பொருளையே தரும் என உணர்க.*

(இறைவா! உலகில் உண்மையைச் சொல்ல அஞ்சும்படி வைத்தாயே, அந்தோ!)

பொய்யுரைக்க போதமென்று பொய்யருக்கு இருக்கையால்
மெய்யுரைக்க வேண்டுதில்லை மெய்யர்மெய்க்கு இலாமையால்
வையகத்தில் உண்மைதன்னை வாய்திறக்க அஞ்சினேன்
நையவைத்தது என்கொலோ நமசிவாய நாதனே! 275

(எ.ரை:) *நமசிவாயக் கடவுளே! இந்த உலகில் பொய்யே பேசிப்பொழுது கழிக்கின்ற பொய்யர்களெல்லாம் அறிவு பெறுவதே பொய் பேசத்தான் என்று கருதிவிட்டார்கள்; அதனால், மெய்பேசுவோர்கள் மெய்க்கு மதிப்பில்லாமல் போனதால், மெய்யைப் பேசத் தேவையில்லாமல் போனது. என்ன கொடுமை இது? அந்தோ! இறைவா! இவ்வுலகில் உண்மையைப் பேசவே வாயைத்திறக்க அஞ்சினேன். அதை நினைந்து நான் மனம் நையும்படிவைத்தாயே, இது ஏன்? நீயே சொல்லவேண்டும்.*

(உலகிலே கொடுமைகள் கண்டாலும் இறைவனை வெறுக்கக்கூடாது)

ஒன்றையொன்று கொன்றுகூட உணவுசெய்து இருக்கினும்
மன்றினூடு பொய்களவு மாறுவேறு செய்யினும்
பன்றிதேடும் ஈசனைப் பரிந்துகூட வல்லிரேல்
அன்றுதேவர் உம்முளே அறிந்துணர்ந்து கொள்ளுமே. 276

*(**எ.ரை:**) அன்பர்களே! பொறுமையோடு சிந்தியுங்கள். உலகிலே ஓர் உயிரானது மற்றோர் உயிரைப் பசியினால் கொன்று, உணவாய் அதனை உண்ண நேர்ந்தாலும், ஊரிலே பொது மன்றமான சூழலில் அறத்திற்கு மாறான, பொய் சொல்லிப் பிறரைக் கெடுப்பதும், பிறரது பொருட்களைக் களவு செய்வதுமாகிய கொடுமைகள் நடந்தாலும், அச்செயல்களுக்காகக் கடவுளை நொந்து கொள்ளக்கூடாது. அவனோ, ஒரு தாய்ப்பன்றி இறந்ததால் குட்டிகளுக்காக இரங்கி, ஒரு தாய்ப்பன்றியாகவே மாறிப் பால் கொடுத்தவன். (இது மதுரையில் நடந்த திருவிளையாடல்)*

ஆதலால் நீங்கள் கடவுளிடம் அன்பு மிகுந்தே அவனை நட்புக் கொள்ள வேண்டும்; அந்த ஆற்றலைப் பெறுவீரானால் அக்கடவுள் உங்கள் நெஞ்சினுள்ளே குடியிருப்பான்; இதை அறிந்துணர்ந்து கொள்ளுங்கள்.

(விருப்பு வெறுப்பற்ற இறைவன் எங்குமாகி இருப்பான்)

மச்சகத்துளே இவர்ந்து மாயைபேசும் வாயுவை
அச்சகத் துளேயிருந்து அறிவுணர்த்திக் கொள்விரேல்
அச்சகத் துளேயிருந்து அறிவுணர்த்திக் கொண்டபின்
இச்சையற்ற எம்பிரான் எங்குமாகி நிற்பனே. 277

*(**எ.ரை:**) மச்சிடமாகிய மூலாதாரத்தில் தோன்றும் கனல் நன்மையையும் செய்யும்; தீமையையும் செய்யும். ஆதலால், தீமை செய்யும் மாயையின் செயலை ஆறு சக்கர-சுழுமுனை வழியே உணர்ந்து நன்மையையே செய்யத் தவம் செய்யவேண்டும். இதை உடலாகிய உலகிலிருந்தே உணரவேண்டும். இவ்வாறு உணர*

முடிந்தால், விருப்பு வெறுப்பற்ற இறைவன் எங்கும் அணுவுக்கு அணுவாயிருப்பான் என்பதை நாம் உணரலாம்.

(மக்கள் மெய்ந்நெறியிலே வாழவில்லையெனில் நாட்டுக்கே அழிவு நேரும்)

வயலிலே முளைத்தசெந்நெல் களையதான வாறுபோல்
உலகினோரும் வண்மைகூறில் உய்யுமாறது எங்ஙனே
விரகிலே முளைத்தெழுந்த மெய்யலாது பொய்யதாய்
நரகிலே பிறந்திருந்து நாடுபட்ட பாடதே. 278

(எ.ரை:) *மக்களே! வாய்மையே வெல்லும் என்பதை உணர்ந்து வாழுங்கள்.*

உழவன் வயலிலே இட்ட செந்நெல் பயிரைக் கவனமுடன் பார்த்துக் காக்கவில்லையானால் அதிலே புல் பூண்டு முதலிய களைகள் முளைத்து, பயிரையே அமுக்கி அழித்துவிடும். அதுபோன்றே மக்கள் செல்வவளத்தை அறங்களாகச் செலவிட்ட நிலையில், எஞ்சிய செல்வத்தை எதிர்கால வாழ்வுக்காகப் பாது காத்து வைக்க வேண்டும்; தீய ஒழுக்கத்தில் செலவு செய்தால் செல்வம் அழிந்தே போகும்.

ஆதலால், வாழ்க்கையை நுண்ணறிவில் பிறந்த வாய்மை யான மெய்ந்நெறியிலேயே வாழ வேண்டும்; பொய்யான போலி வழிகளிலே வாழ்ந்தால் குற்றங்கள் செய்து துன்பம் தரும் நரகிலே சேர நேரும்; பெரும்பாலோர் குற்றஞ்செய்யத் துணிந்தால் நாடே கெட்டுப்போகும்.

(இறைவன் எங்கணும் கலந்திருந்து மறைந்திருக்கும் கள்வன்)

ஆடுகின்ற எம்பிரானை அங்குமெங்கும் என்றுநீர்
தேடுகின்ற பாவிகாள்! தெளிந்ததொன்றை ஓர்கிலீர்
காடுநாடு வீடுவிண் கலந்துநின்ற கள்வனை
நாடியோடி உம்முளே நயந்துணர்ந்து பாருமே! 279

(எ.ரை:) *உலகிலே அருளாளரும் அறிவாளரும் தெளிவாகக் கண்டு உணர்ந்து வணங்கும் மெய்ப்பொருளே கடவுள்!*

அத்தெய்வத்தை மக்களான நீங்கள் பகுத்தறிவால் எண்ணிப் பார்க்காமல், ஆடற்கூத்து நிகழ்த்தும் எம் இறைவனை அங்கிருப்பானென்றும் எங்கும் கோயில்களிலே இருப்பான் என்றும் சொல்லிச் சென்றுசென்று அலைந்து தேடுகின்றீர்கள்; அதனால் நீங்கள் தீவினை செய்தவராவீர்கள்.

இறைவன் காட்டிலும் நாட்டிலும் வீட்டிலும் விண்ணிலும் கலந்து இருந்தும், கண்ணுக்குத் தெரியாமல் கள்வனைப் போல் மறைந்தே உள்ளான். இருப்பினும் அவனை உமது உள்ளே ஒளிநாட்டத்தில் நாடி விரும்பிக் காணுங்கள்.

(இறைவன் கூத்து ஆடுதலால்தான் அனைத்துமே வாழ்கின்றன)

ஆடுகின்ற அண்டர்கூடும் அப்புறம் அதிப்புறம்;
தேடுநாலு வேதமும் தேவரான மூவரும்
நீடுவாழி பூதமும் நின்றதோர் நிலைகளும்
ஆடுவாழின் ஒழியலாது அனைத்துமில்லை இல்லையே. 280

(எ.ரை:) ஆடுகின்ற தேவர் (அண்டர்) ஆகிய சிவக்கடவுள் கூடுகின்ற இடம், அண்டங்களுக்கெல்லாம் அப்பாலுக்கு அப்பாலாய் உள்ளது. அப்பெரிய கடவுளைத் தேடுகின்ற நான்கு மறைகளும், தேவரான மலரவன் மாலவன் அரன் ஆகிய மூவரும், எண்ணற்ற காலமாய் வாழ்ந்து கொண்டிருக்கின்ற ஐந்து இயற்கையான பூதங்களும், இயங்காமல் நிலையாயிருக்கின்ற மலைகள், மரங்கள் முதலானவைகளும் அந்த ஆடல்வல்ல கடவுள் ஆடிக்கொண்டிருப்பதால்தான் இன்னும் அப்படியே வாழ்கின்றன; ஆடல் இல்லையேல் அனைத்துலக இயக்கமே இல்லையென உணரவேண்டும்.

(முழுமுதற்கடவுளிடம் தான் எல்லாமே பிறந்து ஒடுங்குகின்றன)

ஆவதும் பரத்துளே அழிவதும் பரத்துளே;
போவதும் பரத்துளே புகுவதும் பரத்துளே;
தேவரும் பரத்துளே திசைகளும் பரத்துளே;
யாவரும் பரத்துளே நானும்அப் பரத்துளே. 281

(எ.ரை:) *அன்பர்களே! உலகமே கடவுளுக்குள் அடக்க மென்பதை உணர்ந்து பாருங்கள்:*

உலகிலே படைத்து வெளிவரும் அனைத்துயிர்களும் பொருள்களும் மேலான கடவுளிடமிருந்து தான் வருகின்றன; அவை அழிந்து போவதும் அந்தக் கடவுளின் ஆணையால்தான்; அருளாளர்கள் காணப் போவதும் அந்தக் கடவுளிடம்தான்; அறவோர்கள் அறஞ்செய்த பயனால் உரிமையோடு புகுவதும் பேரின்ப உலகமான கடவுளிடமே; மேலும் விண்ணகத்திலுள்ள ஒளியுடம்பினரான தேவர்களும் அந்தக் கடவுளையே வேண்டி நிற்கின்றனர்; இயற்கை கவிந்த திசைகளும் அக்கடவுளிடமிருந்தே படைக்கப்பட்டன. இன்னும் சொன்னால், எல்லோருடைய வாழ்வுமே அக்கடவுளின் அருளை நோக்கியே உள்ளது; அடிய வனாகிய நானுமே அந்தக் கடவுளின் திருவடியொளியில்தான் வாழ்கின்றேன்.

(ஊழி முதல்வனான சிவத்தில் அனைத்துலகங்களும் தோன்றி ஒடுங்கும்)

ஏழுபார் ஏழுகடல் இபங்களெட்டு வெற்புடன்
சூழுவான் கிரிகடந்து சொல்லும்ஏழ் உலகமும்
ஆழிமால் விசும்புகொள் பிரமாண்டரண்ட அண்டமும்
ஊழியான் ஒளிக்குளே உதித்துடன் ஒடுங்குமே. 282

(எ.ரை:) *நில உலகம் ஏழும், கடல் ஏழும், திக்குயானை எட்டும், மலைகளும், வானும், மலைகடந்து உயரமாய்ப் பேசப்படுகின்ற விண்ணுலகம் ஏழும், ஆழிப்படையை ஏந்திய திருமாலின் வைகுந்தமும், தேவர்கள் வாழும் பெரிய அண்டமாகிய அயன்வாழும் சத்ய உலகமும், பிற அண்டங்களும் ஊழி முதல்வனான சிவக்கடவுளின் அருளொளிக்குள்ளே தோன்றி அதிலேயே ஒடுங்கிவிடும்.*

நிலவுலகம் ஏழு, கடல் ஏழு, விண்ணுலகம் ஏழு முன்னர் விளக்கப்பட்டுள்ளன. இபங்கள் எட்டாவன:- திக்குயானைகள் எட்டு;- ஐராவதம், புண்டரீகம், வாமனம், குமுதம், அஞ்சனம், புட்கபதந்தம், சாருவபூமம், சுப்பிரதீபம் என்பவையாகும்.

(இறைவனும் நீயும் நானும் ஒரே தன்மையுடையவரே!)

கயத்துநீர் இறைக்கிறீர் கைகள்சோர்ந்து நிற்பதேன்?
மனத்துளீரம் ஒன்றிலாத மதியிலாத மாந்தர்காள்!
அகத்துளீரம் கொண்டுநீர் அழுக்கறுக்க வல்லிரேல்
நினைத்திருந்த சோதியும் நீயும்நானும் ஒன்றலோ! 283

(எ.ரை:) மனத்திலே ஒரு சிறிதும் இரக்கமும் நல்லறிவும் இல்லாத மக்களே! மழையின்மையால் குளம் குட்டைகளிலே இருக்கும் நீரை இறைத்து வயல்களுக்குப் பாய்ச்சுகின்றீர்கள்; அதனாலே கைகள் சோர்ந்து களைத்துப்போய் நிற்கின்றீர்கள். நீங்கள் ஆருயிர்களிடம் இரக்கங் கொண்டிருந்தால் மழை பெய்திருக்கும்; இந்தக் கடினநிலை ஏற்பட்டிருக்காது.

எனவே, நீங்கள் ஆன்மாவாகிய அகத்தில் ஆருயிரிரக்கங் கொண்டு, செருக்கான ஆணவ அழுக்கை முழுமையால் ஒழித்துத், தூய்மை கொள்ள ஆற்றல் பெறுவீரானால், எப்போதும் நினைத்திருக்கின்ற ஒளிவடிவான இறைவனும் நீங்களும் நானும் ஒரே தகுதியுடையவராவோம்.

(உலகவேரான இழையொளியை நினைத்து இறைப்பேற்றை அடையுங்கள்)

நீரிலே பிறந்திருந்து நீர்ச்சடங்கு செய்கிறீர்
ஆரையுன்னி நீரெலாம் அவத்திலே இறைக்கிறீர்?
வேரையுன்னி வித்தையுன்னி வித்திலே முளைத்தெழும்
சீரையுன்னி வல்லிரேல் சிவபதம் அடைவிரே. 284

(எ.ரை:) தனது உயிர் வந்த வரலாற்றை எண்ணிப் பார்க்க முடியாத மக்களே! நீங்கள் வெண்பாலென்னும் (விந்து) நீரிலேதான் பிறந்து வளர்ந்துள்ளீர்கள்; உண்மை இயலையுண ராமல் நீர்ச்சடங்குகளையும் பிற சடங்குகளையும் செய்கின்றீர்கள்; இப்படிச் செய்யும் செயல்கள் யாரை நினைந்து செய்கின்றீர்கள்? நீங்கள் இறைக்கின்ற நீர் வீணாகின்றதே, அந்தோ!

நீங்கள், உலகத்துக்கே தாங்கும் வேராகவும் அருள் விதை யாகவும் அதிலே முளைத்து எழுகின்ற ஒளியாகவும் உணரப்படும்

கடவுளை ஆழமாக எண்ணிப்பார்க்க வல்லவரானால் சிவப் பேற்றை அடைவீர்கள்.

(எலும்பெனும் ஊரிலே கூத்தாடும் உயிரிலேதான் சிவாயக்கடவுள் அமைந்துள்ளது)

பத்தொடுஒத்த வாசலில் பரந்துமூல அக்கர
முத்திசித்தி தொந்தமென்று இயங்குகின்ற மூலமே
மத்தசித்த ஐம்புலன் மகாரமான கூத்தையே
அத்தியூரர் தம்முளே அமைந்ததே சிவாயமே. 285

(எ.ரை:) எலும்பு (அத்தி) ஆகிய ஊரென்னும் உடம்பிலே பத்து வகையான வாயிலென்னும் நாடிகளிலும், ஆறு ஆதார மென்னும் தாமரை மலர்களிலும் ஒத்து ஒரே சீராய்ப் பரந்து விரிந்து முதல் மந்திரமான ஓங்கார நாதம் இயங்குகின்றது. இந்த உடம்பிலே உயிர்வளியான மூலாதாரக் காற்றும் உறவெனக்கருதி, விடுதலை (முத்தி)யும் வெற்றி (சித்தி)யும் கிடைக்குமென்று நம்பி இயக்குகின்றது.

ஆயினும் இந்த உடம்பிலே முரட்டு அறிவும் ஆசைகொண்ட ஐந்துபுலன்களும் மகாரம் என்னும் மாசுடைய மாயையோடு வாழ்க்கைக்கூத்து ஆடுகின்றன. இத்தகைய ஊரிலேதான் அருள்வழங்கும் நமசிவாயக் கடவுள் தங்கியிருக்கின்றது.

பத்து நாடிகளும் முன்னே ஒரு பாடலில் விளக்கப்பட்டுள்ளது. மகாரம் என்பது 'சிவாயநம' என்பதிலுள்ள எழுத்து; இதுவே ஆணவம்-கன்மம்-மாயைகளை உணர்த்தும் அடையாளம்.

(உயிரொளியோடு இறையொளியை ஒன்ற வைத்தாலே வீடுபேறு வாய்க்கும்)

அணுவினோடும் அண்டமாய் அளவிடாத சோதியை
குணமதாகி உம்முளே குறித்திருக்கின் முத்தியாம்!
முணமுணென்று உம்முளே விரலையொன்றி மீளவும்
தினம்தினம் மயக்குவீர் செம்புபூசை பண்ணியே. 286

(எ.ரை:) சடங்குப் பூசை விரும்பிகளே! உணருங்கள்; ஒளித் தோற்றமான கடவுள் அணுவாய் இருப்பதோடு அண்டமான உலக உருண்டையாகவும் இருக்கின்றான்; அவனை நீங்கள், உயிர்த் தூய்மையாகி ஒளிபெற்று, உள்ளகத்திலே குறிக்கோள் கொண்டு நினைந்தாலே வீடுபேற்றை அடையமுடியும்.

அப்படியிருக்கவும், நீங்கள் நாள்தோறும் செப்புச் சிலையைத் தெய்வமாய்க் கொண்டு பூசனை வழிபாடுகள் செய்து மனத்துள் மந்திரத்தை முணுமுணுத்து எண்ணிக்கைக்காக விரலைவிட்டு மீண்டும் மீண்டும் எண்ணுகின்றீர்களே, என்னே உங்கள் செயல்!

(அழியக்கூடிய உடம்பு ஐந்தெழுத்தில் ஒடுங்க வேண்டும்)

மூலமான அக்கரம் முகப்பதற்கு முன்னெலாம்
மூடமாக மூடுகின்ற மூடமேது மூடரே!
காலனான அஞ்சுபூதம் அஞ்சிலே ஒடுங்கினால்
ஆதியோடு கூடுமோ? அனாதியோடு கூடுமோ? 287

(எ.ரை:) இன்னும் உண்மையறியாத மூடர்களே! தெரிந்து கொள்ளுங்கள்.

அடிப்படை வேரான நாதமாகிய ஓசையில் தோன்றிய எழுத்தான (அக்கரம்) ஓங்காரத்தைப் போற்றிக் கொள்ளுதற்கு முன்னே, இதனைத் தலையாகிய மூடத்திலே (மூளையிலே) மூடி வைத்திருந்த அறிவு (மூளை) யாருக்கு வாய்த்தது? அறிவிலிகளே! எண்ணிப்பாருங்கள். அந்த 'ஓங்காரவேரில் தோன்றிய 'நமசிவாய' என்னும் ஐந்திலே, அழியும் தன்மை கொண்ட (காலன்) ஐம்பூதங்களால் உருவான உடம்பு அடங்கி ஒடுங்கினால் (வயப்பட்டால்) முதல்வனோடு கூடுமா? முதல்தெரியாத முன்னவனான கடவுளோடு கலக்குமோ? யார் அறிவார்?

(உடலெங்கும் ஓடிப்பாயும் மந்திர ஓசை சிவாயமே!)

முச்சதுர மூலமாகி முடிவுமாகி ஏகமாய்
அச்சதுர மாகியே அடங்கியோர் எழுத்துமாய்
மெய்ச்சதுர மெய்யுளே விளங்குஞான தீபமாய்
உச்சரிக்கும் மந்திரத்தின் உண்மையே சிவாயமே. 288

(எ.ரை:) *அன்பர்களே! நீங்கள் ஒலிக்கின்ற மந்திரமான 'சிவாயம்' என்பதுதான், மூலாதாரமான கனலிடத்தில் முதலிலே தொடங்கி முடிவிடமான புருவநடுவில் ஒலித்து, அதுவே ஓங்கார ஓரெழுத்தாகின்றது; பின் அதுவே தலைமேலிடமான (அச்சதுரம்) அறிவுமன்றில் (சிற்சபை) ஓசை (நாதம்) உண்மையாய் ஒலிக்கின்றது.*

இந்த ஓங்கார எழுத்தே உடம்பிலே குடி கொண்டிருக்கும் மெய்யொளியில் சுடர்விட்டு விளங்கும் மெய்யறிவுப் பெருஞ் சுடராகும்.

(உயிரில் கண்டால் கடவுள் கலந்திருப்பான்!)

வண்டலங்கள் போலும்நீர் மனத்துமாசு அறுக்கிலீர்;
குண்டலங்கள் போலும்நீர் குளத்திலே முழுகிறீர்;
பண்டுமுங்கள் நான்முகன் பறந்துதேடிக் காண்கிலான்;
கண்டிருக்கும் உம்முளே கலந்திருப்பர் காணுமே. 289

(எ.ரை:) *மக்களே! நீங்கள் தேனுண்ணும் வண்டுகள் மொய்க்கும் மலர்மாலை போலவே இருக்கின்றீர்கள்; ஆனால் மனத்திலுள்ள மாசான கொடிய அழுக்குகளை அறுத்து ஒழிக்கா மலிருக்கிறீர்கள்; காதணியான குண்டலங்கள் ஆட ஆடக் குளத்து நீரிலே குடைந்து ஆடுகின்றீர்கள். இதனால் மனமாசு ஒழியுமா?*

நீங்கள் வணங்கும் நான்முகன், முன்னர் ஒரு காலத்திலே அன்னப் பறவையாய்ப் பறந்து சென்று தேடித் தேடிப் பார்த்தும் சிவக்கடவுளைக் காண முடியவில்லை. நீங்களோ தவத்தில் சிறந்து உள்ளொளியில் அக்கடவுளைக் கண்டிருக்கின்றீர்கள். உள்ளே கலந்திருக்கும் அக்கடவுளை நீங்கள் மேலும் மேலும் ஆராய்ந்து காணுங்கள்! பேரின்பமே!

(உயரிய இடத்திலே முடிவிலாமல் இருக்கும் கடவுளை எப்படி உரைக்க முடியும்?)

நின்றதன்று இருந்ததன்று நேரிதன்று கூரிதன்று
பந்தமன்று வீடுமன்று பாவகங்கள் அற்றது;
கெந்தமன்று கேள்வியன்று கேடிலாத வானிலே
அந்தமின்றி நின்றதொன்றை எங்ஙனே உரைப்பதே? 290

(எ.ரை:) *முழுமுதற் கடவுளைப் புரிந்துகொள்ளுங்கள்; முழுமுதலானவன் அழிவின்றி நிலைத்திருக்கும் விண்ணகத்திலே, முடிவின்றி எல்லையற்ற பெருவெளியிலே நிலைத்திருக்கின்றான்.*

அத்தகையவன் ஓரிடத்தில் நின்றிருப்பதும் இல்லை; அமர்ந்திருப்பதும் இல்லை; அவனை நேரில் காணுதல் இயலாது; ஆனாலும், அவன் காணமுடியாத நுண்ணிய கூர்மையானவனும் அல்லன்; அவனுக்குப் பற்றுப் பாசங்கள் இல்லை; வீடுபேறும் தேவையில்லை; அவனிடம் போலித்தோற்றமோ மெய்ப்பாடு களோ தோன்றுவதில்லை; அவனுக்குக் கல்விப் பயிற்சியோ (கெந்துதல்) கேள்வியறிவோ தேவையில்லை. இவன்தான் கடவுளாம் இயற்கையாவான் என்பதை அறிந்து கொள்ளுங்கள்.

(குருவால் ஆன்மா புகுந்ததை உணர்த்த முடியாது)

பொருந்துநீரும் உம்முளே புகுந்துநின்ற காரணம்
எருதிரண்டு கன்றைஈன்ற ஏகமொன்றை ஓர்கிலீர்
அருகிருந்து சாவுகின்ற யாவையும் அறிந்திலீர்
குருவிருந்து உலாவுகின்ற கோலமென்ன கோலமே. 291

(எ.ரை:) *மக்களே! நன்கு சிந்தியுங்கள்; உங்களுக்குக் குருவென்று ஒருவரை அமர்த்திக் கொண்டிருக்கின்றீர்கள்; அவரால் அனைத்தையும் உங்களுக்குக் காட்டமுடியுமா? அந்தத் தகுதி இந்தச் சமயக்கோலம் பூண்டவருக்கு இல்லையே!*

உங்களுக்குள்ளே இருக்கும் ஆன்மா பற்றிய அறிவு ஒளியாகவே உள்ளது. எனவே, உங்கள் உடல் தோன்றும்போது, உடலுக்குள்ளே (தலைநடுவில் மூளையில்) ஆன்மா புகுந்ததன் நோக்கம் தெரியுமா? நீங்கள் இன்னும் தெரியவில்லையே. காளைமாடு இரண்டு இணைந்தால் ஒரு கன்றை ஈன முடியாது. அதுபோலவே வெறும் இரண்டு உடல் சேருவதால் உயிரை உண்டுபண்ண முடியாது. புதிய உடலில் உயிரை (கன்றை)ப் புகுத்தியவன் கடவுளே எனத் தெரியவேண்டும். இதுபோன்றே நீங்கள் உங்கள் அருகிலே செத்து மடிவோரின் சாவுகளைப் பற்றியும் தெரிந்து கொள்ள முடியவில்லையே.

இந்த உணர்வைக் குருவாய்க் கோலம் பூண்டவன் ஏன் ஊட்டவில்லை? எண்ணிப் பாருங்கள்.

முதலில் உயிரைக் கன்று என்று சொன்னவர் திருமூலர் என அறிக.

(சிவாயத்துள் எம்பிரானும் நானும் கலந்திருந்தோம்)

அம்பரத்துள் ஆடுகின்ற அஞ்செழுத்து நீயலோ!
சிம்புளாய்ப் பறந்துநின்ற சிற்பரமும் நீயலோ
எம்பிரானும் எவ்வுயிர்க்கும் ஏகபோகம் ஆதலால்
எம்பிரானும் நானுமாய் இருந்ததே சிவாயமே. 292

(எ.ரை:) *இறைவன் உங்களுக்கும் உறவு; எனக்கும் உறவு என்பதைத் தெரியுங்கள்:*

இறைவா! அறிவுவெளியில் ஐந்தொழில் புரிந்து ஆடுகின்ற நமசிவாயம் நீயல்லவா! சிம்புள் பறவைபோல் பறந்து உயரத்தில் அறிவு வடிவாய்த் திகழ்பவனும் நீயல்லவா! அத்தகு எம் தலைவனான நீ, எவ்வகையான உயிர்களுக்கும் உறவாயும் இன்பம் தருவோனாயும் இருப்பதாலே, அவ்வுயிர்களுள் நானும் ஒருவனாகி உன்னோடு கலந்த உறவாகி இருக்கின்றேன். அதற்கு அடிப்படை, மந்திரமான சிவாயமே ஆகும்.

(இறைவனின் திருவடியொளியே பேரொளித் திங்களாகும்)

ஈரொளிய திங்களே இயங்கிநின்றது அப்புறம்;
பேரொளிய திங்களே யாவரும் அறிகிலீர்!
காரொளிப் படலமும் கடந்துபோன தற்பரம்
பேரொளிப் பெரும்பதம் ஏகநாத பாதமே. 293

(எ.ரை:) *மக்களே! நீங்கள் காணும் விண்ணிலே, வளர்பிறையும் தேய்பிறை (ஈர்-ஈர்தல்=குறைதல்)யுமான திங்களை (சந்திரன்)யே காண்கின்றீர்கள். ஆனால், தவம் செய்யும்போது உயிரில் காணும் பேரொளி தரும் திங்களை நீங்கள் அறியா மலிருக்கின்றீர்களே, அந்தோ!*

தானே தோன்றிய பரமான இறைவன் காட்டும் பேரொளியோ, பெரும்பேற்றைத் தருகின்ற ஒரே தலைவனின்

திருவடியில் ஒளிரும் திங்களாகும். இந்த ஒளியை வானைப் போல கார்முகிற் படலம் மறைக்க முடியாது! இது எல்லாம் கடந்த பெருநிலையுடையது என அறியவேண்டும்.

(சொல்லமுடியாத இறையின்பதை நான் எப்படிச் சொல்ல முடியும்?)

கொள்ளொணாது மெல்லொணாது கோதறக் குதட்டொணா
தற்ளொணாது அணுகொணாது ஆகலான் மனத்துளே
தெள்ளொணாது தெளியொணாது சிற்பரத்தின் உட்பயன்
விள்ளொணாத பொருளைநான் விளம்புமாறது எங்ஙனே 294

*(**எ.ரை:**) பேராற்றலும் பேரின்பமும் உடைய முழுமுதற் கடவுளை ஒரு கனியைப்போல் கையில் எடுத்துக்கொள்ளவும் முடியாது; அதை வாயிலிட்டு மெல்லவும் முடியாது; வாயில் போட்டுக் குறையை நீக்கிவிட்டுச் சுவைத்துக் குதப்பவும் இயலாது. மேலும் அக்கடவுளைத் துன்பநிலையிலே தள்ளி விடவும் கூடாது; அருகில் சென்று தொடவும் கூடாது. ஆதலால், என்னதான் செய்வது? மனத்துள்ளே, போட்டுத் தெள்ளி ஆராயலாமென்றால் அதுவும் இயலாது; ஒரு முடிவுக்கு வந்து அறிவால் தெளியலாமென்றால் அதற்கும் வழிதெரியாதே. இப்படி மனித அறிவுகடந்த ஓர் இறைவன் தருகிற ஆன்மப்பயனான இன்பத்தைச் சொல்லால் யாரும் சொல்லவும் முடியாத நிலையன்றோ! ஆதலால் நான் மட்டும் எப்படி உரைக்க முடியும்?*

(இறைவனை அகக்கண்ணால் நோக்க அவனும் நம்மை நோக்கி வருவான்!)

வாக்கினால் மனத்தினால் மதித்தகார ணத்தினால்
நோக்கொணாத நோக்கையுன்னி நோக்கையாவர் நோக்குவார்?
நோக்கொணாத நோக்குவந்து நோக்கநோக்க நோக்கிடில்
நோக்கொணாத நோக்குவந்து நோக்கைஎங்கண் நோக்குமே. 295

*(**எ.ரை:**) கடவுளானவன், மனித வாய்ச்சொல்லாலும் மனத்தினாலும் கடவுளென மதித்த அடிப்படை அன்பாலும் கருதமுடியாத கருத்தாக இருக்கின்றான். அவனை உள்ளுக்குள்*

நினைந்து பார்க்க வேண்டிய நுண்ணிய பார்வையை யார்தான் பார்க்கின்றார்? அந்த அளவுக்கு யாரும் தகுதி பெறவில்லையே.

அப்படி யாராலும் கருத (மனக்கண்ணால்) முடியாமலிருக்கும் நோக்கான கடவுளே வந்து அருளால் பார்க்கப் பார்க்க (அதனால் ஈர்க்கப்பட்டு), நாமும் கருத்தோடு பார்க்கும் நிலையிலே, அந்தக் காணமுடியாத கடவுள் நோக்கு எளிமையாய் வரவே, அருள்தரும் திருநோக்கை எமது அகக்கண் பார்த்து ஒளியில் இன்புறும்.

(எள்ளிலே எண்ணெய்போல் இறைவன் எல்லாப் பொருள்களிலும் மறைந்து கலந்திருக்கின்றான்)

உள்ளினும் புறம்பினும் உலகமெங்க ணும்பரந்து
எள்ளிலெண்ணெய் போலநின்று இயங்குகின்ற எம்பிரான்
மெள்ளவந்து என்னுட்புகுந்து மெய்த்தவம் புரிந்தபின்
வள்ளலென்ன வள்ளலுக்கு வண்ணமென்ன வண்ணமே! 296

(எ.வரை:) *எம் தலைவனாகிய கடவுள், எள்ளிலே மறைந்திருந்து வெளிப்படுகின்ற எண்ணெய்போல உலகமெங்கும் பரந்துவிரிந்த இயற்கைப் பொருள்கள் யாவும் உள்ளேயும் வெளியேயும் கலந்திருந்து இயங்குகின்றான்!*

அந்த நுட்பமான கடவுள்தான் இப்போது எனது தவத்தில் மெல்லவே வந்து என்னுயிரில் புகுந்து, ஒளியில் ஒளியாய்க் கலந்திருந்தான். அவன்தான் உலகத்தின் ஒளியளிக்கும் உயர்ந்த வள்ளல்; அந்த வள்ளலுக்கு என்ன வண்ணமென்று யாரால் கூறவியலும்? அது அருள் வண்ணமன்றோ!

(சிவாயக் கடவுள் ஒளிக்குள் ஒளியாக உயிரினுள் இருக்கின்றான்)

வேதமொன்று கண்டிலேன் வெம்பிறப்பு இலாமையால்;
போதம்நின்ற வடிவதாய்ப் புவனமெங்கும் ஆயதாய்
சோதியுள் ஒளியுமாய்த் துரியமோடு அதீதமாய்
ஆதிமூலம் ஆதியாய் அமைந்ததே சிவாயமே. 297

(எ.ரை:) *அன்பர்களே! மறையோதி வேள்வி செய்யும் வெம்மையான பிறப்பிலே நான் வராமையால் மறையொன்றைக் கற்று அறிவு பெறவில்லை; இறைவனிடமிருந்தே அறிவு பெற்றேன்.*

இறைவனோ மெய்யறிவே வடிவானவன்; உலகமெங்கும் கவிந்த இயற்கையில் கலந்திருப்பவன்; அவன், காணும் பேரொளியிலே ஒளிக்கருவாய் இருப்பதோடு, மனித உயிரில் ஒளிநிலை (துரியம்) தருவதாயும் அதையும் கடந்த பேரொளிப் பிழம்பாயும் உள்ளவன். அத்தகையவனே உலக முதல்வனாயும் அதற்கும் முந்தியவனாயும் கருதப்படுபவன்; அவனே சிவாய மந்திரத்தின் பொருளுமாவன்.

(தீமை செய்யும் ஐந்து புலன்களையும் ஒடுக்கினால் தெய்வ ஒளியில் கலந்திருக்கலாம்)

சாணிரு மடங்கினால் சரிந்த கொண்டை தன்னுளே
பேணியப் பதிக்குளே பிறந்திறந்து உழலுவீர்!
தோணியான ஐவரைத் துறந்தறுக்க வல்லிரேல்
காணிகண்டு கோடியாய்க் கலந்ததே சிவாயமே. 298

(எ.ரை:) *மக்களே! பாசமாம் பற்றுக்களினாலே மீண்டும் மீண்டும் பிறக்கின்றீர்கள்; தாயின் சாணளவுள்ள முலைகளைப் போற்றி, அவளிடத்திலிருந்து பிறப்பதும் இறப்பதுமாய்ப் பிறவியை ஓட்டி அதனால் பல அல்லல்களையும் துயரங்களையும் அடைந்து வருந்துகின்றீர்கள்.*

துயரத்திற்கு அடிப்படையான ஐந்து பொறிபுலன்களை நீங்கள் எண்ணிப் பார்ப்பதில்லை. அதனால் அந்த ஐவரும் தோணிபோல் ஏற்றிச் சென்று உள்ளத்தையும் அறிவையும் கெடுக்கின்றனர். இவர்களை நீங்கள் நன்கு அறிந்துகொண்டு துறந்து பற்றுக்களை ஒழிப்பீரானால், சிவாயக் கடவுள் உங்களுக்குப் பெரிய நன்மைகளைக் கொடுப்பார்; காணி அளவு நிலத்திலே விளையக்கூடிய நெல் போன்ற பயன்கள் கோடிகோடியளவாய்ப் பெறுவீர்கள்.

(அனைத்து மந்திரங்களும் சிவாயத் தீயில் பிறந்தவையே!)

அஞ்சுகோடி மந்திரம் அஞ்சுளே அடங்கினால்
அஞ்சுகூற உம்முளே நினைப்பதோர் எழுத்துளே;
அஞ்சுநாலு மூன்றதாகி உம்முளே அடங்கினால்
அஞ்சுமோர் எழுத்ததாய் அமைந்ததே சிவாயமே. 299

*(**எ.ரை:**) அன்பர்களே! மந்திரங்களின் தோற்ற விரிவுகளைப் புரிந்து கொள்ளுங்கள். மந்திரப் பிறப்பு ஐந்து கோடியே ஆனாலும் அவையனைத்தும் 'சிவாயநம' என்னும் ஐந்தெழுத் துள்ளே அடங்கிவிடும். நீங்கள் இந்த ஐந்தையும் ஓத நினைப்பதும் ஓரெழுத்தான ஓங்காரத் தாய் மந்திரத்துள் அடங்கும். மேலும் அதையே விரித்து ஐந்து (நமசிவாய), நான்கு (சிவசிவ), மூன்று (சிவாய) என உமது உள்ளத்துள் பதியவைத்து ஓதினால், அந்த ஐந்தும் ஓர் (ஓம்) எழுத்தாக, அறுபத்து நான்கு கலைகளையும் சுட்டும் சிவக்கனல் சுடராகவே தெரியும்.*

(அனைத்து மந்திரங்களும் இறைவனுள்ளே இருந்து வந்தவையே)

அக்கரந்த அக்கரத்தில் உட்கரந்த அக்கரம்
சக்கரத்துச் சிவ்வையுண்டு சம்புளத்து இருந்ததும்
எள்கரந்த எண்ணெய்போல் எவ்வெழுத்தும் எம்பிரான்
உள்கரந்து நின்றநேர்மை யாவர்காண வல்லரே? 300

*(**எ.ரை:**) மந்திரம் ஓதும் அன்பர்களே! நன்கு புரியுங்கள்; சம்பு என்னும் பேருடைய சிவக்கடவுளின் திருவுள்ளத்திலிருந்து தான் எல்லா மந்திரங்களும் வெளிவந்தன.*

அகரமாகிய (அ+உ+ம) எழுத்து மறைந்திருக்கும் ஓங்கார எழுத்திலே அதன் வடிவான வளைந்து சுருண்ட வட்டமான சக்கரத்துள் இருந்து வந்ததுதான் (சிவாய என்பதிலுள்ள முதலெழுத்தான) சிகரம் ஆகும். இதைப்போல் அனைத்து எழுத்துக்களும் அமைந்துள்ளன; எதைப் போலென்றால், எள்ளிலே எண்ணெய் மறைந்திருந்து வெளியாவது போன்றே இறைவனது

திருவுள்ளத்திருந்தே வெளிவருகின்றன என்று அறிய வேண்டும். இவ்வாறு அடங்கிய நுட்பத்தைக் காணவல்லவர் யார்?

(இறைவா! நீயே அண்டங்களையும் வேட்கை இன்பங்களையும் படைத்தாய்)

ஆகமத்தின் உட்பொருள் அண்டமூலம் ஆதலால்
தாகபோகம் அன்றியே தரித்ததற் பரமும்நீ
ஏகபாதம் வைத்தனை உணர்த்தும்அஞ் செழுத்துளே
ஏகபோகம் ஆகியே இருந்ததே சிவாயமே. 301

(எ.ரை:) *தானே தானாகிய (தற்பரம்) கடவுளே! நீயே இந்த உலகவாழ்வுக்கு வேட்கையாகவும் இன்பப்பொருளாகவும் இருக்கின்றாய்; ஆதலால், அண்டங்களின் வேரான ஓங்கார (நாத) மண்டலத்திலிருந்தே உனது உட்பொருளான ஆகமநூல்களைப் படைக்க அருளினாய்.*

நீ ஆடல்புரியும் திருவடி ஒன்றாலே ஓங்கார ஓசையை எழுப்பியே, அதிலே ஐந்தெழுத்து மந்திரத்தை உணரும்படி அறிவு தந்தாய்; அந்த அறிவையும் இன்பத்தையும் எல்லோரும் ஒருமைப்பட்டால் பெறுமாறே சிவாயத்தைப் படைத்தாய்; என்னே உனது பேரருள்!

(நெஞ்சிடத்தில் தோன்றிய மந்திரமே சிவாயம்!)

மூலவாசல் மீதுளே முச்சதுர மாகியே
நாலுவாசல் எண்விரல் நடுவுதித்த மந்திரம்
கோலமொன்றும் அஞ்சுமாகும் இங்கலைந்து நின்றநீ!
வேறுவேறு கண்டிலேன் விளைந்ததே சிவாயமே. 302

(எ.ரை:) *தவநிலையில் ஏற்படும் மூலக்கனல் ஒளியானது, மூலாதாரமான நான்கிதழ்த் தாமரை மலரிலிருந்து புறப்பட்டு மேலே செல்லுகின்றது; இவ்விடத்திலிருந்து எட்டு அங்குலம் மேலே நெஞ்சக இடமான பன்னிரண்டிதழ்த் தாமரை மலருள்ளது; இதுவே இதயமாகும்; இவ்விடமானது உடம்பிலே எட்டு ஆதாரங்களிலே நடுவான இடமாகும்; இங்கேதான் மூலக்கனற் சூட்டால் மந்திரமே பிறக்கின்றது.*

இந்த மந்திர நாதவொலி, எட்டிடங்களிலும் சூழ்ந்து அலைகின்றது. இதுவே ஆன்ம ஒலியாகி, ஒலிவண்ணமாய் (கோலம்) ஓங்கார ஓரெழுத்தாயும் நமசிவாய ஐந்தெழுத்தாயும் ஒலிக்கின்றது என அறிதல் வேண்டும். இவற்றிற்கெல்லாம் அடிப்படை சிவாயக் கடவுளேயாகும்; இவ்வுண்மையைத் தவிர வேறு எதுவும் நான் காணவில்லை.

(அகர ஒளியில் அமர்ந்த இறைவன், உகர உயிர்களை மந்திரம் ஓதச் செய்கின்றான்)

சுக்கிலத் தடியுளே சுழித்ததோர் எழுத்துளே
அக்கரத் தடியுளே அமர்ந்தஆதி சோதிநீ
உக்கரத் தடியுளே உணர்ந்தஅஞ் செழுத்துளே
அக்கரம் அதாகியே அமர்ந்ததே சிவாயமே. 303

*(**எ.ரை:**) இறைவா! நீ வெண்ணிற (சுக்கிலம்) ஒளிக் கற்றையிலே சுழித்த வடிவிலே அமைந்த ஓங்கார எழுத்துள்ள ஒளிரும் அகரமாகிய எழுத்திலே அமர்ந்த முதலில் தோன்றிய சுடர்வடிவமானாய். அதே ஓங்கார எழுத்தில் அமைந்த உகர எழுத்தென்னும் உயிர்களிலே நீ அஞ்செழுத்தாயிருந்து உணர வைத்துள்ளாய்; இவ்வாறு உன்னையும் உயிரையும் உறவாக இணைக்கும் எழுத்தாய் உள்ள அந்த ஓங்காரத்தில் ஓசை உண்மையைக் காட்டி அமர்ந்ததும் சிவாயமாகிய நீயே ஆவாய்.*

(திங்கள் போல மெய்ப்பொருளைக் கண்டு கொண்ட மண்டலம் சிவாய மந்திரமேயாகும்)

குண்டலத்து ளேயுளே குறித்தகத்து நாயகன்
கண்டஅந்த மண்டலம்; கருத்தழித்த கூத்தனை
விண்டலர்ந்த சந்திரன் விளங்குகின்ற மெய்ப்பொருள்
கண்டுகொண்ட மண்டலம் சிவாயமல்லது இல்லையே 304

*(**எ.ரை:**) ஓங்கார மண்டலமாகிய அறிவுவெளியென்னும் அம்பலத்தில் இறைவன், உலகமெல்லாம் குறித்து வியக்குமாறு, தமது செவியிலுள்ள குண்டல அணி ஆடஆட உயிர்களெல்லாம் சுழன்று சுற்றின. அதனால் அவன் மக்களின் கருத்தைக் கவர்ந்த கூத்தப்பெருமான் ஆனான்.*

இந்த ஆடலைக் கண்டு மகிழ்ந்த திங்களொளி, புகழ்ந்துரைத்த மெய்ப்பொருளானது (தத்துவம்) கண்டுகொண்ட ஓங்கார மண்டலம் சிவாய மந்திரமே ஆகும்; வேறு இல்லை.

(சிவன் உயிராயும் அருட்சத்தி உடலாயும் இருப்பதை உணருங்கள்)

சுற்றமைந்து கூடமொன்று சொல்லிறந்த தோர்வெளி
சத்தியும் சிவனுமாக நின்றதன்மை ஓர்கிலீர்
சத்தியாவது உம்முடல் தயங்குசீவன் உட்சிவம்
பித்தர்காள்! அறிந்திலீர் பிரானிருந்த கோலமே. 305

(எ.ரை:) *உலகப் பற்றுக்களில் மயங்குகின்ற பித்த மாந்தர்களே! இயற்கையுண்மையைத் தெரிந்து கொள்ளுங்கள். தில்லை மரமென்னும் காடாகிய தலையின் நடுவிடத்தில் கூடம் போலமைந்துள்ள அறிவம்பலத்தில் (சொல்லும் போற்றியைக் கடந்த தூயவெளியில்) அருட்சத்தியாகவும் சிவனுமாகவும் நின்றிருக்கும் இயற்கையை நீங்கள் இன்னும் அறிவிலே ஓர்ந்து கொள்ளாமல் இருக்கின்றீர்களே!*

உங்களது உடம்புதான் அருட்சத்தி என்பதையும் உள்ளே விளங்கும் உயிர்தான் சிவம் என்பதையும் நீங்கள் அறிந்து கொள்ளவில்லையே. இப்போதாவது இறைவன் அமர்ந்திருக்கும் அழகையும் ஆட்சியையும் தெரிந்து கொள்ளுங்கள்.

(ஓதி ஓலமிடும் மந்திரம் சிவாயம் அன்றி வேறில்லை)

மூலமென்ற மந்திரம் முளைத்தஅஞ் செழுத்துளே
நாலுவேதம் நாவுளே நவின்றஞான மெய்யுளே
ஆலமுண்ட கண்டனும் அரிஅயனும் ஆதலால்
ஓலமென்ற மந்திரம் சிவாயமல்லது இல்லையே. 306

(எ.ரை:) *அன்பர்களே! தெரிந்து கொள்ளுங்கள்!*

முதல் மந்திரமென்னும் ஓங்காரத்திலே பிறந்த நமசிவாயம் என்பதிலும், நான்கு மறைகளை ஓதுகின்ற நாக்குகளிலும், சிறப்பித்துப் பேசுகின்ற மெய்யறிவான உடம்பிலும், நஞ்சுண்ட சிவமும் மாலவனும் மலரவனும் உறைந்துள்ளார்களென்பதைத்

தெரியுங்கள்; எல்லோரும் ஓலமிட்டு ஓதும் மந்திரம் சிவாயமே யன்றி வேறில்லை என்பதையும் உணருங்கள்.

(உண்மையியலான தத்துவமே சிவமும் பரமும் உயிரும் என அறிக)

தத்துவங்கள் என்றுநீர் தமைக்கடிந்து போவீர்காள்!
தத்துவம் சிவமதாகில் தற்பரமும் நீரல்லோ
முத்திசீவன் நாதமே மூலபாதம் வைத்தபின்
அத்தனாரும் உம்முளே அறிந்துணர்ந்து கொள்ளுமே. 307

*(**எ.ரை:**) அன்பர்களே! நீங்கள் உங்களை உண்மையியலான தத்துவங்கள் (96) என்றும் அவை அழிந்துபோவனவே என்றும் உடம்பை வெறுத்துக் கொள்கின்றீர்களே; அது தவறு.*

உண்மையியலான தத்துவம் சிவக்கடவுள் என்றால், நீங்களும் தானே தோன்றிய ஆன்மாவாகிய உயிரில் வந்த உடம்புதானே! விடுதலை (முத்தி) பெறும் உயிராகிய நாதத்தில் திருவடியாகிய அருளொளியைப் பதிவு செய்தபின் (சத்திநிபாதம்) உமக்கு அழிவில்லை. கடவுள் உமதுள்ளே இருப்பதை அறிந்துணர்ந்து கொள்ளுங்கள்.

இலக்கணம்:- கொள்ளுமே!-முன்னிலைப் பலர் பால் வியங்கோள் வினைமுற்று.

(ஐந்தெழுத்தையும் செஞ்சுடரொளி தோன்ற ஓதுங்கள்)

மூன்றுபத்து மூன்றையும் முன்புசொன்ன மூலனே
தோன்றுசேர ஞானிகாள்! துய்யபாதம் என்றலை
ஏன்றுவைத்த வைத்தபின் இயம்பும்அஞ் செழுத்தையும்
தோன்றஓத வல்லிரேல் துய்யசோதி காணுமே. 308

*(**எ.ரை:**) தவத்தால் திங்கட்கலையாம் அறிவுக்கலை பதினாறின் அருமைப் பயனை முன்னே சொன்ன மூலன் முதலிய மெய்யறிவாளர்களே!*

அறிவின் பயன், செஞ்சுடரொளியான திருவடியைக் காண்பதே என்று சொல்லி அலையும் நீங்கள், அந்த ஒளியே

ஐந்தெழுத்து மந்திரமென்று ஏற்றுக் கொண்டு ஓத வல்லமை பெறுவீரானால், அந்தத் திருவடியொளியான செஞ்சோதியைக் காண்பீர்கள்.

மூன்று பத்து மூன்று- 3+10+3=16: சந்திரகலை-16.

(அம்பலத்தில் ஆடுவோனைத் தவிர வேறு தெய்வம் இல்லை)

உம்பர்வான கத்தினும் உலகுபாரம் ஏழினும்
நம்பர்நாடு தன்னிலும் நாவலென்ற தீவினும்
செம்பொன்மாடம் மல்குதில்லை அம்பலத்துள் ஆடுவான்
எம்பிரான் அலாதுதெய்வம் இல்லையில்லை இல்லையே. 309

(எ.ரை:) தலைமீது செம்பொன்னொளி வீசும் அறிவு அம்பலமாகிய மாடம் நிறைந்த மன்றிலே கூத்து நிகழ்த்துகின்ற கடவுளே, தேவர்கள் வாழும் வானுலகிலும், உலக பாரத்தைத் தாங்கும் கீழுலகம் ஏழிலும், மக்கள் வாழும் நாடுகளிலும், நாவலந்தீவு எனப்படும் தீவிலும் ஐந்தொழில் ஆடலைச் செய் கின்றான். இந்த எம்பிரானைத் தவிர வேறு தெய்வம் எங்குமே இல்லையென்று உறுதியாகச் சொல்வேன்.

(கடவுள் ஐந்து பூதங்களிலும் மறைந்திருப்பதைக் காணவல்லவர் யாரே?)

பூவிலாய ஐந்துமாய் புனலில்நின்ற நான்குமாய்
தீயிலாய மூன்றுமாய் சிறந்தகாலில் இரண்டுமாய்
வேயிலாயது ஒன்றுமாய் வேறுவேறு தன்மையாய்
நீயலாமல் நின்றநேர்மை யாவர்காண வல்லரே? 310

(எ.ரை:) பூ எனப்படும் பூதங்கள் ஐந்துமாக இருக்கின்ற கடவுளே விண்அண்டங்களிலே (மூங்கில் குழலில் தோன்றி வரும் இசைபோல) நாதமாகிய ஒன்றாய் இருக்கின்றான்; சிறந்த காற்றிலே நாதமாயும் காற்றாயும் ஆக இரண்டாய் இருக்கின் றான்; தீயிலே நாதமாயும் காற்றாயும் தீயாயும் ஆக மூன்றாயிருக் கின்றான்; நீரிலே நாதம், காற்று, தீ, நீர் ஆகிய நான்காய்

உள்ளான்; மண்ணிலே நாதம், காற்று, தீ, நீர், மண் ஆகிய ஐந்தாய் அமைந்து மறைவாக இருக்கின்றான்.

இப்படி ஐந்து பூதங்களாய் உலகம் படைக்க நின்ற கடவுளின் இயற்கை நுட்பத்தை யாரால் காணமுடியும்? இது வியப்பிறந்த உண்மையன்றோ!

(பூதங்கள் ஐந்தும் உலகப் படைப்புக்கான இயற்கை மாயை எனப்படும்)

அந்தரத்தில் ஒன்றுமாய் அசைவுகால் இரண்டுமாய்
செந்தழலில் மூன்றுமாய்ச் சிறந்தஅப்பு நான்குமாய்
ஐந்துபாரில் ஐந்துமாய் அமர்ந்திருந்த நாதனை
சிந்தையில் தெளிந்தமாயை யாவர்காண வல்லரே? 311

(எ.ரை:) *இறைவன் விண்வெளியில் நாதமென (அகரப் பெருஞ்சுடர்வெளியில்) ஒன்றிலும், அசைந்துசெல்லும் காற்றிலே விண்வெளி, காற்று ஆகிய இரண்டிலும், செம்மையான நெருப்பிலே விண்வெளி, காற்று, தீ ஆகிய மூன்றிலும், நீரிலே விண்வெளி, காற்று, தீ, நீர் ஆகிய நான்கிலும், மண்ணிலே விண் வெளி, காற்று, தீ, நீர், நிலம் ஆகிய ஐந்திலும் அமர்ந்திருக்கின் றான். இந்த ஐந்து பூதங்களைக் கொண்டே 'இயற்கை மாயை' என்னும் ஆற்றல் உலகம் முழுதையும் படைக்கின்றது. இந்த மாயை என்னும் நுட்பத்தை யாவர் காணக்கூடிய மெய்யறிவைப் பெற்றுள்ளார்?*

(கனவிலே கண்ட உண்மையும் சிவாயக் கடவுளேயாகும்)

மனவிகாரம் அற்றுநீர் மதித்திருக்க வல்லிரேல்
நினைவிலாத மணிவிளக்கு நித்தமாகி நின்றிடும்;
அனைவரோதும் வேதமும் அகம்பிதற்ற வேணுமேல்
கனவுகண்டது உண்மைநீர் தெளிந்ததே சிவாயமே. 312

(எ.ரை:) *அன்புமக்களே! நீங்கள் மனத்தில் மாசுகள் அற்றும் தீய எண்ணங்களற்றும் தூய்மையோடிருந்து கடவுளையும் உயிரையும் மதித்துப் போற்ற அறிவு பெறுவீர்களாயின், நீங்கள்*

நினைக்காத செம்மணிபோல் சுடர் விடுகின்ற திருவிளக்கான தெய்வம் உங்களது நெஞ்சிலே எப்பொழுதும் நிலைத்திருக்கும்; அதனால், எல்லோரும் ஓதுகின்ற மறைநூல்களின் கருத்துக் களோடு மனத்தில் எண்ணிப் பிதற்றும் ஆர்வம் ஏற்படும்; இந்த உண்மையைக் கனவிலும் காணலாம்; இதற்கு அடிப்படை, உங்களது அறிவு தந்த சிவாயமேயாகும்.

(பட்டரே! உங்களது ஆன்மா இறையொளியைப் பற்றி நின்றது உண்டா?)

இட்டகுண்டம் ஏதடா! இருக்குவேதம் ஏதடா!
சுட்டமண் கலத்திலே சுற்றுநூல்கள் ஏதடா!
முட்டிநின்ற தூணிலே முளைத்தெழுந்த சோதியைப்
பற்றிநின்றது ஏதடா? பட்டநாதப் பட்டரே! 313

(எ.உரை:) *வேள்வி செய்யும் பட்டநாதப் பட்டரான மறையவரே! என் வினாக்களுக்கு விடை கூறுக.*

நீர் இப்போது வேள்விக்குண்டம் அமைத்து, அதிலே மதிப்புடைய பொருள்களை இட்டுச் சாம்பலாக்குகிறீரே, ஏன்? இருக்கு மறைநூலை ஓதுகின்றீரே, எதற்கு? சுட்டமண் கலயங் களிலே நூலைச்சுற்றி அவற்றிலே நீரை நிரப்புகிறீரே, எதற்கு? இவற்றையெல்லாம் அருளறிவோடு எண்ணிப் பார்த்ததுண்டா?

இச்சடங்குகளை விட்டொழித்து விட்டு, நீங்கள், மூலாதாரக் கனல் தோன்றி வருகின்ற சுழுமுனை (தூண்)யானது, தலைத் துளையான பிரமரந்திரத்தைச் சென்று முட்டித் திறந்ததும் (கதவு) அங்கே அறிவுமன்றில் தோன்றிய செம்பொற்சுடரைப் பற்றிக் கொண்டு பேரின்பம் பெறவில்லையே, அந்தோ! பிறவியையும் பொருட்களையும் பாழாக்காதீர்கள்.

(பாரிலே அறிவுப் புலமை பெற்றவரே! தெய்வத்தன்மை கொண்டு இருங்கள்!)

நீரிலே முளைத்தெழுந்த தாமரையின் ஓரிலை
நீரினோடு கூடிநின்றும் நீரிலாத வாறுபோல்
பாரிலே முளைத்தெழுந்த பண்டிதப் பராபரம்
பாரினோடு கூடிநின்ற பண்புகண்டு இருப்பிரே. 314

(எ.ரை:) *இந்த மண்ணிலே பிறந்து புலமை பெற்று, (பரம்+அபரம்=பராபரம்) உயர்பொருளும் தாழ்பொருளுமென மதிக்கப்படும் பொது நிலையான தெய்வத் தன்மை பெறும் அன்பரே! நீங்கள் உலக மக்களின் வாழ்வியலறிவோடு பொருந்தி மனிதப் பண்பைப் பெறுங்கள்; சற்று நான் இங்கே விளக்குவதை எண்ணிப் பாருங்கள்:*

சேற்று நீரில் முளைத்து நிமிர்ந்து நிற்கும் தாமரையின் இலையொன்று, நீரினோடு கூடியிருந்தும், அந்த இலையில் நீர் ஒட்டியிராமல் உருண்டு ஓடிவிடும். அது போன்றே நீங்கள் சாதி-மத-வேற்றுமையாகிய மாசுகளோடு ஒட்டாமல் அருளை விரும்பிப் பொதுமைப் பண்பான மனிதப் பண்பிலேயே வாழ்ந்திருக்கக் கடமைப்பட்டவரே! இதை நன்கு உணருங்கள்.

(நிறை அறிவு பெற்றவரே!
நீங்கள் எதை அடக்கினாலும்,
இறைவனைப் பொருந்தவில்லையெனில் பயனில்லை)

உறங்கிலென்? விழிக்கிலென் உணர்சென்று ஒடுங்கிலென்?
சிறந்தஐம் புலன்களும் திசைத்திசைகள் ஒன்றிலென்
புறம்பும்உள்ளும் எங்கணும் பொருந்திருந்த தேகமாய்,
நிறைந்திருந்த ஞானிகாள்! நினைப்பதேதும் இல்லையே. 315

(எ.ரை:) *பல துறை அறிவால் நிறைந்த மெய்யறிவாளர்களே! நீங்கள் உறங்கினாலென்ன? விழித்திருந்தாலென்ன? உயிரின் உணர்வானது எங்கோ சென்று ஒடுங்கியிருந்தாலென்ன? உமது அறிவுப் புலன்கள் ஐந்தும் பல திசைகளுக்கும் சென்று பொருள் வேட்டு அலையாமல் ஒருமையுற்று ஒன்றியிருந்தால்தான் என்ன பயன்?*

உலகமெங்கணும் உள்ளும் புறமுமாய்க் கலந்து பொருந்தி ஓர் உடம்புபோலிருக்கின்ற கடவுளை, நீங்கள் உங்கள் உயிரில் ஒளியாய்க் கண்டு கலக்கவில்லையெனில், நீங்கள் செய்யும் தவத்தால் சிறிதும் பயன் இல்லை.

(வெட்டவெளியாய் நின்ற ஒன்றை நான் உணர்ந்தது உண்மை!)

ஓதுவார்கள் ஓதுகின்ற ஓரெழுத்தும் ஒன்றதே;
வேதமென்றது ஏகமாய் விளம்புகின்றது அன்றிது;
நாதமொன்றும் நான்முகன் மாலும்நானும் ஒன்றதே!
ஏதுமன்றி நின்றதொன்றை நானுணர்ந்த நேர்மையே. 316

(எ.ரை:) *கற்றுணர்ந்தவரே! ஓதுகின்ற அடியார்கள் ஓதுகின்ற ஓங்கார ஓரெழுத்தென்பது வேறு; மறைநூலானது ஒன்றெனச் சொல்லும் மந்திரம் வேறு. எனவே, முதலில் சொன்ன ஓங்காரமே நாத உண்மையாகும். ஆதலால், நாதம் என்னும் மெய்ப் பொருளும் மலரவனும் மாலவனும் நானும் (ஓர் உயிரும்) ஒரே நிலைதான். இந்த இயற்கையில், எந்த ஒரு பற்றுக்கோடும் அன்றி நின்ற கடவுளை, ஓர் ஒளி நிலையில் வெட்டவெளியாய் நான் உணர்ந்தேன்; கண்டகாட்சி (நேர்மை)யும் இதுவேயாகும்.*

(எல்லோரும் ஒரே வடிவில்தான் உருவாகிப் பிறக்கின்றனர்)

பொங்கியே தரித்தஅச்சு புண்டரீக வெளியிலே;
தங்கியே தரித்தபோது தாதுமாது ளையதாம்
அங்கியுள் சரித்தபோது வடிவுகள் ஒளியுமாய்
கொம்புமேல் வடிவுகொண்டு குருவிருந்த கோலமே. 317

(எ.ரை:) *அன்பர்களே! பிறவிப் படைப்பென்பது ஒன்று போல்தான். விண்ணகத்தில் அச்சுப்போலமைந்த ஓசையும் ஒளியுமான நாத-விந்துவாகிய மண்டலத்திலிருந்துதான் உலக உயிர்கள் படைக்கப்படுகின்றன. அந்தத் தாமரை மலர் போன்ற வெளியிலிருந்து, மாயையின் தூண்டலால் உருவாகும் காதலால் ஆண்-பெண் கூறுகள் கலக்கும் இயற்கை நிகழ்வு ஏற்படுகின்றது.*

இந்த நிலையில், ஐம்பூதங்களில் வாங்கிய உடலால் ஆண்-பெண் கலப்பு நேர்கையில் பெண்ணின் கருப்பையில் ஊறும் செம்பாலாகிய தாது மாதுளை மலர்போல் உள்ளது; அதில்

காமநெருப்பால் உண்டாகும் வெண்பாலான விந்து விழுகின்றது. அதனாலே கரு வளர்ந்து உருவாகும் நிலையில் ஒளியென்னும் உயிர் சேர்கின்றது; வளர்ச்சியடைந்து முழுவடிவம் பெற்ற நிலையில் குழந்தை, கொம்புபோல் வளைந்து ஓங்காரம் போல் கிடந்து பிறக்கின்றது. இவ்வாறு பிறக்கும் பிறவி, அறிவுபெறும் ஆசானுக்கும் ஒன்றுதான்; எளிய மனிதனுக்கும் ஒன்றுதான் என அறிக!

(இறைவன் உலகைப் படைத்தழிப்பது ஓசை ஒளியால்தான்)

மண்ணுளோரும் விண்ணுளோரும் வந்தவாறு எங்ஙனில்
கண்ணினோடு சோதிபோல் கலந்தநாத விந்துவும்
அண்ணலோடு சத்தியும் அஞ்சுபஞ்ச பூதமும்
பண்ணினோடு கொடுத்தழிப் பாரொடேழும் இன்றுமே. 318

(எ.ரை:) *அன்பர்களே! இந்த மண்ணுலகிலே உள்ளவரும் விண்ணுலகிலே உள்ள தேவர்களும் தோன்றிய வரலாறு எப்படி? என்று சொல்கிறேன்; கேளுங்கள்.*

முழுமுதற் கடவுளான சிவமும் அருட்சத்தியும் கண்ணிலே ஒளி கலந்திருப்பதுபோல் ஓசையென்னும் நாதத்தையும் ஒளியென்னும் விந்துவையும் படைத்திருந்து, அந்த இரண்டி லிருந்தே அச்சந்தரும் ஐந்து பூதங்களான வானம், காற்று, தீ, நீர், நிலம் ஆகியவற்றை உருவாக்கினர்; பின்னர், அவற்றின் கலவையாகவே உலக இயற்கையையும் மண்ணுயிரிகளையும் விண்ணுயிரிகளையும் படைத்தனர். அந்த முறையிலே இன்று வரையும் பயிர்வகைகள் முதலிய ஏழுவகையான பிறவிகளையும் பண்ணின் இனிமைபோல் படைத்துக் கொடுப்பதும் அழிப்பது மாகவே அருள்செய்கின்றனர்.

ஏழு பிறவிகள், முன்னரே ஒரு பாடலில் விளக்கப்பட் டுள்ளன; அறிக.

(முழுமுதற் கடவுளே ஐவராகி ஐந்தொழிலையும் செய்கிறார்)

ஒடுக்குகின்ற சோதியும் உந்திநின்ற ஒருவனும்
நடுத்தலத்தில் ஒருவனும் நடந்துகாலில் ஏறியே
விடுத்துநின்ற இருவரோடு மெய்யினோடு பொய்யுமாய்
அடுத்துநின்று அறிமினோ! அனாதிநின்ற ஆதியே. 319

*(**எ.ரை:**) மக்களே! நன்கு அறியுங்கள்:*

காலம் அறிய முடியாத கடவுட் சிவமே ஐவரைப் படைத்து உடம்பிலே அவர்களை ஆட்சி செய்ய வைத்துள்ளார்.

மறைத்தல் தொழிலைச் செய்யும் (கழுத்திலிருந்து) மகேசுவரனையும், காத்தல் தொழிலைச் செய்யும் (கொப்பூழிடத்திருந்து) திருமாலாகிய ஒருவனையும், அழித்தலைச் செய்கின்ற (நடுத்தலம்-நெஞ்சிடமிருந்து) அரனாகிய ஒருவனையும், படைத்தலையும் அருளலையும் செய்யும் (குறியிடத்திலும் புருவநடுவிலுமிருந்து) இருவராகிய நான்முகனையும் சதாசிவனையும் ஆக ஐவரையும் ஆணையிட்டு, மெய்யாய் இருந்து பொய்யாய்ப் போகும் உடம்பை ஆட்சி செய்ய வைத்துள்ளார், கடவுள். எனவே, இந்த இயற்கையுண்மையை உள்ளம் பொருந்தி அறிந்து கொள்ளுங்கள். இங்கே 'காலில் ஏறியே' என்பது மூலாதாரக் காற்றிலேறி ஆறு சக்கரங்களிலும் நடப்பது.)

(விண்ணில் மூன்று சுடர்களிலும் இருக்கும் கடவுளே தவ ஒளியிலும் வந்து மகிழச் செய்கின்றான்!)

உதித்தமந் திரத்தினும் ஒடுங்கும்அக் கரத்தினும்
மதித்தமண் டலத்தினும் மறைந்துநின்ற சோதிநீ!
மதித்தமண் டலத்துளே மரித்துநீர் இருந்தபின்
சிரித்தமண் டலத்துளே சிறந்ததே சிவாயமே. 320

*(**எ.ரை:**) சிவாயமாகிய செம்பொருட் கடவுளே! நீ படைத்ததால் தோன்றிய ஓங்கார மந்திரத்திலும், அதிலே ஒடுங்கக் கூடிய அ+உ+ம ஆகிய எழுத்துக்களிலே அகர எழுத்தாகிய*

ஒளியிலும் இருப்பதோடு, உலகம் வணங்கும் மண்டலமான தீ-ஞாயிறு-திங்கள் என்னும் மூன்று சுடர்களிலும் ஒளிதந்து கொண்டு மறைவாகவே உள்ளாய்.

அப்படியிருக்கும் நீ, தவத்தில் மூழ்கியிருக்கின்ற அன்பரின் உயிரொளியிலே வந்து கலந்திருந்து, சிவாய ஒளியைக்காட்டி அவரைச் சிரித்து இன்புறச் செய்கின்றாய்; என்னே உன் அருமை!

(ஒளிக் குருவைப் பெறாமல் குருட்டுக் குருவைப் பெற்றால் வாழ்வில் துன்பத்தையே அடைய நேரும்)

திருத்திவைத்த சற்குருவைச் சீர்பெற வணங்கிலீர்!
குருக்கொடுக்கும் பித்தரே! கொண்டுநீந்த வல்லிரோ?
குருக்கொடுக்கும் பித்தரும் குருக்கொள் வந்தசீடனும்
பருத்திபட்ட பாடுதான் பன்னிரண்டும் பட்டதே. 321

(எ.ரை:) மக்களே! நீங்கள் ஒளியுடைய கற்றுத் தெளிந்த ஒழுக்கமுடைய குருவைப் போற்றி வணங்கி அவரிடம் மெய்யறிவைப் பெறவில்லை; மாறாக நீங்கள் குருட்டுத் தன்மையுள்ள மெய்யறிவில்லாத குருவை நம்பி அவருக்கே பொருளைக் கொடுத்து மயங்கிய அறிவைப் பெறும் பித்தராகி விட்டீர்கள்; இந்த இருட்டறிவைக் கொண்டு நீங்கள் எப்படி வாழ்வைக் கடக்க முடியும்?

இதனால், இரண்டும்கெட்ட நிலையே ஏற்படும். ஒளிக் குருவிடம் நல்லறிவைப் பெற்ற மாணவனும் குருட்டுக் குருவிடம் தீய அறிவைப் பெற்ற பித்தரும் முரண்பட்டு வாழ்வதால், அமைதி காண முடியாமல் நாடே பன்னிரண்டு (8+4) திசைகளிலும் பஞ்சு படும் பாடு போல் அல்லற்பட நேரும்.

(இறைவா! தவ ஒளியில் நானும் நீயும் கலந்த வியப்புத்தான் என்னே என்னே!)

விழித்தகண் துதிக்கவும் விந்துநாத ஓசையும்
மேருவுங் கடந்தஅண்ட கோளமும் கடந்துபோய்

எழுத்தெலாம் அறிந்துவிட்ட இந்திரஞால வெளியிலே
யானும்நீயு மேகலந்தது என்னதொன்மை ஈசனே. 322

(எ.ரை:) *காலங்கடந்த தொன்மையான கடவுளே! நான் தவஞ்செய்யும் போது, என் உயிரின் அகக்கண் விழித்திருந்ததால் உனது அருளொளியைக் கண்டேன். ஒளியோசையாகிய 'விந்து நாத' உண்மையிலிருந்து ஓர் ஒலி எனக்கு வந்தது (நாத சம்மியம்). அப்போது எனது ஆன்ம ஒளியானது கூர்ந்து சென்று, மேரு மலையையும் கடந்த மேலுயரம் சென்று எண்ணற்ற அண்ட கோள்களைக் கடந்து போனது; அதற்கும் மேலே எழுத்துக் கற்பனைகள் கடந்த வெளியான இந்திரவுலகத்தையும் அடைந்தது. அந்த ஒளியிலே இறைவா! நானும் நீயும் கலந்து ஒன்றானது என்ன வியப்புத் தெரியுமா? இதுதான் தவப்பயனா! அடடா!*

(உயிரொளி இறையொளியைக் கண்டதால் இரண்டும் ஒன்றாகி விடுகின்றது! அதுபோல் மனிதனும் ஒன்றாவான்)

ஓம்நமோ என்றுளே பாவையென்று அறிந்தபின்,
பானுடல் கருத்துளே பாவையென்று அறிந்தபின்,
நானும்நீயும் உண்டடா! நலம்குலம் அதுண்டடா?
ஊனும் ஊனும் ஒன்றுமே உணர்ந்திடாய் எனக்குளே. 323

(எ.ரை:) *மனிதா! நீயும் நானும் கலந்த ஒன்றே யாவோம். உள்ளத்தில் ஓம் நமோ என்று ஓதும்போது, உள்ளே ஓர் ஒளிவடிவம் உருவாகும்; அதை அறிந்த பிறகு, ஐம்பூதக்கதிரால் உருவான உடம்பினுள்ளே கருத்திலே, மற்றொரு வடிவமும் மனிதனென்ற எண்ணமும் ஏற்படுகிறது. இந்த ஒருமைப்பாடு உருவானதால் இருமையில் ஒருமை தோன்றுகின்றது. எனவே, உணவை உண்டபோது அது செரித்து உடம்பில் கலந்து ஒன்றாவதுபோல் மனிதனும் மனிதனும் ஒன்றாகின்றான். ஆதலால், மனிதா! நானும் நீயும் ஒன்றே என அறிக! இங்கே குலமோ செல்வநலமோ வேறுபாடே இல்லை என அறிக!*

(துறவிகளையே போற்றுங்கள்; வம்பரைப் போற்றாதீர்கள்)

ஐம்புலனை வென்றவர்க்கு அன்னதானம் ஈவதால்
நம்புலன்கள் ஆகிநின்ற நாதருக்கது ஏறுமோ!
ஐம்புலனை வென்றிடாது அவத்தமே உழன்றிடும்
வம்பருக்கும் ஈவதும் கொடுப்பதும் அவத்தமே. 324

(எ.ரை:) *இரக்கமுள்ள மக்களே! எண்ணிச் செய்யுங்கள். நீங்கள் (சுவை ஒளி ஊறு ஓசை மணம் ஆகிய) ஐந்து புலனறிவு களால் ஏற்படும் ஆசைகளை அடக்கித் துறந்த துறவிகளுக்குப் பசியறிந்து உணவு கொடுப்பீர்களேயானால், அந்த உணவானது, நம் ஒவ்வொருவரின் புலன்களாகி நம்மிடம் அமர்ந்திருக்கும் இறைவனுக்குப் போய்ச் சேருவது உண்மையே!*

ஆதலால் நீங்கள், ஐந்து புலன்களையும் வென்றிடாமல் எப்படியோ வாழும் வீணர்களுக்கு உணவு தருவதும் பிற பொருள்களைக் கொடுப்பதும் வீண் செயல்களே என அறிந்து நடந்து கொள்ளுங்கள்.

(ஐம்புலன்களை வென்றவர்க்குத் துன்பம் தோன்றாது)

ஆணியான ஐம்புலன்கள் அவையும்மொக்குள் ஒக்குமோ?
யோனியில் பிறந்திருந்த துன்பம்மிக்கும் ஒக்குமோ?
வீணர்காள்! பிதற்றுவீர் மெய்ம்மையே உணர்திரேல்
ஊணுறக்க போகமும் உமக்கெனக்கும் ஒக்குமே. 325

(எ.ரை:) *பயன்தராதவர்களே! அறிவில்லாமையால் வாயிலே வந்தவாறு பல பேசுகின்றீர்கள்; மெய்ம்மை நிலையை உங்களால் உணரமுடியவில்லை.*

வாழ்க்கையில் உண்பதும் உறங்குவதும் இன்பம் துய்ப்பதும் உங்களுக்கும் என் போன்றவருக்கும் ஒரே இயல்புதான். ஆனால், துன்பமே இல்லாமலிருப்பது என்பது துறவிக்கு மட்டுமே பொருந்தும்! இதைப் புரிந்து கொள்ளுங்கள்.

துறவிகளின் ஐம்புலன்கள் ஆணிபோல் உறுதியாகவும் தெளிவாகவும் இருப்பதால் அவர்களுக்குத் துன்பமென்ற

உணர்வே ஏற்படாது; அவருக்கு எதிரே வரும் துன்பமானது நீரிலே தோன்றியழியும் (மொக்குள்) குமிழிபோல உடனே அழிந்துவிடும். ஆனால், தீவினை மிகுதியால் பிறந்துவந்த மக்களுக்கு ஏற்படும் துன்ப துயரங்கள் அந்த நீர்க்குமிழிபோல் அழிவதில்லை.

(கண்ணில் பாவைபோல் அமைந்தது சிவாயமே)

ஓடுகின்ற ஐம்புலன் ஒடுங்கஅஞ் செழுத்துளே
நாடுகின்ற நான்மறை நவிலுகின்ற ஞானிகாள்!
கூடுகின்ற கண்டித குணங்கள்மூன்று எழுத்துளே
ஆடுகின்ற பாவையாய் அமைந்ததே சிவாயமே. 326

(எ.ரை:) நான்கு மறைகளையும் விரும்பி ஓதுகின்ற மெய்யறிவாளர்களே! ஐந்தெழுத்தான நமசிவாயத்திலே, ஓடித்திரிகின்ற ஐந்துபொறிபுலன்கள் வந்தடங்கி ஒடுங்கவும், மூன்றெழுத்தான 'சிவாய'த்திலே, ஆக்கந்தரும் உறுதியான உயர்பண்புகள் நிறைந்திருக்கவும், கண்ணில் பாவைபோல நின்று ஆட்சிபுரிவதும் இன்பம் தருவதும் சிவாயமே ஆகும்.

(நாத ஓசையில் வரும் உயிர்வளிக் காற்று மூக்கு வழியே உடலில் புகுந்து இங்குகின்றது)

புவனசக்க ரத்துளே பூதநாத வெளியிலே
பொங்குதீப அங்கியுள் பொதிந் தெழுந்த வாயுவைத்
தவனசோமர் இருவரும் தாமியங்கும் வாசலில்
தண்டுமாறி ஏறிநின்ற சரசமான வெளியிலே. 327

(எ.ரை:) அன்பர் தவஞ்செய்யும்போது, வலக்கலை-இடக்கலையாகிய இருவரும் தாம் இயங்கும் மூக்குவழியாகி வாசல், உலகச் சக்கரமான அண்டகோள நாத வெளியிலுள்ள உயிர்வளியோடு தொடர்பு கொள்ளும்; அப்படி வாசல் வழியே வாங்கிய காற்றே மூலாதார நெருப்பில் கலந்து பொங்கொளியாகும்; அந்த ஒளியான வெப்பக் காற்று சுழுமுனை நாடியான தண்டோடு சேர்ந்து கொண்டு, ஆறு சக்கரங்களிலும் மேலேறிச் சுழன்று சென்று புருவநடுவாகி அறிவுவெளியில் கலந்து அம்பலமான சிற்சபையை அடையும்; இதுவே முறை (சரசம்)யாகும்.

(முச்சுக்காற்று ஓங்காரத்தோடு தலைநடு ஒளிச்சுடருக்குச் சென்றதும் உயிர் இறையொளியிற் கலக்கும்)

மவுனஅஞ் செழுத்திலே வாசியேறி மெள்ளவே
வானளாய் நிறைந்தசோதி மண்டலம் புகுந்தபின்
அவனும்நானும் மெய்கலந்து அனுபவித்த அளவிலே
அவனுமுண்டு நானுமில்லை யாருமில்லை யானதே. 328

*(**எ.ரை:**) தவஞ்செய்கையில், அடக்கி உருப்போடும் ஓங்கார (அஞ்செழுத்து) எழுத்தின் ஒலியானது, மூச்சோடு கலந்து மெல்லவே மேலேறி, வாணனெப்படும் புருவநடுவுக்குள் சென்று, அங்கே நிறைந்த பேரொளியான அம்பலத்துள் புகுந்துவிடும். அப்போது ஒளியும் ஒளியும் கலந்ததுபோல் இறைவனும் நானும் (ஆன்மா) ஒன்றாகி விடுவோம். இத்தகைய பேசாத பெருநிலையில் நான் இல்லாமல் கரைந்துவிட அவன் மட்டுமே இருப்பான்; வேறு யாரையும் காணமுடியாது.*

(ஓங்காரமாகிய உறையுள் தெய்வவொளி அடங்கியிருக்கிறது)

வாளுறையில் வாளடக்கம் வாயுறையில் வாய்வடக்கம்
ஆளுறையில் ஆளடக்கம் அருமையென்ன வித்தைகாண்!
தாளுறையில் தாளடக்கம் தன்மையான தன்மையும்
நாளுறையில் நாளடக்கம் நானும்நீயும் கண்டதே. 329

*(**எ.ரை:**) தவச்செல்வர்களே! மறையும் ஒளியைக் காணுங்கள்; ஒளி (வாள்)யாகிய ஓங்கார மறைப்பிலே (உறையில்) ஒளியாகிய சிவம் அடங்கியுள்ளது; அது போன்றே வாயாகிய மறைப்பில் (பேசாதநிலையில்) மூச்சாய் வரும் உயிர்வளி (வாய்வு) ஒடுங்கியிருக்கின்றது; ஆளான அடியாருக்குள்ளே அடிமைத் திறமான ஆளுமைப் பண்பு அடங்கியுள்ளது. இந்த அருமையான நுட்பத்தை நினைக்க நினைக்க இது ஒரு வித்தைக் கலைபோல் தெரிகின்றதே!*

இதைப்போன்றுதான் தவமாகிய முயற்சியில் (கடின உழைப்பில்) தாளாகிய இறைத் திருவடியொளி மறைந்திருக் கின்றது. இந்த இறைத் தன்மையான பேராற்றல், நாளுக்குள் நாள் மறைந்து கடந்து செல்வதுபோல் கடவுளின் பிறந்த காலம் தெரிய முடியாமல் போகின்றது. இந்த உண்மை, தவஞ்செய்யும் நானும் நீயும் கண்டதுதான்.

(இறையொளி என்பது மிகவும் நுட்பம் வாய்ந்தது)

வழுத்திடான் அழித்திடான் மாயரூபம் ஆகிடான்
கழன்றிடான் வெகுண்டிடான் காலகால காலமும்
துவண்டிடான் அசைந்திடான் தூயதூபம் ஆகிடான்
கவன்றிடான் உரைத்திடான் சூட்சசூட்ச சூட்சமே. 330

(எ.ரை:) *இறைவனின் இயற்கையானது மிகவும் நுட்பமான அணுப்போன்றது. இதை யாரால் விண்டுரைக்க முடியும்? எனினும், அவனை எண்ணிப் பாருங்கள்.*

எல்லாம் கடந்த இறைவன் யாரையும் தொழ மாட்டான்; எப்பொருளையும் அழிக்கமாட்டான்; பிறரை அச்சுறுத்த மாயமான உருவங்களையெடுக்க மாட்டான்; நட்பிலிருந்து பிரிந்து போக மாட்டான்; எவரையும் சினந்து வெறுக்க மாட் டான்; அவன் யாருக்காகவும் துவண்டு போகமாட்டான்; மலை போல் அசையாமலே இருப்பான்; அவன் தூய புகைபோல் ஆவி யாகிவிட மாட்டான்; கவலை கொள்ள மாட்டான்; சொல்லால் பேசவும் மாட்டான். இத்தகையவனே கடவுள் எனலாம்!

(தவத்தோர் தனித்தனியே இருப்பர்; மந்திர இன்பம் அறியார்)

ஆகிகூவென் றேஉரைத்த அட்சரத்தின் ஆனந்தம்
யோகியோகி என்பர்கோடி உற்றறிந்து கண்டிடார்
பூகமாய் மனக்குரங்கு பொங்கும்அங்கும் இங்குமாய்
ஏகம்ஏகம் ஆகவே இருப்பர்கோடி கோடியே. 331

(எ.ரை:) *தவத்தோர் எனப்படுபவர் மனம் ஒன்றி, கூவெனக் கூவி ஒலிக்கும் மந்திரம் ஒரு கோடியானாலும் அவற்றை*

உற்றுநோக்கி அதன் இன்பத்தைப் பெற மாட்டார்கள்; அவரது நோக்கம் அசையாதிருக்கும் தவம் ஒன்றுதான்.

அவரது மனமோ, பூக (பாக்குமரம்) மரத்திலிருந்து தாவும் குரங்குக்கூட்டம் போன்று தாவாது. எண்ணங்களெல்லாம் அங்கும் இங்குமாக அலையாமல் கடவுள் நோக்கிலேயே குறிக் கொண்டிருக்கும். அவர்கள் கோடிக்கணக்கிலே கூடினாலும் தனித்தனியே அமர்ந்திருந்துதான் தவங்கூடுவர். இதுவே அவரது இயல்பு.

(உலகத்தார் இறைவனை நாடியும் தேடியும் காண முடியவில்லை)

கோடிகோடி கோடிகோடி குவலயத்தோர் ஆதியை
நாடிநாடி நாடிநாடி நாளகன்று வீணதாய்த்
தேடிதேடி தேடிதேடி தேகமும் கசங்கியே
கூடிக்கூடி கூடிக்கூடி நிற்பர் கோடிக்கோடியே. 332

(எ.ரை:) *உலகத்திலுள்ள கோடிக்கணக்கான மக்களெல் லோரும் முதல்வனான கடவுளை, உள்ளத்தாலும் அறிவாலும் அன்பாலும் நாடி வணங்கி வணங்கிக் காலந்தான் நீண்டதே தவிர அவனைக் கண்டதில்லை; வெவ்வேறு ஊர்களுக்குச் சென்று சென்று தேடியும் உடம்பு கசங்கி நலிந்தேயொழிய அவனை இன்னும் காண முடியவில்லை. இதனால் மக்கள் மனம் நொந்து வருந்தி (கோடி)க் கூடிநின்று கூடிநின்று இறைவனின் நுட்பமான இயற்கையைப் பேசிக் கொண்டிருக்கிறார்கள்.*

(நான் கண்டறிந்த கடவுள் எண்ணியபடி அருளுவான்)

கருத்திலான் வெளுத்திலான் பரனிருந்த காரணம்
இருந்திலான் ஒளிந்திலான் ஒன்றுமிரண்டும் ஆகிலான்
ஒருத்திலான் மரித்திலான் ஒழிந்திடான் அழிந்திடான்
கருத்திற்குஈயும் கூவும்உற்றோன் கண்டறிந்த ஆதியே. 333

(எ.ரை:) *அன்பர்களே! கடவுளின் இயற்கையை உணருங் கள். நான் கண்டறிந்த முதல்வனாகிய இறைவனைப் பற்றிச் சொல்கின்றேன்.*

கடவுளானவன் உருவமில்லாதவனாதலால் அவன் கருத்தவனோ வெளுத்தவனோ அல்லன். அவன் தோன்றியதற்கு அடிப்படை ஏனென்று தெரியவில்லை. அவன் ஒளிந்திருக்கவும் மாட்டான். அவன் தானொன்றாகவோ, தானும் அருட்சத்தியு மான இரண்டாகவோ இருக்கமாட்டான்; இரண்டும் கலந்த உமையொரு பாகனாக இருந்து உலகைப் படைப்பான். அவன் ஓரிடத்தில் இருக்கமாட்டான்; பல இடத்திலே இருப்பான். ஒரு பொருளைவிட்டு நீங்கமாட்டான்; அழியவும் மாட்டான். அவன் எல்லோராலும் கூவியழைக்கப்படுபவன்; அவரவர் விரும்பிய வாறே அருளைக் கொடுப்பான். இவனே கடவுள் என அறிக.

(பொதுமை அறிவில்லாதவன் சாதிக்கடலில் வீழ்வான்)

வாதிவாதி வாதிவாதி வண்டலை அறிந்திடான்
ஊதிஊதி ஊதியூதி ஒளிமயங்கி உளறுவான்
வீதிவீதி வீதிவீதி விடைஎருப் பொறுக்குவான்
சாதிசாதி சாதிசாதி சாகரத்தைக் கண்டிடான். 334

(எ.ரை:) *அருளறிவற்றவன் நன்னெறியில் வாழ மாட்டான்; அவனுக்கு வண்டல் மண்ணுக்கும் எருவுக்கும் வேறுபாடு தெரியாது.*

தெருவெல்லாம் கிடக்கும் (காய்ந்த சாணி) காளை மாட்டு (விடை) எருவைப் பொறுக்கும் இயல்புள்ளவன் கற்றறிவில்லாத வன்; ஆதலால் அவன் சாதிப் பித்துடையவனாய், சாதி ஒரு கடலாய்த் தீமை செய்யும் என்பதை உணரவில்லை. அவனுக்கு வண்டல் (செம்மை கலந்த மண்) மண்ணுக்கும் காய்ந்த மாட்டு எருவுக்குமே வேறுபாடு தெரியாது. அப்படிப்பட்டவன் ஊரிலே தோன்றி மக்களுக்காக வழக்குப் பேச வருகின்றான்; பெருமூச்சு விட்டுப் பெருமூச்சுவிட்டு உயிரொளியான அறிவும் மழுங்கி வாயில் வந்தவாறு உளறுகின்றான். இப்படி சிலபேர் இருக்கின் றார்களே! என்ன செய்வது? ஐயோ!

(இறைவன் இரக்கவடிவில் ஊழிக்காலமெல்லாம் அருள்புரிகிறான்)

ஆண்மைஆண்மை ஆண்மைஆண்மை ஆண்மைகூறும் அசடரே!
காண்மையான வாதிரூபம் காலகால காலமும்
பாண்மையாகி மோனமான பாசமாகி நின்றிடும்
நாண்மையான நரலைவாயில் நங்கும்இங்கும் அங்குமே. 335

(எ.ரை:) *மக்களே! தெளிந்த அறிவின்றி ஆண்மை பற்றி வாய்கிழியக் கூறுகின்றீர்களே! அதன் பொருள் என்ன? அது அறிவையும் அருளையும் ஆளும் தன்மையன்றோ! இந்த நெறியில்தானே நீங்கள் நடக்க வேண்டும்; இறைவனை உணர்ந்து வணங்காமல் எப்படி வாழ முடியும்? இறைவனோ உயிர்களிடம் இரக்க நோக்கம் (காண்மை) கொண்டவன்; அவன் அறத்திற் காகப் பரிந்து பேசும் அறவடிவோன் (வாதிரூபம்); ஊழிக்கால மெல்லாம் இனிமை தருபவனாகி (பாண்), அடக்கமான பாசமும் கொண்டு நிற்பவன்.*

அக்கடவுளை நீங்கள் வணங்காமல் இங்கும் அங்கும் பழிக்கும்படி (நங்கும்படி), நாட்களாகிய கடலிலே (நரலை) நீந்திக் கொண்டிருக்கின்றீர்கள்.

(சுழுமுனை நாடியின் முனையில் சுடரொளியைக் காண்க!)

மிங்குவென்ற அட்சரத்தின் மீட்டுவாகிக் கூவுடன்
துங்கமாகச் சோமனோடு சோமன்மாறி நின்றிடும்
அங்கமா முனைச்சுழியில் ஆகும்ஏகம் ஆகையால்
கங்குலற்றுக் கியானமுற்று காணுவாய் சுடரொளி. 336

(எ.ரை:) *தவஞ்செய்யும் நிலையில், ஒளிதிறந்த ஓங்கார எழுத்தை உருச்செய்யும் பொழுது, அந்த ஒலி மூச்சுடன் கலந்தே உள்ளே சென்று மீளுவதாய்த் தொடரும்; உள்ளே மூலாதாரக் கனலோடு வலநாடியான சிவத்துடன் இடநாடியான திங்கட் கலையாம் சத்திக்கலை இணைந்து இருநாடிகளும் மூச்சை மாறிமாறி இழுத்துவிடும்; இந்த நிலையில் முதன்மையான*

சுழுமுனை நாடியோடு இரண்டு நாடிகளும் சேர்ந்து கனலொளி மிகுந்து மேலேறிப் புருவநடுவான சக்கரத்தில் கலக்கும். முடிவிலே சுழுமுனையில் ஒன்றாகிய (ஏகம்) செம்பொருட்சுடரான சிவம் காட்சிதரும்; இந்தச் சிவச்சுடரால் இரவற்ற பகல்போல மெய்யறிவான (தியானம்) ஒளியைக் காண்பாய்.

(உடம்புக்குள் எழுகின்ற ஒளிநிலைகளைக் கண்டறிந்தவனே மெய்யறிவாளன்)

சுடரெழும்பும் சூட்சமும் சுழிமுனையின் சூட்சமும்
அடரெழும்பி ஏகமாக அமர்ந்துநின்ற சூட்சமும்
திடரதான சூட்சமும் திரியின்வாலை சூட்சமும்
கடலெழும்பு சூட்சமும் கண்டறிந்தோன் ஞானியே. 337

(எ.ரை:) மெய்யறிவாளன் என்பவன் யார்? தெரிந்து கொள்ளுங்கள்.

உடம்பிலே வேர்போன்ற மூலாதார இடத்தில் உருவாகும் கனலின் நுட்பத்தையும், உந்திச்சுழியிடத்தில் தோன்றும் சுழுமுனை நாடியின் செயல்நுட்பத்தையும், அனைத்து ஒளியும் ஒன்றாய்த் திரண்டு அதிலே அமரும் ஒளிச்சுடராம் சிவத்தின் நுட்பத்தையும், தலையிலுள்ள ஒளித்திடலான அம்பலத்தின் நுட்பத்தையும், மூன்று உலகையும் அருளாட்சி புரிகின்ற வாலையாம் பராசக்தி தோன்றும் நுட்பத்தையும், கடலில் தோன்றும் அலைகளிலே வான்சுடர்கள் தொடர்பு கொள்ளும் அரியநுட்பத்தையும் ஆராய்ந்து கண்டவனே ஆற்றலுடைய மெய்யறிவாளன் ஆவன்.

(மூடர்களே! ஆதாரமின்றி எதுவும் தோன்றாதென்பதை உணருங்கள்)

ஞானிஞானி என்றுரைத்த நாய்கள்கோடி கோடியே
வானிலாத மழைநாளென்ற வாதிகோடி கோடியே
தானிலான சாகரத்தின் தன்மைகாணா மூடர்கள்
மூனிலாமல் கோடிகோடி முன்னறிந்தது என்பரே. 338

(எ.ரை:) உலகிலே உண்மை கண்டறியாமல் பலரையும் "மெய்யறிவாளர் மெய்யறிவாளர்" என்றே போற்றிச் சொன்ன

வர்கள் (நாய் போன்ற அடிமை மனமுள்ளவர்) கோடிக்கணக்கில் உண்டு; வானமில்லாமலே (மழை முகில் தோன்றாமலே) மழைபெய்த நாளுண்டு என்று சொல்லாமல் புரிபவரும் கோடிக்கணக்கில் உண்டு; இவரெல்லாம் முதற்பொருளாலான கடலின் இயல்பை உணர்ந்து காணாத முட்டாள்களே என்பேன். மேலும், இவர்கள், அடிப்படை ஆதாரமில்லாமலே (மூலம்) உலகில் கோடிக்கணக்கான செய்திகளையும் கருத்துப் பொருள்களையும் முன்னரே அறிந்துள்ளோம் என்றும் கூறுவர்.

பாட்டில் 'மூனிலாமல்' என்றது, பாட்டின் எதுகை இலக்கணம் நோக்கி 'மூலம்' என்னும் சொல் திரித்துக் கூறப்பட்டது.

(பெண் என்னும் பிறவியிலும் சிவாயம் சிறக்கும்)

சூட்சமான கொம்பிலே சுழிமுனைச் சுடரிலே
வீச்சமான வீயிலே விபுலைதங்கும் வாயிலே
கூச்சமான கொம்பிலே குடியிருந்த கோவிலே
தீட்சையான தீவிலே சிறந்ததே சிவாயமே. 339

(எ.ரை:) *சிவாயம் என்னும் ஐந்தெழுத்துச் சிவம் எங்கும் எப்பொருளிலும் கலந்திருந்து இயக்குகின்றது.*

உடம்பிலே மிகவும் நுட்பமாய் இயங்கும் மூச்சுக்குழலான வல-இட நாடிகளென்னும் கொடி (கொம்பு)களிலும், கொப்பூழெனும் சக்கரத்தோடு தொடர்புடைய சுழுமுனையாம் ஒளியிலும், வீசும் மலர்போன்ற (வீ) குறி (சுவாதிஷ்டானம்)யிலும், ஐம்பூதக் கலவையான (சுரோணிதம் ஊறும்) இடமாம் பெண்குறிவாயிலும், கூச்சமுடைய கொம்புபோன்ற முலையிலும், குடியிருந்த கோவிலென்னும் கருப்பையாம் தீவில் சுமை தாங்கும் பெண் பிறவியிலும் ஆக எப்பொருளிலும் சிவாயம் சிறக்கின்றது.

(உணர்வு ஒடுங்கிய உயிர் பேசாது அமைதியில் இருப்பதே தவம்; இதை இறைவனே செய்து காட்டினான்

பொங்கிநின்ற மோனமும் பொதிந்துநின்ற மோனமும்
தங்கிநின்ற மோனமும் தயங்கிநின்ற மோனமும்

தங்கையான மோனமும் கதித்துநின்ற மோனமும்
திங்களான மோனமும் சிவனிருந்த மோனமே. 340

(எ.ரை:) *தவப்பயிற்சியில் ஆழ்ந்துள்ளவர்க்கே வாய்க்கும் நற்பேறே பேசாத நிலையான 'மோனம்'. "மௌனம்" என்ற சொல்லே தமிழ் ஒலியாக்கத்தில் 'மோனம்' எனப்பட்டது.*

தவத்தோன் தன் ஆன்ம ஒளியிலே சிவஒளியைக் கண்டு உணர்வில் ஒன்றியிருக்கும் நிலையில் புலன்கள் ஒடுங்கியபோதே பேசமுடியாமல் மோனம் ஆகிவிடுகின்றான். அவன் சிவக்கடவுள் உணர்விலே பொங்கியிருந்த நிலையில் அமைதி (மோனம்) அடைகின்றான்; மந்திரங்களை வெளிவிடாமல் உள்ளத்திலேயே சொல்லிக் கொள்ளும் நிலையிலும் (மனம் பொதிந்து) அமைதியடைகின்றான்; சிவ ஒளியானது உள்ளேயே தங்கிய நிலையிலும் அதை நுகர்வதால் அமைதியடைகின்றான்; அந்த ஒளி முகக் கண்ணுக்கும் வெளிப்பட்ட (தயங்கிய) நிலையிலும் அசையாமல் அமைதியாகவே இருக்கின்றான்; தன்னையறியாமல் கண்ணீர் வழியும் போதும் அமைதியில் உள்ளான்; இன்ப உணர்வு சற்றுப்பொங்கிய நிலையிலும் அசைவதில்லை; உயிரிலே தவப் பயனாய்த் தோன்றும் இறையொளிபோன்று முழுநிலா காட்சி தந்தபோதும் அடக்கமாகவும் அமைதியாகவுமே இருப்பான்.

(தவ ஒடுக்கத்தில் சிவாயச் செஞ்சுடர் தோன்றியது)

மோனமான வீதியில் முனைச்சுழியின் வாலையில்
பானமான வீதியில் பசைந்தசெஞ் சுடரிலே
ஞானமான மூலையில் நரலைதங்கும் வாயிலில்
ஓனமான செஞ்சுடர் உதித்ததே சிவாயமே. 341

(எ.ரை:) *சிவாயக் கடவுளின் ஓங்கார எழுத்தின் (ஓனம்) செஞ்சுடரொளியானது, தவத்தில் அமைதியாய் அடங்கியிருக்கும் ஒருவனின் உயிரொளியைச் சுற்றிலும் சூழ்ந்துள்ளது. சுழுமுனை நாடியின் முனையொளியிலுள்ள வாலையான அன்னை பராசத்தியையும் சூழ்ந்துள்ளது; மூச்சுப் பயிற்சியில் உள்ளிழுக்கும் உயிர்வளிக் (பானம்) காற்றில் கலந்துள்ளது; அறிவொளியான மூலக்கனலிடமான மூலையறையிலே பசுமையான சிவந்த*

சுடரிலே கலந்துள்ளது; உவர்நீர்க் கடலான (நரலை) சிறுநீர்ப் பையின் வழியில் கலந்துள்ளது. ஆக இப்படியெல்லாம் உடலில் அருளொளி ஆட்சி புரிகின்றது.

(தவத்தில் எழுந்த இளஞ்சத்தி பல ஒன்றாகிப் பேரறிவு தோன்றி ஒளிர்ந்தது)

உதித்தெழுந்த வாலையும் உயங்கிநின்ற வாலையும்
சதித்தெழுந்த வாலையும் காலையான வாலையும்
மதித்தெழுந்த வாலையும் மறைந்துநின்ற ஞானமும்
குதித்தெழுந்து கும்பலாகிக் கூவுங்கீயும் ஆனதே. 342

(எ.ரை:) *தவத்திலே விழைவாற்றல் (இச்சாசத்தி), செயலாற்றல் (கிரியாசத்தி), அறிவாற்றல் (ஞானசத்தி) என்னும் மூன்றும் தோன்றி நன்மை செய்கின்றன.*

தவத்தின் முதிர்ச்சியில், முதல்நிலையில் மூலாதாரக்கனல் குண்டலினி வலிமையை அடைந்து மேலே செல்கின்றது. தொடக்கத்தில் தோன்றிய விழைவாற்றலான இளஞ்சத்தியும், இடையில் தோன்றிய செயலாற்றலான மங்கிய நிலையிலுள்ள இளஞ்சத்தியும் சற்றுக்கூடிய இளஞ்சத்தியும், காலைக் கதிர்ச்சுடர் போன்ற இளஞ்சத்தியும், மதிக்கக்கூடிய உயர்வான இளஞ்சத்தியும் (வாலை) ஆக எல்லாம் ஒன்றுசேர்ந்த ஒளியாற்றலோடு, சத்திகளுக் கெல்லாம் அடிப்படையான அறிவாற்றலும் இணையவே ஆற்றல் குவிந்த நிலையடைந்து எல்லாம் சேர்ந்து ஓங்கி ஒலித்தன. சத்திகள் சில கூவென்று குயில் போல் கூவவும் சில கிளிபோல் கீ என்று பேசவுமாகித் தவத்தோனுக்குப் பேரின்பம் தந்தன!

(இறைவன் தவத்திலே விடும் மூச்சுவழி வந்து ஆன்ம உள்ளத்தில் கலக்கிறான்)

கூவும்கீயும் மோனமாகிக் கொள்கையான கொள்கையை
மூவிலே உதித்தெழுந்த முச்சுடர் விரிவிலே
பூவிலே நறைகள்போல் பொருந்திநின்ற பூரணம்
ஆவியாவி ஆவியாவி அன்பருள்ளம் உற்றதே. 343

(எ.ரை:) *முதல் தவத்திலே அருட்சத்தியெல்லாம் கூடிக் கூவென்றும் கீ என்றும் இசைத்து இன்புற்ற பிறகு, மறுநாள் தவத்தில் சிறந்த தவமுறையைக் கடைப்பிடித்துத் தவஞ்செய்ய, அப்போது வல-இட-சுழுமுனை ஆகிய மூன்று நாடிகளிலும் மூலாதாரக் கனலோடு விண்ணகச் சுடரான தீ, ஞாயிறு, திங்களென்னும் மூன்று சுடரொளியும் சேர்ந்து விரிந்தன. அந்தக் கூட்டொளியிலே முழுமுதற் கடவுளான சிவம், பூவில் தேன் துளிகள் பொருந்தியிருந்து இன்பம் தருவதுபோல் மூச்சுவழியே ஆவியென்னும் சீவனாய் வந்து அன்பருள்ளத்தில் கலந்தான்!*

(நாதமென்னும் ஒலி தவத்தில் வந்து நடித்து நிற்கும்!)

ஆண்மைகூறும் மாந்தரே! அருக்கன்ஓடும் வீதியைக்
காண்மையாகக் காண்பிரே; கசடறுக்க வல்லிரே;
தூண்மையான வாதிசூட்சம் சோபமாகும் ஆகுமே
நாண்மையான வாயிலில் நடித்துநின்ற நாதமே. 344

(எ.ரை:) *உங்களது ஆளுமை பற்றிப் பேசிப் பிதற்றும் மக்களே! ஒவ்வொரு நாளும் வாழ்க்கையென்னும் நீண்ட வெளியிலே நாதமென்னும் கடவுள் நடித்துக் கொண்டிருக் கின்றான் என்பதை உணருங்கள்.*

கதிரவன் ஓடுகின்ற வானவீதியை நீங்கள் பரிவோடும் வியப் போடும் காண்பீர்களே; அதைப்போல உங்கள் உள்ளத்திலுள்ள மாசுகளையும் குற்றங்களையும் அறுத்தொழிக்க வல்லவர்தாம் நீங்கள்.

தூணின் வலிமைபோல் வல்லமையோடு பேசுவோரின் மனத்தின் நுட்பம் அல்லது கரவு ஒருநேரம் சோர்வு (கோபம்) அடையவே செய்யும். இது ஆண்மையாகாது!

(நாதத்திலிருந்தே சுடர்களும் இசையும் தோன்றின)

நாதமான வாயிலில் நடித்துநின்ற சாயலில்
வேதமான வீதியில் விரிந்தமுச் சுடரிலே
கீதமான கீயிலே கிளர்ந்துநின்ற கூவிலே
பூதமான வாயிலைப் புகலறிவன் ஆதியே. 345

*(**எ.ரை:**) முதல்வனான சிவக்கடவுள் கூத்து ஆகிய நடிப்பை நடிக்கும் ஒளிநிழலில்தான் நாதமாகிய ஓங்கார ஓசை தோன்றியது; நான்மறையாகிய நூல்களிலே விரிந்த தீ-ஞாயிறு-திங்கள் என்னும் மூன்று சுடர்களும் அந்த நாதத்திலிருந்தே தோன்றின. இசையான கீ ஒலியிலும் கிளர்ந்து கூவும் கூவிலும் அந்த நாதமே கருவாய் அமைந்தது; ஐந்துபூதங்களும் தோன்ற அந்த ஓசையுண்மையே அடிப்படையாயிற்று. இத்தனையும் சொல்லுதற்கு அறிந்துள்ளவன் கடவுளேயாவான்.*

(உலகில் பிறந்தவர்கள் குற்றங்கள் செய்து தீயவர் ஆகின்றார்கள்)

ஆவிஆவி ஆவிஆவி ஐந்துகொம்பின் ஆவியே
மேவிமேவி மேவிமேவி மேதினியில் மானிடர்
வாவிவாவி வாவிவாவி வண்டல்கள் அறிந்திடார்
பாவிபாவி பாவிபாவி படியிலுற்ற மாந்தரே. 346

*(**எ.ரை:**) ஆவியாகிய உயிரென்று எல்லோரும் அருமையாய் நினைக்கும் ஆவியானது, ஐந்து பூதங்களென்னும் (பூ) கொத்தின் கலவையிலே படைக்கப்பட்டதுதான்.*

மனிதர்களும் அந்த ஆவியைக் கொண்டே (மேவியே) ஐம்பூதமான உடம்பிலே பிறந்தார்கள்; ஆனாலும், அறிவுபெற்று வாழவேண்டிய அவர்கள் அறிவு பெறாமையால், குளத்திலுள்ள (வாவி) வண்டல் மண் வகையைக் கூட அறிந்து கொள்ளாமலிருக்கின்றனர். மேலும், அந்தோ! இம்மண்ணிலே பிறந்த மனிதர்கள் குற்றம் பல செய்து தீவினையுடையவராய் மாறுகின்றார்களே, ஏன்?

(அன்பர்கள் முதுகந்தண்டின் வழித்தோன்றும் இறைவனை அறியாமலிருக்கின்றனரே)

வித்திலே முளைத்தசோதி வில்வளைவின் மத்தியில்
உத்திலே ஒளிவதாகி மோனமான தீபமே
நத்திலே திரட்சிபோன்ற நாதனை அறிந்திடார்
வத்திலே கிடந்துழன்ற வாலையான சூட்சமே. 347

(எ.ரை:) *அடங்கி ஆடாது அசையாது எரியும் தெய்வச் சுடரானது, மூலாதாரக் கனலென்னும் விதையிலே முளைத்தது; அதுவே, இருபக்கமும் வில்லைப்போல் வளைந்த எலும்புகளைக் கொண்ட முதுகந்தண்டின் உள்ளே நுண்ணிய துளை வழியாக வந்தது. அந்த விருப்பத்தால் விளைந்த ஒளித்திரட்சி (கந்தழி)யான இறைவனையும், வற்றும் உடம்பிலே கிடந்து சுழலும் இளம்பெண் சத்தியாம் அருளின் நுட்பத்தையும் மக்கள் இன்னும் அறியாம லிருக்கின்றனரே, அந்தோ!*

(தவ ஒடுக்கத்தில் மூலக்கனலோடு ஞாயிறும் திங்களும் கலந்து பேரொளியாகிப் பொங்கும்!)

மாலையோடு காலையும் வடிந்துபொங்கும் மோனமே
மாலையோடு காலையான வாறறிந்த மாந்தரே!
மூலையான கோணமின் முளைத்தெழுந்த செஞ்சுடர்
காலையோடு பானகன்று தங்கிநின்ற மோனமே. 348

(எ.ரை:) *மாலைப்பொழுதாகிய இருளையும் காலைப்பொழு தாகிய ஒளியையும் அறிந்த மக்களே! தவத்தின் ஒடுக்க அமைதியை அறிந்து இன்புறுங்கள்.*

தவத்தோன் இறையொளியோடு கலந்து கூடிய பொழுதாகிய மாலையிலும் காலையிலும், உயிரில் ஒளியின்பம் பொங்கி வழிவதால் பேசமுடியாத அமைதி நிலையை அடைகின்றான்.

பிடிப்பான தவத்தின்போது முக்கோண மூலையிடத்தில் தோன்றும் மின்னாற்றலுடைய செஞ்சுடர் சிவமான செம் பொருளைக் காட்டும்! இந்தத் தவத்தின் பயனாக, மூலக்கன லொளியோடு காலைக் கதிரொளியும் மாலைத் திங்களொளி (பால்)யும் கலந்து இன்பம் தரும்.

(மூலக்கனலிடத்திலுள்ள பராசத்தியிடம் அறிவாகிய செஞ்சுடர் தோன்றியது)

மோனமான வீதியில் முடுகிநின்ற நாதமே
ஈனமின்றி வேகமான வேகமென்ன வேகமே!
கானமான மூலையில் கனிந்திருந்த வாலையில்
ஞானமான செஞ்சுடர் நடந்ததே சிவாயமே. 349

(எ.ரை:) தவத்தோன் ஒடுங்கி அமைதியான நிலையில் அவனைச் சூழ்ந்த இடமெல்லாம் ஒளிவெள்ளம் (நாதம்) முடுகியும் குறைவின்றியும் (ஈனமின்றி) பாய்ந்தது; அந்த இன்பவேதும் வியப்படையச் செய்தது.

கனமான (காடாகவும் இசையாகவும் போற்றப்படும்) மூலாதார இடத்திலே மகிழ்ந்திருந்த அன்னையாம் (வாலை) பராசத்தி அறிவுச்செஞ்சுடரைத் தவத்தோனுக்குத் தந்தாள். இதற்கு அடிப்படை சிவாய மந்திரமே ஆகும்.

(தலைநடு அம்பலத்தில் சிவன் உலாவவே சிவாய மந்திரம் செஞ்சுடராய்த் தலையைக் கடக்கும்!)

உச்சிமத்தி வீதியில் ஒழிந்திருந்த சாதியில்
பச்சியுற்ற சோமனும் பரந்துநின்று உலாவவே
செச்சியான தீபமே தியானமான மோனமே
கச்சியான மோனமே கடந்ததே சிவாயமே. 350

(எ.ரை:) தவத்தோனின் மந்திர ஒலியாற்றலாலே தலை நடுவிடத்தில், அறிவுமன்றமான சிறந்த தனி (சாதி) இடத்தில் விரும்பி அன்பு (பச்சி) கொண்டு அமர்ந்த சோமனான சிவம் சிவந்த ஒளியால் பரந்து விரிந்த நிலையில் உலவியது; அந்த மந்திர ஒடுக்கத்தில் தலையின் மேல் செச்சை மலர்போன்ற செஞ்சுடர் விளக்குத் தெரிந்தது; அந்தக் கச்சிதமான அமைதியில் சிவாயம் தலையைக் கடந்தது.

(தலைமேல் செஞ்சுடர் தோன்றியபோது எங்கும் ஐந்து பூதங்களும் தெரிந்தன)

அஞ்சிகொம்பில் நின்றநாதம் மாலைபோல் எழும்பியே
பிஞ்சினோடு பூமலர்ந்து பெற்றியுற்ற சுத்தமே;
செஞ்சுடர் உதித்தபோது தேசிகன் சுழன்றுடன்
பஞ்சபூதம் ஆனதே பரந்துநின்ற மோனமே. 351

(எ.ரை:) ஒளிபரந்து சூழ்ந்துநின்ற அமைதி ஒடுக்கநிலையில், ஐந்து கொம்பாகிய (ஐந்து பூதங்களிலே நாதமாகிய ஓசையும் ஒளியும் கலக்கவே அவை ஒரு மாலைபோல் தோற்றமளித்தது;

அப்போது ஆன்ம உயிரான சுத்தம் தனது மனம்-அறிவு-எண்ணம்-செருக்கு ஆகிய நான்கும் மலரும் பிஞ்சும் போன்ற தன்மை (பெற்றி)யை அடைந்தன. இப்போது தவத்தோனாகிய தேசிகன் (ஒளிபெற்றவன்) தலைமேலே செஞ்சுடரான சிவக்கடவுள் தோன்றவே, அதிலே ஐந்து பூதங்களும் தெரிந்தன.

(உடலிலுள்ள மூன்று சுடரிலும் நாதம் அமைந்துள்ளது)

சடுதியான கொம்பிலே தத்துவத்தின் கீயிலே
அடுதியான ஆவிலே அரனிருந்த கூவிலே
இடுதியென்ற சோலையில் இருந்தமுச் சுடரிலே
நடுதி யென்று நாதம்ஓடி நன்குற அமைந்ததே. 352

(எ.ரை:) சடுதியாய்-விரைவான காற்றிலே (ஐந்து பூதக்கொம்பில் ஒன்று), தத்துவமான நாத உண்மையில் கீ என்ற இசையொலி ஏற்படவும், அதே நாத ஓசையிலே 'ஆ' எனப்படும் உயிர் (ஆன்மா) தோன்றவும், அந்த ஆன்மாவிலே அரனாகிய செஞ்சிவன் அமரவும், அந்த வியப்பிலே 'அருள் இடுக!' என்று வேண்டவும், சோலையென்னும் உடம்பிலே அமைந்த ஆறு சக்கரங்களிலும் இணைந்த மூன்று நாடிகளிலும் தீ-ஞாயிறு-திங்கள் ஆகிய மூன்று சுடர்கள் கலக்கவும், அங்கே 'நடுவாய்' என்று வேண்டுதல்போல நாதமாகிய ஓசை சுடரில் சேரவும் இப்படியாக அமைந்ததே மனித உடம்பு என அறிக.

(உடம்புள் ஆதாரங்களின் ஒடுக்கத்தை அமைதியை அறிந்தவர் உடல் முதலிய உயிரற்ற பொருள்களை உற்று நோக்கமாட்டார்)

அமையுமால் மோனமும் அரனிருந்த மோனமும்
சமையும்பூத மோனமும் தரித்திருந்த மோனமும்
இமையும்கொண்ட வேகமும் இலங்கும்உச்சி மோனமும்
தமையறிந்த மாந்தரே சடத்தையுற்று நோக்கிலார். 353

(எ.ரை:) உடம்புள்ளே அமைந்த உந்திச்சுழியிடத்தில் அமர்ந்த திருமாலின் அடக்க நிலையையும், நெஞ்சக இடமான இதய மலரிலுள்ள அரனின் அடக்க நிலையையும், உடலின்

ஐம்பூதக் கூறுகளின் அடக்க நிலையையும், மேற்கொண்ட தவத்தில் ஒடுங்கிய மூச்சொலியின் அடக்க நிலையையும், உள்ளே இமைப்பொழுதும் தடையின்றி மேலே ஓடும் சுழுமுனை வேகத்தின் அமைதி நிலையையும், சுடர் திகழும் தலையின் நடுவி லுள்ள அறிவு மன்றின் ஒளிக்காட்சியின் அமைதி நிலையையும் அறிந்து புரிந்து கொண்ட மாந்தர்கள், உயிரற்ற உடல்போல் அமர்ந்த நிலையிலிருக்கும் தம்முடம்பை உற்று நோக்க மாட்டார்கள்; இறையொளியுடனே கலந்திருப்பார்கள்.

(தலையென்னும் மலையில் நமச்சிவாயக்கனி கிடைக்கிறது)

பாய்ச்சலூர் வழியிலே பரனிருந்த சுழியிலே
காய்ச்சகொம்பின் நுனியிலே கனியிருந்த மலையிலே
வீச்சமானது ஏதடா? விரிவுதங்கும் இங்குமே
மூச்சினோடு மூச்சைவாங்கு முட்டிநின்ற சோதியே. 354

(எ.உரை:) *உடம்பிலுள்ள ஆறு வட்டத்திலே, இரண்டாம் வட்ட மலரான குறியிடம் (சுவாதிஷ்டானம்) என்னும் ஊர் வழியே (மேலே செல்லும்) உந்திச் சுழியில் மாலவனான பரனிருக்கின்றான்; அங்கிருந்து மேலே நோக்கிச் செல்லும் நிலையில் தலைமுகடாகிய மலையில் மரமாகிய அம்பலத்தின் கிளையில் (சுழுமுனை வந்து சேரும் நுனியில்) சிவாயக் கனி காய்த்துப் பழுத்து மணக்கின்றது; இங்கு வேறு கெட்டநாற்றம் (வீச்சம்) இல்லை! இங்கே பெருஞ்சுடரொளி விரிகின்றது; இதிலே மூச்சுவழி வருகின்ற சுழுமுனை நாடியின் ஒளியும் முட்டிப் பொருந்திக் கலக்கின்றது.*

(தலைமுகட்டிலே இறையொளி அறமேனியில் காட்சி தரும்)

சோதிசோதி என்றுநாடித் தோற்பவர் சிலவரே
ஆதிஆதி யென்றுநாடும் ஆடவர் சிலவரே
வாதிவாதி என்றுசொல்லும் வம்பரும் சிலவரே
நீதிநீதி நீதிநீதி நின்றிடும் முழுச்சுடர். 355

(**எ.ரை:**) இறையாகிய செஞ்சுடர்ச் சிவம் தலைமுகட்டிலே அம்பலத்தில், அறமே உருவாய் நின்று உலகை ஆட்சி புரிகின்றது.

இதைக் கண்டு ஒளியால் பார்த்துப், "பேரொளி பேரொளி" என்று வணங்கித் தோற்கின்றவர் ஒரு சிலரே; 'முதலிறைவன் முதலிறைவன்' என்று சொல்லி உள்ளே நாட்டம் கொள்பவர் ஆளுமையறிவுடைய ஆடவர் சிலரே; "வழக்கிடுக இது தவறு" என்று சொல்லி வம்பாய்ச் பேசுகிற வம்பரும் (வீணர்) சிலரே யாவர்.

ஆக, உண்மையில் இறைவன் அறமே (நீதியே) வடிவானவன் என்று உணர வேண்டும்.

(இறைவன் ஐம்பூதங்களிலிருந்து உலகைப் படைத்து ஆட்சி செய்கின்றான்)

சுடரதாகி எழும்பியெங்கும் தூபமான காலமே
இடரதாகிப் புவியும்விண்ணும் ஏகமாய் அமைக்கமுன்
படரதாக நின்றஆதி பஞ்சபூதம் ஆகியே
அடரதாக அண்டமெங்கும் ஆண்மையாக நின்றதே. 356

(**எ.ரை:**) நெருப்பு வடிவமான முழுமுதற்கடவுள் முதலிலே, தீயாகிய உண்மையாலே ஓசை (நாதம்)யையும் ஒளி (விந்து) வையும் படைத்தான்; அந்தப் புகைமூட்டம் ஏற்பட்ட காலத்தில் இடர்ப்பட்ட நிலையில், மண்ணகத்தையும் விண்ணகத்தையும் (கோள்களை) ஒரே முறையில் அமைத்தான். அந்த முதற்கடவுளே ஐந்து பூதங்களையும் படைத்து, நெருக்கமான (அடரது) அண்டங் களனைத்தையும் ஆளுமைகொண்டு இயக்கி நிற்கின்றான்.

(உலகைப் படைத்த கடவுளை மக்கள் தலையில் நெற்றி நடுவில் காண்பர்)

நின்றிருந்த சோதியை நிலத்திலுற்ற மானிடர்
கண்டறிந்து கண்குளிர்ந்து காதலுற்று உலாவுவோர்
கண்டமுற்ற மேல்முனையின் காட்சிதன்னைக் காணுவார்
நன்றியற்று நரலைபொங்கி நாதமும் மகிழ்ந்திடும். 357

(எ.ரை:) உலகைப் படைத்துக் காத்துநின்ற நெருப்பான நிறமுடைய கடவுளை நிலத்திற் பிறந்த மக்கள், கண்டும் அறிந்தும் கண்கள் பனித்துக் காதலன்பு கொண்டும் தேடிப் பல இடங்களில் உலா வருவார்கள்.

அத்துடன், தவமுயற்சியில் ஈடுபட்ட அன்பர்கள், கண்டமாகிய கழுத்துக்கு மேலுள்ள புருவ நடுவிலே இறையொளிக் காட்சியைக் கண்டு இன்புற்றுக், கைம்மாறு (நன்றி) செய்ய முடியாத நிலையில் இருப்பர். இந்த நிலையிலே அருட்கடல் (நரலை) பொங்கி நாதமாகிய தெய்வ அலைகள் கொஞ்சி மகிழ்ந்திடும்.

(தவத்தோனின் அமைதி நிலையில் வெளிப்படும் செஞ்சுடரில் ஓசை ஒளி உண்மைகள் தெரியும்!)

வயங்குமோனச் செஞ்சுடர் வடிந்தசோதி நாதமும்
கயங்கள்போலக் கதறியே கருவூரற்ற வெளியிலே
பயங்கொடின்றி இன்றியே படர்ந்துநின்ற பான்மையை
நயங்கள்கோ வென்றேநடுங்கி நங்கையான தீபமே. 358

(எ.ரை:) தவத்தோனின் ஒளிதிகழும் அமைதிநிலையில் (மோனத்தில்) தோன்றிய சிவச்சுடரில் வெளிப்பட்ட பேரொளியில், விண்ணக நாதமாகிய ஓசை யானைகள் போல முழங்கி வரவும், கருத்தோன்றாத வெளியாகிய அன்னை (பராசத்தி)யின் ஒளி (விந்து) மண்டலத்திலிருந்து ஒளியானது அழகோடு அச்சமின்றி (தங்குதடையின்றி) விரிந்து படர்ந்து தலைவனான சிவன் நயந்து போற்றும்படியாக நாணத்துடன் வரவும் ஆக ஓசையும் ஒளியும் கலந்தன. இதுவே ஒளியில் ஒடுங்கிய பேசாத அமைதி நிலையின் பயனாகும்.

(இறைப் பேரொளி மூச்சொலியிலும் மந்திர ஒலியிலும் மூலாதாரக் கனலிலும் கலந்து விளங்கும்)

தீபஉச்சி முனையிலே திவாகரத்தின் சுழியிலே
கோபமாறு கூவிலே கொதித்துநின்ற தீயிலே
தாபமான மூலையில் சமைந்துநின்ற சூட்சமும்
சாபமான மோட்சமும் தடித்துநின்று இலங்குமே. 359

(எ.ரை:) *தவத்தோனின் உடம்பிலே, விளக்குத்திரி போன்ற சுழுமுனை நாடியின் முனையில் விளங்கும் ஒளியிலும், வலமூக்குத் துளையின் வழியே இழுக்கும் கதிரவக் கலை மூச்சிலும், எழுச்சியுடன் ஓதும் மந்திரக் குரலின் நாத ஒளியிலும், நிலையான மூலாதார மூலையில் உருவாகும் சிவக்கனலின் நுட்பமும் அருளும் வீடுபேறும் உறுதியாக நின்று சுடரிட்டுத் திகழும்!*

தாபமான-நிறுவிய: சாபமான-ஆணையிட்ட:

(தவத்தோனின் அமைதி நிலையில் திங்களின் ஒளிவீசியது)

தேசிகன் கழன்றதே திரிமுனையின் வாலையில்
வேசமோடு வாலையில் வியனிருந்த மூலையில்
நேசசந்தி ரோதயம் நிறைந்திருந்த வாரமில்
வீசிவீசி நின்றதே விரிந்துநின்ற மோனமே. 360

(எ.ரை:) *தவத்தோனான தேசிகன் அடங்கி ஒளியில் இருக்கும்போது, வெளியே ஒளிசூழ்ந்திருந்தது. அவனது உடலுக்குள்ளே வல-இட-நடுநாடியான மூன்றின் கூட்டு முனையில் இருந்த தூய ஒளி (வாலையான ஆற்றல்)யிலும், ஆற்றல் (வியன்) மிக்க இடமான மூலாதாரத்தில் அமைந்த பேரொளி (வேசம்) யான பராசத்தி (வாலை) இடத்திலும் அன்போடு வந்து கலக்கும் திங்களின் சுடரானது இடமூக்கு வழியே (ஒருபகுதி-வாரம்) புகுந்து பால்போல ஒளிவீசி நிற்கும். இது இறையொளியைக் காணத் துணை செய்யும்.*

(தலைநடுவிலுள்ள ஆன்ம மன்றில் மந்திரச்சுடர் போய்ச்சேரவே கள்போல மணத்து இன்பம் தரும்)

உட்கமல மோனமீதில் உயங்கிநின்ற நந்தியை
விக்கலோடு கீயுமாகி வில்வளையின் மத்தியில்
முட்பொதிந்த தென்னவே முடுகிநின்ற செஞ்சுடர்
கட்குவைகள் போலவும் கடிந்துநின்ற காட்சியே. 361

(எ.ரை:) *தலைநடுவிலுள்ளஆயிரத்தெட்டு இதழ்களுள்ள அம்பலத்தில், தவத்தால் ஒடுங்கி வாடிய நிலையிலிருந்த ஆ (நந்தி)*

என்னும் உயிரை, தொடர்ந்து விக்கலோடு கீ முதலிய மந்திரங் களை உள்ளே உருச்செய்யும் நிலையில் ஏற்படும் ஒளியானது (நாதம்), முதுகில் இருபக்கமும் வில்போன்று வளைந்த பரல் எலும்புகளுக்கிடையே அமைந்த முதுகந்தண்டின் (முள் குத்தியதுபோன்ற) நுண்ணிய துளை வழியே கனன்று செல்லும்; அந்த நிலையில் உயிரைச் சிவச்செஞ்சுடர் கலப்பதால் பேரின்பக் காட்சி தரும்; அந்த இன்பமும் மணமும் (கடி) கள் (தேன்) இருந்த மண் குவளைகள்போல் சுவைதரும்.

(தலைமுகட்டில் திங்களொளியைத் தாண்டிச் சிவச்செஞ்சுடர் நின்றது)

உந்தியில் சுழிவழியில் உச்சியுற்ற மத்தியில்
சந்திரன் ஒளிக்கிரணம் தாண்டிநின்ற செஞ்சுடர்
பந்தமாக வில்வளைவில் பஞ்சபூத விஞ்சையாம்
கிந்துபோலக் கீயில்நின்று கீச்சுமூச்சு என்றதே. 362

(எ.ரை:) *உந்தித் தாமரைமலர் வழியிலும் சுழுமுனை நாடி வழியிலும், தலைமுகட்டு அம்பலத்துக்கு வந்த திங்கள் ஒளியின் கதிர்களைத் தாண்டி நின்றது, சிவச்செஞ்சுடர் ஒளி. வில்போல் வளைந்த எலும்புகளுக்கு நடுவிலுள்ள முதுகந்தண்டினுள்ளே ஐந்து பூதங்களின் அறிவும் (விஞ்சை) புகுந்து செல்லும்; கீ என்னும் மந்திர ஒலியும் ஓதும்போது நொண்டியடிப்பதுபோல் (கிந்து) இடைவிட்டு இடைவிட்டு ஒலித்துக் கீச்சு மூச்சென்று உள்ளே செல்லும்.*

இதுவே தவநிலையில் நிகழ்வதாகும்.

(எண்கோணமான தலையிலே சிவாயச்சுடர் தோற்றமளித்தது)

செச்சையென்ற மூச்சினோடு சிகாரமும் வகாரமும்
பச்சையாகி நின்றதே பரவெளியின் பான்மையே
இச்சையான கூவிலே இருந்தெழுந்த கீயிலே
உச்சியான கோணத்தில் உதித்ததே சிவாயமே. 363

(எ.ரை:) தவநிலைப் பட்டறிவிலே தோன்றும் வெளிப் பாடே இந்த நிலையாகும்.

தவத்திலே, வலமூக்கின் வழி இழுக்கும் மூச்சு, கதிரவன் கலையாதலால் செச்சை மலர்போல் சிவந்திருக்கும்; இதனோடு 'சி' எழுத்தான சிவமும் 'வ' எழுத்தான அருட்சத்தியும் கலந்திருக் கும்; இவையே பரமாகிய பராசத்தி மண்டலத்திலுள்ளதுபோல பச்சை நிறமாகிவிடும்; இங்கே தவத்தோன் விரும்பி ஓதுகின்ற மந்திர நாத ஒலியாகிய கூவிலே இருந்து, கீ ஆகிய ஒளி (விந்து) யாக (அருட்சத்தியாக) மாற்றமடைகின்றது. இந்த அருள் நிலையிலே, எண்கோண வடிவான தலையின் முகட்டிலே சிவாயமாகிய செஞ்சுடர் காட்சியளித்தது.

(ஐம்புலன்கள் அடங்கிய நிலையில் தலைமுகட்டில் சிவம் காட்சி தந்தது)

ஆறுமூலைக் கோணத்தில் அமைந்தஒன்ப தாத்திலே
நாறுமென்று நங்கையான நாவியும் தெரிந்திட
கூறுமென்று ஐவரங்கு கொண்டுநின்ற மோனமே
பாறுகொண்டு நின்றது பறந்ததே சிவாயமே. 364

(எ.ரை:) தவநிலையில்-உடம்பிலுள்ள ஆறிதழ்த்தாமரை மலரெனப்படும் ஆறுகோணமான குறியிடத்திலிருந்து மேலே ஒன்பது அங்குலத்திலமைந்த சக்கரமான பத்து இதழ்த்தாமரை மலரில், அருமை மணம் கமழும் கொப்பூழிடத்தில் அன்னை அருட்சத்தி தங்கியுள்ளாள். இப்படியிருக்கவும், ஐந்து புலன்களும் ஒடுங்கி ஒருமையுற்று அமைதியில் (மோனம்) ஆழ்ந்திருக்கின்றது. இந்த நிலையில் தலைமுகட்டுமேல் அம்பலத்தில் சிவாயச்சுடர் தோன்றிக் காட்சியளித்தது.

(பொதுவான உயிரே தவமிருக்கின்றது; ஆணோ பெண்ணோ அல்ல!)

பறந்ததே கரந்தபோது பாய்ச்சலூர் வழியிலே
பிறந்ததே பிராணனன்றிப் பெண்ணுமாணும் அல்லவே;
துறந்ததோ சிறந்ததோ தூயதுங்கம் ஆனதோ?
இறந்தபோதில் அன்றதே இலங்கிடும் சிவாயமே. 365

(எ.ரை:) அன்பர்களே! தெரிந்து கொள்ளுங்கள்;

தவம் சிறந்ததிருந்தபோது தலைமுகட்டுக்குமேல் பறந்து சென்ற சிவாயச்சுடர், மறைந்திருந்தபின், மீண்டும் தவஞ்செய்யும் நிலையிலே, குறியிடமான ஆறிதழ்ச் சக்கரத்தின் (சுவாதிஷ் டானம்) வழியிலே பிறந்து தோன்றி வந்தது ஓர் உயிரே ஆகும்; அதுவே உள்ளே சுழன்று செயல்படுகின்றது; இதுவன்றி வேறு பெண்ணோ ஆணோ அல்ல என்று அறிதல் வேண்டும். இந்த உயிரானது, பற்றுக்களை விட்டுத் துறந்ததா? வாழ்விலே உயர்நிலையில் சிறந்ததா? அருள்பெற்றுத் தூய்மையும் உயர்வும் ஆனதா? அதைப் பற்றி ஆராய்ந்து பயன் என்ன? இப்போது உயிரில் இருக்கின்ற சிவாயச் செஞ்சுடர், இறக்கின்ற போதும் நின்று விளங்கித் தோன்றும். ஆதலால் தவஞ்செய்க! பெண் ணுக்கும் ஆணுக்கும் உரிமையுண்டு.

(மூச்சுக்காற்று ஆறுசக்கரங்களோடும் சுற்றி மந்திரமாய் வெளி வருகின்றது)

அருளிருந்த வெளியிலே அருக்கன்நின்ற இருளிலே
பொருளிருந்த சுழியிலே புரண்டெழுந்த வழியிலே
தெருளிருந்த கலையிலே தியங்கிநின்ற வலையிலே
குருவிருந்த வழியினின்று கூவும்கீயும் ஆனதே. 366

(எ.ரை:) தவப்பயிற்சியளித்த குருவின் நெறியினின்று மந்திரங்களை உருச்செய்தபோது, அந்த நாத ஓசையானது, அருளோனாகிய சதாசிவமிருந்த புருவநடுவெளியிலும், மூலாதார இடமான பராசத்தியுள்ள இருளிடத்தில் தோன்றும் மூலக்கனலி லும், மந்திரப் பொருளிருந்த இடமான உந்திச் சுழியிலும், வலநாடி-இடநாடி வழியாக மாறிமாறிப் புரண்டுவரும் மூச்சுக் காற்றிலும், தெளிந்த கலையுடைய முழுத்திங்களின் ஒளியோடு கொண்ட தொடர்பிலும், மூலக்கனலொளி புகுந்து செல்லும் முதுகந்தண்டின் துளையாகிய வலையிலும் சென்று சென்று புகுந்து கூ வாகவும் கீ ஆகவும் (மந்திர ஆற்றலாகி) ஒலித்தது.

(மந்திர எழுத்துக்கள் இறைவனுக்கு இருக்கை ஆகும்)

ஆனதோர் எழுத்திலே அமைந்துநின்ற ஆதியே
கானமோடு தாலமீதில் கண்டறிவது இல்லையே;
தானம்தானும் ஆனதே சமைந்தமாலை காலையில்
வேனல்ஓடும் ஆறுபோல் விரிந்ததே சிவாயமே. 367

(எ.ரை:) முன்னே குறிப்பிட்ட மந்திர எழுத்துக்களிலே பொருளாக அமைந்துநின்ற முதல்வனாகிய கடவுளை, பண்ணோடு கூடிய இசையில் (எளிமையாக) நாம் கண்டு அறிந்து கொள்வது வழக்கமில்லை; அது இயலாது. அந்த மந்திரம் இறைவன் அமரும் இருக்கையென்றே நாம் மனம் கொள்ள வேண்டும். மாலையிலும் காலையிலும் மந்திரத்தை உருச்செய்து தவஞ்செய்யும் நேரத்திலே, சிவாய என்னும் செஞ்சுடரொளி யானது, கோடைக் காலத்தில் ஆற்றிலே தெரிகின்ற 'கானல்நீர்' போல ஓரளவே (அடக்கத்தோடு விரிந்து பரந்து அறிவிலே புலப்படும். கானல்நீரைப் 'பேய்த்தேர்' என்றும் கூறுவர்.

(செம்பொருட் சிவாயத்துள் அருளும் பொருளும் யாவும் அடக்கம்)

ஆறுகொண்ட வாரியும் அமைந்துநின்ற தெய்வமும்
தூறுகொண்ட மாரியும் துலங்கிநின்ற தூபமும்
வீறுகொண்ட மோனமும் விளங்கும்உட் கமலமும்
மாறுகொண்ட கூவிலே மடிந்ததே சிவாயமே. 368

(எ.ரை:) சிவாயமென்னும் அருட்பேரொளிக்குள்ளே உலகமே குடியிருக்கின்றது என அறிதல் வேண்டும்.

எண்ணற்ற ஆறுகளில் ஓடுகின்ற நீரால்தான் அவைசேரும் கடலானது வற்றாமலிருக்கின்றது; அதைப்போல் மனித அறிவிலே தெய்வம் அமைந்திருக்கின்றது; அளவுகடந்த மழைத்தூறலே சேர்ந்து மழையாகக் கொட்டுகின்றது. வழிபாட்டிலே நறுமணப்பொடியால் புகை நெருப்பிலே தோன்றிப் படர்கின்றது; எழுச்சிகொண்ட அன்பறிவால் தவத்தில் ஒடுக்க அமைதி ஏற்படுகின்றது; அகத்தில் உயிரென்னும் தாமரை மலரில், ஆறு ஆதார இடங்களிலும் மூலக்கனலொளி சூழ்ந்து பரவியுள்ளது;

இவ்வாறு அமைந்த இயற்கைப் பொருள்கள் போலவே சிவாயப் பொருளான மந்திரத்தில் தெய்வ உண்மைகள் அடங்கியுள்ளன; அந்த மந்திரம், மூச்சில் வலமாகவும் இடமாகவும் மாறிமாறிச் சுழன்று ஒலித்துக் கூவப்படுகின்றது.

(உடல் படைப்புக்கும் உயிரமர்வுக்கும் சிவாயமே அடிப்படை)

வாயில்கண்ட கோணமில் வயங்கும்ஐவர் வைகியே
சாயல்கண்டு சார்ந்ததும் தலைமன்னாய் உறைந்ததும்
காயவண்டு கண்டதும் கருவூரங்கு சென்றதும்
பாயுமென்று சென்றதும் பறந்ததே சிவாயமே. 369

(எ.ரை:) சிவாயச் செஞ்சுடரே தெய்வத்துக்கும் உடலுக்கும் உயிருக்கும் அடிப்படையாகின்றது.

உடம்பிலே ஆறு ஆதார கோணச்சக்கரங்களில், இரண்டாவதான சக்கரமென்னும் குறியிடத்தில் படைப்போனான நான்முகனும், மூன்றாவதான சக்கரத்திலே திருமாலும், நான்காவதில் உருத்திரனும், ஐந்தாவதில் மகேச்சுரனும், ஆறாவதான புருவ நடுவிடத்தில் சதாசிவனுமாக ஐந்து தாமரை மலர்களிலே தங்கியுள்ளனர். அவர்களே உடம்பில் நிலையாக (மன்னாய்)த் தங்கியிருந்து, படைத்தல் முதலான ஐந்து தொழில்களையும் செய்கின்றனர்.

உடம்பாகிய காயத்தில் வண்டென்னும் ஆன்மஉயிரைப் படைத்துப் புகுத்தியதும், அதுவே, பின்னர், மற்றோர் உயிரைப் புகுத்தக் கருவூர் என்னும் கருப்பையில் அமர்ந்ததும், இதுவே இறுதியில் ஓடிப் பாய்வதுபோல் உடலைவிட்டுச் சென்றதும்-யாவுமே சிவாயச் சிவக்கடவுளின் திருவிளையாட்டே ஆகும்.

(பிறந்தபோதும் இறந்தபோதும் கீ மந்திரவொலியில் சிவாயம் அடங்கியுள்ளது)

பறந்ததே துறந்தபோது பாய்ச்சலூரின் வழியிலே
மறந்ததே கவ்வுமுற்ற வாணர்கையின் மேவியே
பிறந்ததே இறந்தபோதில் நீடிடாமல் கீயிலே
சிறந்துநின்ற மோனமே தெளிந்ததே சிவாயமே. 370

(எ.ரை:) தலைக்குமேல் பறந்துசென்ற சிவாயச் சுடரானது, (உடலைவிட்டுத் துறந்து சென்றபின்) மீண்டும் பிறக்கலைந்து, பாய்ச்சலூராகிய குறியிடத்தின் வழியே (பழைமையை மறந்து புதிதாகக்) கருப்பையிலே படைக்கும் வாணரான நான்முகனால் படைக்கப்பட்டு, உயிர் பிறந்தது; அதுவே இறக்கும்போது காலம் நீளாமல், உடனே சீ மந்திரத்தில் கலந்து ஒடுங்கி அமைதி (மோனம்)யடையும். இதற்கு அடிப்படையும் சிவாயக்கடவுளே என்பது தெளிவாகும்.

(தவமிருக்கும்போது ஒன்பது துளைகளையும் அடைத்து மூலக்காற்றை முதுகந்தண்டு வழியே தலைக்குச் செலுத்த வேண்டும்)

வடிவுபத்ம ஆசனத்து இருத்திமூல அனலையே
மாருதத்தி னாலெழுப்பி வாசல்ஐந்து நாலையும்
முடிவுமுத்தி ரைப்படுத்தி மூலவீணா தண்டினால்
முளரியால யங்கடந்து மூலநாடி ஊடுபோய். 371

(எ.ரை:) தவஞ்செய்பவன் முதலில் தாமரை வடிவ இருக்கையில் அமரவேண்டும்; மூச்சுப் பயிற்சியால் வலக்கலை ஒளியையும் இடக்கலை ஒளியையும் எழுப்பி, மூலாதாரத்திலுள்ள கனலைத் தூண்ட வேண்டும்; இந்தக் குண்டலினி ஆற்றலால் (ஆற்றல் வெளியே சென்றுவிடாமல் தடுத்து) உடம்பிலுள்ள ஒன்பது ஓட்டைகளையும் அடைத்து முத்திரையிட வேண்டும்; இதற்கு "வாயுபந்தனம்" என்பர். இந்த மூலக்கனல் சுழுமுனை நாடி வழியாக மூலவீணைத் தண்டென்னும் முதுகந்தண்டு எலும்பினுள்ளே புகுந்து சென்று தலைமலரின் நடுவிலுள்ள அம்பலத்துப் பேரொளியில் கலந்து தெய்வக் காட்சிதரும்.

(தலை அம்பலத்தையும் கடந்து இறையருள் அமுதை அருந்த வல்லவரே சிறந்த தவத்தோராவர்)

அடிதுவக்கி முடியளவும் ஆறுமா நிலம்கடந்து
அப்புறத்தில் வெளிகடந்த ஆதியெங்கள் சோதியை
உடுப்பதிக்கண் அமுதருந்தி உண்மைஞான உவகையுள்
உச்சிபட்டு இறங்குகின்ற யோகிநல்ல யோகியே. 372

(எ.ரை:) *சிறந்த தவத்தோன் எவன் என்று தெரிந்து கொள்ளுங்கள்; போலிகளைக் கண்டு ஏமாந்து வருந்தாதீர்கள்.*

உடம்பில் அடிநிலை வேரான மூலாதாரத்திலிருந்து முடிவிடமான புருவ நடுவரையுமுள்ள ஆறு சிறந்த இடங்களையும், மூலக்கனலின் (குண்டலினி) ஆற்றலால் கடந்து, தலைக்குமேல் அப்பாலே பரவெளி, அருள்வெளி, சிவவெளி யாவும் கடந்திருக்கும் முதல்வனான எங்கள் பேரொளிக் கடவுளைக் கண்டு கொள்ள வேண்டும்; அங்கே அறிவு ஒளியான விண்மீன் (உடு)களில் அமுதைப் பெற்று அருந்தி, உண்மையான மெய்யறிவால் ஆன்மவுயிரில் உவகையடைய வேண்டும்; இங்கே தலைமுகட்டிலே இன்பம் நுகர்ந்து இயல்பான நிலைக்குக் கீழே இறங்கவேண்டும். இத்தகைய தவ ஆற்றலுடையவனே நல்ல தவச்செல்வன் ஆவன்.

(மந்திரத்தை உண்டு ஒளியானவர்க்கு இறப்பில்லை)

மந்திரங்கள் உண்டுநீர் மயங்குகின்ற மானிடர்
மந்திரங்கள் ஆவது மரத்திலூறல் அன்றுகாண்!
மந்திரங்கள் ஆவது மதித்தெழுந்த வாயுவை;
மந்திரத்தை உண்டவர்க்கு மரணமேதும் இல்லையே. 373

(எ.ரை:) *அருளாற்றல் செறிந்ததே மந்திரமாகும்; இதை ஒருவன் தகுதியோடு சொன்னால் அது பலித்துவிடும்.*

இவ்வாற்றல் மிக்க மந்திரங்கள் பல உண்டு. இருந்தும், உலக ஆசையிலே மயங்கியிருக்கும் மக்களாகிய நீங்கள் அவற்றை ஓதிப் பயன்பெறாமலிருக்கின்றீர்கள்.

மந்திரங்களென்று சொல்லப்படுபவை ஏதோ ஒரு மரத்தில் ஊறிவரும் பால் (தென்னைமரக் கள்போல) என்று கருதிவிடாதீர்கள்; உண்மையில் மந்திரங்கள் என்பவை அருளைப் போற்றிப் படைக்கப்பட்ட நாதமென்னும் ஓசைக் காற்றாகும். இத்தகைய பெரிய நன்மைதரும் மந்திரத்தை (ஓங்காரம் முதலியவை) உள்ளே ஓதி உட்கொண்டவர்களுக்கு இறப்பென்பது இல்லை.

(உங்கள் மனத்திலே மந்திரங்கள் ஆவது ஐந்தெழுத்தே)

மந்திரங்கள் கற்றுநீர் மயங்குகின்ற மாந்தரே!
மந்திரங்கள் கற்றநீர் மரித்தபோது சொல்விரோ?
மந்திரங்கள் உம்முளே மதித்தநீரும் உம்முளே
மந்திரங்கள் ஆவது மனத்தின்ஐந் தெழுத்துமே. 374

(எ.ரை:) *மந்திரங்களை நீங்கள் கற்றிருந்தும் நன்கு பொருளைப் புரிந்து கொள்ளாமலும் வேறு எண்ணங்களில் அறிவு சென்றும் மயங்கிப் போன மனிதராகவே இருக்கின்றீர்கள். இப்படி நீங்கள் இருந்தால், சாவு வரும் நேரத்தில் எந்த மந்திரத்தைச் சொல்வீர்கள்? அப்போது ஒன்றும் முடியாதே!*

ஆதலால், நீங்கள் எந்த மந்திரத்தை மதித்து உள்ளத்தில் கொண்டீர்களோ அதை வாழும் நாளிலேயே ஓதி அருள் பெறுங்கள். அந்த மந்திரங்கள் உண்மையிலே உங்கள் மனத்திலுள்ள 'நமசிவாய' என்னும் ஐந்தெழுத்தே ஆகுமன்றோ!

(சிவாய மூன்றெழுத்தில் சிவம்-அருட்சத்தி-உயிர் என மூவரும் அடங்குவர்)

ஓரெழுத்து லிங்கமாய் ஓதும்அட்ச ரத்துளே
ஓரெழுத்து யங்குகின்ற உண்மையை அறிகிலீர்
மூவெழுத்து மூவராய் முளைத்தெழுந்த சோதியை
நாவெழுத்து நாவுளே நவின்றதே சிவாயமே. 375

(எ.ரை:) *அன்பர்களே! நீங்கள் ஓதுகின்ற மந்திர எழுத்துக்களிலே (சிவாய என்பதிலே) ஓரெழுத்தாம் 'சி' என்பது சிவக்குறியான லிங்கமாயும், மற்றோர் எழுத்தாம் 'வா' என்பது அருட்சத்தியாகவும் அமைந்த பொருண்மையை அறியாமலிருக்கிறீர்களே.*

கடவுட் பேரொளியான சோதியிலேதான் சிவாய என்னும் மூன்றெழுத்தும், கடவுள்-அருட்சத்தி-உயிர்கள் ஆகிய மூவரும் தோன்றினர். நான்கெழுத்தான சிவசிவ என்பதை ஓதிப்பயின்ற நாக்கிலேதான் சிவாயமும் பயின்று வருகின்றது அனைத்தும் ஒன்றில் அடக்கமே.

(நாளும் சிவ மந்திரத்தை அறிந்துணர்ந்து ஓதுங்கள்)

முத்திசித்தி தொந்தமாய் முயங்குகின்ற மூர்த்தியை
மற்றுதித்த ஐம்புலன்கள் ஆகும்மத்தி அப்புலன்
அத்தர்நித்தர் காளகண்டர் அன்பினால் அனுதினம்
உச்சரித்து உளத்திலே அறிந்துணர்ந்து கொண்மினே. 376

(எ.ரை:) அன்பர்களே! பற்றுக்களிலிருந்து விடுதலை (முத்தி) பெறவும் வெற்றி (சித்தி) பெறவும் ஒளியாய்த் தழுவிக் கொள்கின்ற கடவுளை, நீங்கள் மத்தியாகிய புருவநடுவான மனத்திலும் உயிரிலும் வைத்து, ஐந்து புலனறிவுகளும் ஒன்றியபடி வணங்கு கின்றீர்கள். அந்தப் புலனறிவினால் நீங்கள் நாள்தோறும் அத்தரென்றும் (தலைவர்) நித்தரென்றும் (எக்காலமும் நிலையா யிருப்பவர்) நஞ்சுண்ட கழுத்தரென்றும் சிவபெருமானை அன்பினாலே போற்றி மந்திரத்தை ஒலித்து, உள்ளத்தில் அறிந்தும் தெளிந்துணர்ந்தும் உயிரிலே கொள்ளுங்கள்.

இலக்கணம் - கொண்மினே! - முன்னிலைப்பலர்பால் வியங்கோள் வினைமுற்று.

(உலகம் படைத்த சிவமும் அருளுமே நாத ஒலியாயிற்று)

மூன்றிரண்டும் ஐந்துமாய் முயன்றெழுந்த தேவராய்
மூன்றிரண்டும் ஐந்ததாய் முயன்றதே உலகெலாம்;
ஈன்றதாயும் அப்பனும் இயங்குகின்ற நாதமாய்
தோன்றுமோர் எழுத்தினோடு சொல்லஒன்றும் இல்லையே. 377

(எ.ரை:) சான்றோர் உலகமெல்லாம் முழுமுதற் கடவுளை இரண்டு (சிவம், அருட்சத்தி) என்றும், மூன்று (நான்முகன், திருமால், உருத்திரன்) என்றும், ஐந்து (நான்முகன், திருமால், அரன், மகேச்சுரன், சதாசிவன்) என்றும், அருளிச் செயல் அடிப் படையிலே பிரித்துத் தேவராய் வழிபட்டனர். மந்திரங்களையும் இரண்டு (சிவ) என்றும், மூன்று (சிவாய) என்றும், ஐந்து (நமசிவாய) என்றும் அமைத்து ஓதினார்கள்.

இந்த உலகைப்படைத்த சிவமும் அருட்சத்தியுமே தந்தையும் தாயுமாவர். இவரால்தான் நாதம் என்னும் ஓசையும் ஒளியும் தோன்றி உலகையே வாழ வைக்கின்றன; இந்த ஓசையிலிருந்தே ஓம் என்னும் ஓரெழுத்து உருவாயிற்று; இதற்கு ஒப்பாகச் சொல்ல வேறோர் எழுத்து இல்லை.

(ஓசை ஒளிகளே அண்டவெளியாகவும் பல அருளாற்றலாகவும் ஆயின)

வெளியுருக்கி அஞ்செழுத்து விந்துநாத சத்தமும்
தளியுருக்கி நெய்கலந்து சகலசத்தி ஆனதும்
வெளியிலும் அவ்வினையிலும் இருவரை அறிந்தபின்
வெளிகடந்த தன்மையால் தெளிந்ததே சிவாயமே. 378

(எ.ரை:) *அஞ்செழுத்தாகிய சிவக்கடவுளே இயற்கை மாயையென்னும் பராசத்தியால், விண்வெளியையும் ஒளி மண்டலத்தையும் ஓசை மண்டலத்தையும் (விந்து நாதங்களை) படைத்தான்; மண்ணுலகிலே அறிவாகிய கோயிலென்னும் உடம்பை உருக்கி அன்பென்னும் நெய்யைக் கலந்து அருள்விளக் கேற்றி, அக்கோயிலில் பலவகையான ஆற்றலென்னும் சத்திகளையும் (இச்சை-ஞானம்-கிரியை) படைத்தான். எனவே, அந்த அண்டவெளியிலும் அங்கே நிகழும் வினையியக்கத்திலும் இருவராகிய சிவத்தையும் அருட்சத்தியையும் நாம் அறிந்த பின்னே, எல்லா வெளிகளையும் கடந்த அருளாற்றல் இயற்கையில் சிவாயத்தைத் தெளிவாக உணர்வோம்.*

(அறிவிலே முளைத்த அஞ்செழுத்திலே சிவம் தோன்றி எங்கும் அடையாளம் காட்டியது)

முப்புரத்தில் அப்புறம் முக்கணன் விளைவிலே
சிற்பரத்துள் உற்பனம் சிவாயம்அஞ் செழுத்துமாம்
தற்பரம் உதித்துநின்று தாணுவெங்கும் ஆனபின்
இப்பரம் ஒடுங்கும் ஓடி எங்கும்லிங்கம் ஆனதே. 379

(எ.ரை:) *முப்புரமாகிய (கீழ்-நடு-மேல்) மூன்று உலகத் தையும் கடந்து அப்பாலுக்கு அப்பால் முக்கண்ணன் ஆகிய (தீ-*

ஞாயிறு-திங்கள் என்னும் மூன்று கண்ணுடைய வள்ளலாம்) சிவன் படைத்த விளைவாலே அங்கே அறிவுவெளியெனும் சிற்பரத் துள்ளே தோன்றியதுதான் சிவாயமும் அஞ்செழுத்தும் ஆகும். தற்பரமென்னும் தானே தோன்றிய சிவக்கடவுளே தாணு என்னும் பெயரில் எவ்விடத்தும் பரவி நின்றான்; அவனே இவ்வுலகில் (இப்பரம்) ஒடுங்கி மறைந்திருந்தும் ஓடியும் எவ்விடத்திலும் அறிகுறியாய் இலிங்கமாகியுள்ளான்.

(கற்ற கல்வி பேரின்ப வீட்டைக் காணுமானால் வெட்டவெளியும் தெரியும்!)

ஆடிநின்ற சீவன்ஓர் அஞ்சுபஞ்ச பூதமோ
கூடிநின்ற சோதியோ குலாவிநின்ற மூலமோ
நாடுகண்டு நின்றதோ நாவுகற்ற கல்வியோ
வீடுகண்டு விண்டிடின் வெட்டவெளியும் ஆனதே. 380

(எ.ரை:) வாழ்க்கையில் அலைந்து ஆடியும் வாடியும் போன ஒரு மனிதன், பெரிய இயற்கையான ஐந்து பூதங்களால் ஆனவன் என்பதையும், அவனுடைய உடம்பில் கூடிநின்று இயக்குவது ஒளியான உயிரை என்பதையும், அந்த உயிரில் குலாவி நட்பாடி நிற்பது கடவுளே என்பதையும் நாட்டுமக்கள் கண்டுணர முடியு மானால் நன்று! அந்த அறிவைத்தந்த நாக்கு கற்ற கல்வியானது பேரின்ப வீட்டைக்கண்டு சொல்லுமே (விண்டு)யானால், வெட்டவெளியான கடவுளும் தெரிவான்.

(அஞ்செழுத்தும் உடம்பில் எங்கும் கலந்தபின் இறைவன் தலைநடுவில் தோன்றினான்)

உருத்தரித்த போதுசீவன் ஒக்கநின்ற உண்மையும்
திருத்தமுள்ளது ஒன்றிலும் சிவாயஅஞ் செழுத்துமாம்
இருத்துநின்று உறுத்தடங்கி ஏகபோகம் ஆனபின்
கருத்திினின்று உதித்ததே கபாலமேந்து நாதனே. 381

(எ.ரை:) கரு உருப்படும்போதே உயிரும் நிகராய்க் கருப்பையில் தங்கும் உண்மையை உணருங்கள்; கருவளரும் நிலையில் ஒவ்வோர் உறுப்பும் திருத்தமாய் அமைய, அவ்வுறுப்புக்களிலே சிவாய அஞ்செழுத்துக்கள் தங்கியிருந்தும்,

உயிரில் பொருந்தி விளக்கம் செய்தும் உள்ளும் புறமும் ஒரு நிலையடைந்த பின், பிறந்த மனிதனின் கருத்திலிருந்து, மண்டையோட்டை ஏந்தும் சிவனாகிய கடவுள் தோன்றி வெளிப்பட்டான். இது படைப்பின் நுட்பமாகும்.

(கருத்தோன்றி உருவான போதே உள்ளுறுப்புக்களும் அவற்றின் செயலியக்கங்களும் தோன்றிவிட்டன)

கருத்தரித்து உதித்தபோது கமலபீடம் ஆனதும்
கருத்தரித்து உதித்தபோது காரணங்கள் ஆனதும்
கருத்தரித்து உதித்தபோது காரணமிரண்டு கண்களாய்க்
கருத்தினின்று உதித்ததே கபாலமேந்து நாதனே. 382

(எ.ரை:) பெண்ணின் கருப்பையுள்ளே கருத்தோன்றி உருவானபோதே, தலைநடுவில் ஆன்மாவில் இறைவன் அமரும் தாமரைமலர் தோன்றி அமைந்தது; மற்ற ஐந்து (மூலாதாரம் முதல் கழுத்துவரையுள்ள) இடங்களிலும் தாமரை மலர் அமைப்பு மற்ற தெய்வங்கள் அமரும்படி அமைந்துவிட்டன. மேலும் கரு உருவானபோது, அறிவுப் பொறிகளின் அமைப்பும் வேட்கையும் (பசி முதலியன) இயக்கங்களும் தோன்றிவிட்டன. உட்கருவி (கரணம்)யான மனம் அறிவோடு இரண்டு கண்களும் (வலக்கண் ஞாயிற்றொளியும் இடக்கண் திங்களொளியும் கொண்டவை) படைக்கப்பட்டன. இத்தகைய படைப்பின் கருத்திலிருந்து தோன்றியதுதான், மண்டையோட்டை ஏந்திய தலைவனான சிவக்கடவுள்.

(உடம்பினுள் இறைவன் செயல்புரிந்து மறைந்தே இருப்பான்)

ஆனவன்னி மூன்றுகோணம் ஆறிரண்டு எட்டிலே
ஆனசீவன் அஞ்செழுத்து அகாரமிட்டு அலர்ந்தது;
ஆனசோதி உண்மையும் அனாதியான உண்மையும்
ஆனதுஆனது ஆனதா அவலமாய் மறைந்திடும். 383

(எ.ரை:) உயிராகிய சீவன், கனலுடைய (வன்னி) முக்கோணமான மூலாதார இடத்திலும், ஆறு இதழ்த்தாமரை

மலரான குறியிடத்திலும் (சுவாதிஷ்டானம்), பத்து இதழ்த் தாமரை மலரான கொப்பூழிடத்திலும் (மணிபூரகம்) கலந்திருந்து, அஞ்செழுத்தை அகாரமான ஒளியெழுத்தாய் ஓதி மலர்ச்சி யடைந்தது.

இவ்விடங்களில் உயிரொளி தந்த சுடரான கடவுளுண்மையும், காலம் தெரியாத முதல்வனான கடவுளுண்மையும் ஆனதுதான் மனித வாழ்வு. எனினும் அக்கடவுள் காண முடியாததாய் மக்களுக்கு ஏக்கமும் வருத்தமும் தந்து மறைந்தே உள்ளது.

(இறையொளி ஆறு ஆதாரங்களையும் கடந்து மேலே போகும் நிலையில் அகர ஓசை எங்கும் பரவியது)

ஈன்றெழுந்த எம்பிரான் திருவரங்க வெளியிலே
நான்றபாம்பின் வாயினால் நாலுதிக்கும் ஆயினான்
மூன்றுமூன்று வளையமாய் முப்புரம் கடந்தபின்
ஈன்றெழுந்த அவ்வினோசை எங்குமாகி நின்றதே. 384

(எ.ரை:) உடம்பில் கனலிடத்தில் மூலாதாரத்தில் தோன்றும் குண்டலினி என்னும் நீண்ட ஆற்றலுடைய பாம்பின் வழியால் உடம்பிலே நான்கு திசைகளிலும் ஒளியை எடுத்துச் செல்வதால் இங்கே இறைவன் இருக்கின்றான்; இந்தக் கனலொளியானது உடம்பிலுள்ள ஆறு வளையமான சக்கரங்களிலும் இயக்கிச் சென்று மேலே உள்ள தலையைக் கடந்த இடமான எம்பிரான் வீற்றிருக்கும் திரு அரங்கத்திலும் புகுந்தது. இவ்வொளி, உடம்பாகிய முப்புரத்தைக் கடந்ததால், ஓங்காரம் ஈன்ற அகரமான எழுத்தின் ஓசை எங்குமாகி ஒலித்தது.

(எல்லோருடைய வாழ்விலும் தோன்றியதே சிவாயம்)

எங்குமெங்கும் ஒன்றலோ ஈரேழ்லோகம் ஒன்றலோ
அங்குமிங்கும் ஒன்றலோ அனாதியானது ஒன்றலோ
தங்குதா பரங்களும் தரித்துவாரது ஒன்றலோ
உங்களெங்கள் பங்கினில் உதித்ததே சிவாயமே. 385

*(**எ.ரை:**) அன்பர்களே! ஓரறிவு உயிர் முதல் தெய்வம் வரை எல்லாப் பொருள்களுமே, ஒரே இயற்கைத் தன்மையும் மதிப்பும் உடையவையே என்று உணருங்கள்!*

எவ்விடத்திலும் ஒரே கடவுள்தான் இருக்கின்றார்; மேலுலகம்-கீழுலகம் ஆகிய பதினான்கு உலகங்களையும் கட்டிக் காத்து ஆட்சிபுரிவதும் அந்த ஒரே கடவுள்தான்; விண்ணுலகிலும் மண்ணுலகிலும் அருளாட்சி செய்வதும், காலங்கணிக்க முடியாத ஒரே கடவுள்தான்; நிலையியல் திணையாயுள்ள (இயங்காதவை) பயிர் முதலான உயிர்களிலும் உயிரற்ற பொருள்களிலும் இருப்பவனும் உயிருள்ள மாந்தர் முதல் தெய்வம் வரை அகத்தே தங்கியிருப்பவனும் ஒரே கடவுள்தான். கூறப்போனால் உங்கள் வசமும் எங்கள் வசமும் உயிராயிருப்பவனும் மந்திரமாயிருப்பவனும் அந்தச் சிவக்கடவுளே என்று அறிக!

(ஆடவல்ல கடவுளான நெருப்பே அத்தனை அடங்களும் வெளிகளும் ஆயின என்று அறிக)

அம்பரத்தில் ஆடுஞ்சோதி யானவன்னி மூலமாம்
அம்பரமும் தம்பரமும் அகோரமிட்டு அலர்ந்ததும்
அம்பரக் குழியிலே அங்கமிட்டு உருக்கிட
அம்பரத்தில் ஆதியோடு அமர்ந்ததே சிவாயமே. 386

*(**எ.ரை:**) அறிவுவெளியான அம்பலத்தில் ஆடல் புரிகின்ற செஞ்சுடர்க் கடவுளான நெருப்பே (வன்னி) அண்டங்களுக் கெல்லாம் வேரான அடிப்படையாகும்.*

அந்த நெருப்பிலிருந்தே அறிவுவெளியும் மற்ற அண்ட கோள்களும் படைக்கப்பட்டன; அவையே ஞாயிறும் திங்களும் விண்மீன்களும் ஆகும்; அந்த நெருப்பால் உருக்கப்பட்ட கோள்கள் உருவாகி அங்கங்கே மேடுபள்ளங்கள் ஆயின. அந்த வெளியாகிய அம்பரத்திலே படைப்புக்குத் துணையான முதலாற்றலென்னும் அருட்சத்தியோடு சிவக்கடவுள் சிவாயமாய் அமர்ந்துள்ளது.

(கரு உருவாகி உயிரோடு வளர்ந்து வடிவாகிப் பிறந்த பின்னே உயிரோடு செவ்வொளிக் கடவுள் கூடியிருக்கும்)

வாடிலாத பூமலர்ந்து வண்துரிசை நாவிலே
ஓடிநின்று உருவெடுத்து உகாரமாய் அலர்ந்ததும்
ஆடியாடி அங்கமும் அகப்படக் கடந்தபின்
கூடிநின்று உலாவுமே குருவிருந்த கோலமே. 387

*(**எ.ரை:**) வாட்டமில்லாத பெண்குறியான பூ விரிய அதிலே, ஊட்டமான ஆணின் குறித்தண்டின் (துரிசை) நுனி (நா) வழியே வெண்பால் (விந்து) ஓடி நிற்பதால், குழந்தை கருவாகி உருவெடுக்கவும், அதில் உகாரம் என்னும் உயிர் சேர்ந்தது; அதனால் உருவம் வளர உறுப்புக்களும் முழுமையடைந்து பின் குழந்தை பிறந்தது. மனிதனாய் வந்ததும் அவனோடு செவ்வொளி (குரு)யான சிவக்கடவுள் கூடிநின்று உலாவி வாழ்வு தரும்.*

(ஓங்காரத் தவத்தில் ஒலி ஓய்ந்ததும் உயிர் என்ன செய்தது?)

விட்டடி விரைத்ததோ வேர்உருக்கி நின்றதோ
எட்டிநின்ற சீவனும் ஈரேழ்லோகம் கண்டதோ
தட்டுருவம் ஆகிநின்ற சதாசிவத்து ஒளியதோ
வட்டுவீடு அறிந்தபேர்கள் வானதேவர் ஆவரே. 388

*(**எ.ரை:**) ஓங்காரத் தவத்தின் முடிவிலே, மந்திரவொலி நின்றதும், அந்த ஒலியானது எங்கே விரைந்து சென்றது? வேராகிய உயிரையுருக்கி நின்றதா? சற்று எட்டி நின்ற உயிர்தான் அப்போது பதினான்கு உலகையும் காணச் சென்றதோ?*

அந்த உயிர்தான், தண்ணிய அருளுருவம் (தட்டுருவம்) கொண்ட சதாசிவத்தின் நாத ஒளிதானோ? யார் அறிவார்? வட்டமான ஒளிவெளியென்னும் வீட்டுலகை அறிந்த மனிதர் வானிலுள்ள தேவர் ஆவார்.

(வானவர் பேரின்ப வீட்டை அறிந்தபின் வானெல்லாம் செம்மணிக்கல்போல் செவ்வொளியானது)

வானவர் நிறைந்தசோதி மானிடக் கருவிலே
வானதேவர் அத்தனைக்குள் வந்தடைவர்; வானவர்
வானகமும் மண்ணகமும் வட்டவீடு அறிந்தபின்
வானெலாம் நிறைந்துமன்னு மாணிக்கங்கள் ஆனவே. 389

*(**எ.ரை:**) வானவர்கள் ஒளிவடிவானவர்களே; இருப்பினும், அவர்கள் மானிடக் கருவிலே, மனிதராய்ப் பிறப்பதற்காக, தேவரனைவரும் அத்தனைக் கருவிலும் வந்தடைவர். பின்னே அந்த வானவர், விண்ணகத்தையும் மண்ணகத்தையும் ஒளிவட்ட மான வீட்டுலகமாய்க் காணவ ல்லவராகும் நிலையில், விண்ணகம் முழுதும் நிலைத்த செம்மணிக்கல் ஒளியாய் நிறைந்து ஒளிரும்!*

(மூச்சுக்காற்று உயிருக்குச் சென்றதும் தலையின் மீது உயிரொளி வெளிப்படும்)

பன்னிரண்டு கால்நிறுத்திப் பஞ்சவர்ணம் உற்றிடின்
மின்னியே வெளிக்குள்நின்று வேரிடத்து அமர்ந்ததும்
சென்னியாம் தலத்திலே சீவனின்று இயங்கிடும்
பன்னியுன்னி ஆய்ந்தவர் பரப்பிரமம் ஆனதே. 390

*(**எ.ரை:**) தவஞ்செய்வோன் மூச்சுப் பயிற்சியில், உயிர்வளிக் காற்றைப் பன்னிரண்டு அங்குலம் (பன்னிரண்டுகால்) அளவு உள்ளே இழுத்து நிறுத்த வேண்டும்; அப்பொழுது ஐந்துவண்ணக் கடவுளான சிவம் மூச்சிலே பொருந்தும்; அக்காற்று ஒளியாகி மின்னிப் பொலிந்து உடலாகிய வெளிக்குள் புகுந்து, வேரிடமான மூலக்கனலிடத்தில் தங்கும்; பின் சுழுமுனைநாடி வழியே தலை (சென்னி)யிலுள்ள அம்பலமான ஆன்ம மலருக்குச் செல்லும்; அந்நிலையில் ஆவி பேரொளியாகி இயங்கும். இந்தத் தவ நெறியை நன்கு ஆராய்ந்து உணர்ந்தவர் தெய்வத் தன்மை பெறுவர்.*

(தலைமுகட்டிலே ஆன்மாவில் கடவுளொளியைக் கண்டுவிட்டால் மனிதப்பிறவி தெய்வமாகி விடும்!)

உச்சிகண்டு கண்கள்கட்டி உண்மைகண்டது எவ்விடம்?
மச்சுமாளி கைக்குள்ளே மானிடம் கலப்பிரேல்
எச்சிலான வாசல்களும் ஏகபோகம் ஆய்விடும்
பச்சைமாலும் ஈசனும் பரந்ததே சிவாயமே. 391

(எ.ரை:) *தவத்தில் (செத்ததுபோல் பேசாத நிலையில்) கண்களை மூடியிருந்து, ஒருவன் சிவமாகிய உண்மையைக் கண்ட இடம் எதுவோ? அதுதான் தலை நடுவிலுள்ள ஆன்மாவாகிய சிற்றம்பலம்.*

அந்த அறிவுமன்றமான மாளிகைக்குள்ளே மானிடப் பிறவி கலக்குமானால் (தவஆற்றலால்), உடம்பிலுள்ள எச்சில் (அழுக்குகள்) கழியும் வாயில் ஒன்பதும் ஒளியுடம்பாகி ஒரே இன்பநிலையைப் பெற்றுவிடும். இந்த நிலையில் பச்சை நிறமுடைய திருமாலும் உயிர்க்காற்றின் ஆளுநனான மகேசுரனும் சிவாயமான நிலையை அடைவர்.

(ஓங்காரத் தவத்திலே அகவழிபாடு அமைந்துள்ளது)

வாயிலிட்டு நல்லுரிசை அட்சரத்து ஒலியிலே
கோயிலிட்டு வாவியும்அம் கொம்பிலே உலர்ந்தது
ஆயிலிட்ட காயமும் அனாதியிட்ட சீவனும்
வாயுவிட்ட வன்னியும் வளர்ந்ததே சிவாயமே. 392

(எ.ரை:) *வாயிலே எடுத்துக்கொண்டு, இனிதாய்ச் சுவைத்து (உரிசை) ஓதுகின்ற மந்திர எழுத்தின் ஒலியிலே, அதைக் கோயிலாய்க் கொண்டும், தீர்த்தமான குளமாய் நினைத்தும், அழகிய பூங்கொம்பிலே பூத்த மலராய்க் கருதியும் வழிபாடு நடந்து பின்னே வாடுகின்றது. ஆராய்ந்து பார்த்தால் இந்த உடம்பும், (தோன்றிய காலம் தெரிய முடியாத) உயிரும், மூச்சுக்காற்றும், மூலாதாரக் கனலும் ஆக அனைத்துமே சிவாயக் கடவுளின் அருளால் தோன்றியவையே ஆகும்.*

(ஓதும்போது மந்திர எழுத்தோடு சிவாயம் தங்கும்)

அட்சரத்தை உச்சரித்து அனாதியங்கி மூலமாய்
அட்சரத்தை யும்திறந்து அகோரமிட்டு அலர்ந்ததும்
அட்சரத்தில் உட்கரம் அகப்படக் கடந்தபின்
அட்சரத்தில் ஆதியோடு அமர்ந்ததே சிவாயமே. 393

(எ.ரை:) மந்திர எழுத்தை உருப்போட்டு ஒலித்து, சிவநெருப்பால் மூலாதார இடத்திலே, நுண்ணொலி எழுத்தைத் தோற்றுவித்து, அதனால் மந்திரஒலி பேரொலியாய் முழங்கியதும் (அகோரமிட்டு), அந்த ஒலி உடம்பாகிய ஐம்பூதங்களின் உள்ளூறுப்பெல்லாம் கலந்து கடந்து செல்லுகின்றது. இந்த நிலையில் முதல்வனான சிவக்கடவுளோடு சிவாயம் அமர்ந்தது.

(திருமாலையும் உருத்திரனையும் உணர்ந்து கொண்டால் அவர்கள் தாயும் தந்தையும்போல் ஆவர்)

கோயிலும் குளங்களும் குறியினில் குருக்களாய்
மாயினும் மடியினும் மனத்திலே மயங்குறீர்
ஆயனை அரனையும் அறிந்துணர்ந்து கொள்விரேல்
தாயினும் தகப்பனோடு தானமர்ந்தது ஒக்குமே. 394

(எ.ரை:) அன்பர்களே! நீங்கள் போற்றும் கோயில்களும் தீர்த்தக் குளங்களும் வழிபாடுகளும் உங்களது அகக்குறிப்பிலே ஒளியிலடங்கும் என்று கருதினாலும், அவை மனத்தைவிட்டுப் போனாலும் மடிந்தே போனாலும் நீங்கள் தெளிவு பெறாமலே, மீண்டும் அறிவிலே மயங்கிக் குழம்புகிறீர்கள்.

உண்மையில் உங்களது உடம்பிலே இருக்கும் காத்தல் தெய்வமான திருமாலையும் அழித்தல் தெய்வமான உருத்திர னையும் முழுமையாய் அறிந்து உணர்ந்து கொள்வீரானால், அவர்கள் நீங்கள் விரும்பிய (அமர்ந்த) தாயும் தந்தையும் ஒப்பாவார்கள்.

(எங்குமுள்ள உயிர்களில் இறைவன் அமர்ந்துள்ளான் என்பதை அறிந்தவர், அறிவு வடிவானவரென்று காணுங்கள்)

கோயிலெங்கும் ஒன்றலோ குளங்கள்நீர்கள் ஒன்றலோ
தேயுவாயு ஒன்றலோ சிவனுமங்கே ஒன்றலோ
ஆயசீவன் எங்குமாய் அமர்ந்துவாரது ஒன்றலோ
காயமீது அறிந்தபேர்கள் காட்சியாவர் காணுமே! 325

(எ.ரை:) அன்பர்களே! ஆய்வறிவோடு எண்ணிப் பாருங்கள்: எங்கும் அமைந்த கோயிலில் உறைபவன் ஒரே கடவுள் அன்றோ! அனைத்துக் குளங்களில் உள்ள நீரும் ஒரே தன்மையுள்ள நீர்தானே! நெருப்பிலும் காற்றிலும் வேறுபாடு இல்லையே. அந்த ஐம்பூதங்களிலே உறையும் சிவக்கடவுளும் ஒரே தெய்வம்தான். உலக உயிர்களனைத்திலும் அமர்ந்துள்ள கடவுளும் ஒரே கடவுளன்றோ!

தழும்பு (காயம்) போன்ற அழியாத இந்த உண்மையை அறிந்தவர்கள் அறிவுவடிவான மாந்தராவர்; இவரைக் கண்டு கொள்ளுங்கள்.

இலக்கணம்:- காணும்-முன்னிலை வியங்கோள் வினை முற்று.

(ஓங்கார வீட்டை அறிந்தவர்கள் தலைவராவர்; உண்மை இது!)

காதுகண்கள் மூக்குவாய் கலந்துவாரது ஒன்றலோ
சோதியிட்டு எடுத்ததும் சுகங்களஞ்சும் ஒன்றலோ
ஓதிவைத்த சாத்திரம் உதித்துவாரது ஒன்றலோ
நாத வீடு அறிந்தபேர்கள் நாதராவர் காணுமே! 396

(எ.ரை:) அறிவுடையோரே! சிந்தியுங்கள்: அனைத்து மாந்தரின் காது, கண்கள், மூக்கு, வாய் முதலான அறிவுப் பொறி களிலும் கலந்திருக்கும் கடவுள் ஒரே இயற்கையுடையவர்தானே! ஐந்து புலனறிவான சுவை, ஒளி, ஊறு, ஓசை, மணம் ஆகியவை களுக்கு ஒளிதந்து இன்பம் தருவதும் ஒரே தெய்வமன்றோ! அறிஞர்களும் கலைஞர்களும் படைத்து வைத்த உண்மையியல்

நூல்களுக்குக் கருவாய் இருப்பவரும் ஒரே தன்மையுடைய வரன்றோ!

இந்த உண்மைகளை உணர்ந்ததோடு, ஓங்காரப் பேரின்ப வீட்டை அறிந்த மாந்தரே அறிவுலகத் தலைவராவர்; எனவே, இவரைக் காணுங்கள்.

(உயிரோடு அகரக்கடவுளொளி கலந்தே மனிதன் பிறக்கிறான்)

அவ்வுதித்த அட்சரத்தின் உட்கலந்த அட்சரம்
சவ்வுதித்த மந்திரம் சம்புஉளத்து இருந்ததால்;
மவ்வுதித்த மாய்கையால் மயங்குகின்ற மாந்தர்காள்!
உவ்வுதித்தது அவ்வுமாய் உருத்தரித்த உண்மையே. 397

(எ.ரை:) அ+உ+ம=ஓம். இந்த மகர எழுத்து மாசுகளையும் மாயையையும் உணர்த்தும். எனவே, இந்த மாயையால் அறிவுகெட்டு ஆசைப்பட்டு மயங்கி வாழ்கின்ற மனிதர்களே! புரிந்து கொள்ளுங்கள்:

ஓங்காரத் தாய்மந்திரத்திலிருந்தே அகர எழுத்தும் பிற எழுத்துக்களும் தோன்றின; இந்த ஓங்கார மந்திரம், உள்நாக்கு எனப்படும் சவ்விலிருந்தே பிறக்கின்றது; இது சம்புவாகிய சிவனின் திருவுளத்திலிருந்தே இருந்து வந்ததாகும்.

ஓங்காரத்திலுள்ள உகரம் உணர்த்தும் உயிரும் அகரம் உணர்த்தும் கடவுளொளியும் கலந்தே மனித வடிவம் பிறந்தது என அறியவேண்டும்; இதுவே உண்மையாகும்.

(உகர உயிரில் அகரக்கடவுள் ஒன்றிநின்று வெளிப்பட்டதோ?)

அகாரமென்னும் அக்கரத்தில் அக்கரம் ஒழிந்ததோ
அகாரமென்னும் அக்கரத்தில் அவ்வுவந்து உதித்ததோ?
உகாரமும் அகாரமும் ஒன்றிநன்று நின்றதோ
விகாரமற்ற ஞானிகாள்! விரித்துரைக்க வேணுமே. 398

(எ.ரை:) *மாசற்ற மெய்யறிவாளர்களே! என் வினாவுக்கு விளக்கம் உரையுங்கள்:*

'அ' என்னும் எழுத்திலே பிற எழுத்துக்கள் (ஓங்காரம் முதலியன) ஒடுங்கி மறைந்தனவா? அகரம் என்னும் எழுத்திலே 'அ'கரமாகிய ஒளிவிடும் சிவக்கடவுள் வந்து தோன்றியதா? உகரமாகிய உயிரோடு அகரமாகிய கடவுளொளி ஒன்றிக்கலந்து உலகம் ஆகியதா? விடை சொல்ல வேண்டுகின்றேன்.

(சத்தி என்பது உடலும் உயிரென்பது சிவமும் என அறிக!)

சத்தியாவது உன்னுடல் தயங்குசீவன் உட்சிவம்
பித்தர்காள் இதற்குமேல் பிதற்றுகின்றது இல்லையே;
சுத்திஐந்து கூடமொன்று சொல்லிறந்தது ஓர்வெளி
சத்திசிவமும் ஆகிநின்று தண்மையாவது உண்மையே. 399

(எ.ரை:) *மாந்தனே! புரிந்து கொள்க: அருட்சத்தியாம் தாயென்பது உன் உடலாகும்; ஒளி வீசும் உயிரோ உள்ளே இருக்கும் சிவமாகும்; உலகியல் பற்றில் வாழும் பித்தர்களே! உண்மையியலென்னும் தத்துவம் இதற்குமேல், வேறு பிதற்றிச் சொல்லுதற்கு ஒன்றுமில்லை என்பேன்.*

உடம்பின் அகத்தே சுற்றிலும் ஐந்து கூடம் போன்ற உறைகள் (கோசங்கள்) அமைந்து வாழ்வைத் தருகின்றன; ஒன்றாகிய தலைநடுவிலுள்ள ஆன்மா ஆகிய அறிவு மன்றம் சொல்லொண்ணாத ஆற்றலும் பெருமையும் வாய்ந்தது; இதிலேதான் அருட்சத்தியும் சிவமும் தாயும் தந்தையுமாகிய வாழ்வைத் தாங்குகின்றனர்; இதுவே உண்மையாம்.

உள்உறைகள் (கோசங்கள்) ஐந்தாவன:- 1. உணவு உறை நிலை; 2. மூச்சு உறைநிலை; 3. மனம் உறைநிலை; 4. அறிவியல் உறைநிலை; 5. களிமகிழ் உறைநிலை.

(ஓதும் மந்திரம் மூலக்கனல் வழியாகத் தலைக்கு வந்து அறிவு விளக்கம் ஒளிர்கின்றது)

சுக்கிலத் துளையிலே சுரோணிதக் கருவுளே
முச்சதுர வாசலில் முளைத்தெழுந்த மோட்டினில்
மெய்ச்சதுர மெய்யுளே விளங்குஞான தீபமாய்
உச்சரிக்கும் மந்திரம் ஓம்நமசி வாயமே. 400

(எ.ரை:) *முச்சதுரமென்னும் மூலாதார இடத்தினின்று புறப்படும் மூலக்கனல், ஆணின் வெண்பாலென்னும் சுக்கிலம் ஒழுகும் துளையிலும் பெண்ணின் கருப்பையில் ஊறும் செம்பாலென்னும் சுரோணிதக் கருவுள்ளும் புகுந்து ஆற்றல் தந்து, அந்தக் குண்டலினி ஒளியானது, சுழுமுனை நாடி வழியே முதுகந்தண்டின் துளையில் புகுந்து சென்று தலையிலே, மெய்ப்பொருளிடத்தில், சுடர்விடும் அறிவு விளக்கமாய்த் திகழும்; இந்த ஆற்றலைப் பெறுதற்கு அடிப்படையாய் அமைந்தது, ஓதி உருச்செய்யும் ஓம் நமசிவாய மந்திரமே ஆகும்.*

(இறைவன் ஒருவனே காலங்கடந்த ஒருவன்; மற்றவை தோற்றம் தெரிந்தவையேயாகும்)

அக்கரம் அனாதியல்ல ஆத்துமா அனாதியல்ல
புக்கிருந்த பூதமும் புலன்களும் அனாதியல்ல
தக்கமிக்க நூல்களும் சாத்திரம் அனாதியல்ல
ஒக்கநின்று உடன்கலந்த உண்மைகாண் அனாதியே. 401

(எ.ரை:) *அறிவாளர்களே! தெரிந்து கொள்ளுங்கள்: மந்திர எழுத்துக்களும் மற்ற எழுத்துக்களும் தோன்றிய காலம் தெரிந்தவையே; காலந்தெரியாத (அனாதி)வை அல்ல. ஆன்மாவாகிய உயிரும் காலம் தெரிந்தவையே. உடம்பிலும் மற்ற இயற்கைப் பொருள்களிலும் கலந்திருக்கும் ஐந்து பூதங்களும், அவற்றினால் ஏற்படும் சுவை ஒளி ஊறு ஓசை மணம் ஆகிய ஐந்து புலனறிவுகளும் தோன்றிய காலம் கூறத்தக்கவையே.*

இவையன்றி, சான்றோர்கள் படைத்த தொன்மைமிக்க நூல்களும், இறையியல்-உண்மையியல்-அன்பியல் என்னும்

சாத்திரங்களும் காலம் தெரிந்தவையே. ஆக உண்மையிலே, பொருத்தமான உயிரில் உடன் கலந்திருக்கின்ற மெய்ப்பொருளான கடவுள் மட்டுமே காலம் கடந்த நிலையிலுள்ள அனாதி என்று அறிய வேண்டும்.

(சிவத்திலிருந்து பிரிந்த அருட்சத்தி, பின் சிவத்தோடு கூடி ஒன்றாகியது; இந்த உண்மையை உணர வேண்டும்)

மென்மையாகி நின்றதேது? விட்டுநின்று தொட்டதேது?
உண்மையாக நீயுரைக்க வேணுமெங்கள் உத்தமா!
பெண்மையாகி நின்றதொன்று விட்டுநின்று தொட்டதை
உண்மையாய் உரைக்கமுத்தி உட்கலந்து இருந்ததே. 402

(எ.ரை:) *எங்களது வணக்கத்திற்குரிய இனிய அறவோனே! நான் வினவியதற்கு நீ உண்மையாக விடை கூறவேண்டும்.*

உலகிலே எல்லோரும் போற்றும் மென்மையான அருள் வடிவாய் நின்ற பொருள் எது? ஒருவரை விட்டுவிட்டுச் சென்று பின்னே வந்து தொட்டு உறவுகொள்ளும் பொருள் எது? உண்மையைக் கூறுக.

அந்த உண்மையை நானே கூறுகின்றேனே! அருளென்னும் பெண்மையாகி உலகைப் படைத்த அன்னைதான் முதலில் உயிரைப் பிரிந்திருந்து, பின்னே மறுபிறவியில் தோன்றி உயிரில் கலந்து வாழச் செய்கின்றது. இந்த உண்மையை உரைக்கவே இறப்பாகிய முத்தியைத் தந்து, பின்னே, உயிரில் கலந்திருந்த அருட்சத்தியே வெளிப்பட்டு உயிரோடு வந்தது.

(அழியும் உடம்பை அழியாதெனக் கருதி ஏமாறாதே!)

அடக்கினால் அடங்குமோ அண்டம்அஞ் செழுத்துளே
உடக்கினால் எடுத்தகாயம் உண்மையென்று உணர்ந்துநீ
சடக்கிலாது வேதமும் தரிக்கவோதி லாமையால்,
விடக்குநாயும் மாயவோதி வேறுவேறு பேசுமோ? 403

(எ.ரை:) *அன்பரே! உண்மையை உணருங்கள்: அஞ்செழுத் தான நமசிவாயத்திலே அண்ட உலகங்களையெல்லாம் அடக்க*

நினைத்தால் அடங்கிவிடுமா? அது அடக்க நினைப்போரின் தகுதியாற்றலைப் பொருத்தன்றோ அமையும்!

தந்தை தாயாரின் ஒன்றிய நிலையால் பிறந்த உடம்பை அழியாத உண்மைப் பொருளென்று கருதும் நீ, மறை நூலை முறையே வேகங்காட்டாமல் (சடக்கென) அமைதியாக மனம் ஒன்றி ஓதி அறிவு பெறாமையால், ஊனையும் எலும்பையும் தின்னும் நாயைப் போன்ற சிலர் தகுதியின்றி நன்மைகள் மாயும் படி எதை எதையோ பேசிப் பொழுதை வீணாக்குகின்றனர்.

(மனிதன் பிறந்த அடிப்படையை மெய்யுணர்ந்தோர் கூறுக!)

உண்மையான சக்கரம் உபாயமாய் இருந்ததும்
தண்மையான காயமும் தரித்தரூபம் ஆனதும்
வெண்மையாகி நீறியே விளைந்துநின்றது ஆனதும்
உண்மையான ஞானிகள் விரித்துரைக்க வேண்டுமே. 404

(எ.ரை:) *உடம்பிலே இயங்கும் உண்மையான சக்கரமாகிய மூலாதாரம், குறியிடம், உந்திச்சுழி, நெஞ்சகம், கழுத்து, புருவநடு என்னும் ஆறும் வழியாக இருப்பதாலும், ஆண்-பெண் புணர்ச்சியால் ஆணின் குருதி நீறி (வேதிமாற்றமாகி) வெண்மை யான சுக்கிலமாகிக் கருப்பையில் விழுந்து நின்றதும், அதுவே விளைந்து கருவாகி உருவாகி உடம்பாய்ப் பிறந்ததும் என அனைத்தையும் மெய்யறிவாளர்கள் விரிவாக உரைக்க வேண்டும்.*

(நாயின் வாலினை நிமிர்க்க வல்லீரேல் நீங்கள் இறையொளியைக் காணலாம்)

எள்ளகத்தில் எண்ணெய்போல எங்குமாகி எம்பிரான்
உள்ளகத்தி லேஇருக்க ஊசலாடு மூடர்காள்!
கொள்ளைநாயின் வாலினைக் குணக்கெடுக்க வல்லிரேல்
வள்ளலாகி நின்றசோதி காணலாகும் மெய்ம்மையே. 405

(எ.ரை:) *எண்ணத்தில் ஒருமைப்பாடு காணாமல் குழம்பி ஊசலாடும் மூட மக்களே!*

எள்ளுக்குள் இருக்கும் எண்ணெய் போல எவ்விடத்திலும் எம்பெருமான் மறைந்திருக்கின்றான்; அதைப் போன்றே அவன் உங்களது உள்ளத்திலும் மறைந்திருக்கின்றான். நீங்கள், கொல்லையிலே கிடக்கும் நாயின் வளைந்த வாலினை நிமிர்க்க வல்லமை பெறுவீரானால் உலக வள்ளலாகிக் காக்கும் இறைவனின் பேரொளியை உண்மையிலேயே காணமுடியும்.

(கடவுள் மூலநாடி வழியே வந்து உம்முள்ளே நாடி உம்மைக் காணும்)

வேணுமென்ற ஞானமும் விரும்புகின்ற நூலிலே
தாணுவுண்டு அங்குஎன்கிறீர் தரிக்கிலீர் மறக்கிலீர்
தாணுவொன்று மூலநாடி தன்னுள்நாடி உம்முளே
காணுமன்றி வேறுயாவும் கனாமயக்கம் ஒக்குமே. 406

*(**எ.உரை:**) அன்பர்களே! நீங்கள் வேண்டுகின்ற மெய்யறிவும் தாணுவாகிய சிவக்கடவுளும் விரும்பும் நூலில் உண்டு என்கின்றீர்; அதைப் பெறும் ஆர்வத்திலே சற்றும் பொறுத்திருக்க மாட்டீர்; அதை மறக்கவும் மாட்டீர்.*

ஆனால், கடவுள் எங்கிருந்து எப்படி வருவான் தெரியுமா? தாணுவென்னும் செம்பொருட் சிவன் உங்களது மூலநாடியான சுழுமுனை வழியே நாடி வந்து உமது உள்ளத்துள்ளே காண்பான். இதுவே உண்மை! வேறு வகையான எண்ணமும் பேச்சும் கனவிலே கடவுளைக் காணும் மயக்கம் போன்றதே!

(கடவுள் பேச்சிலே வரமாட்டான்; மனத்திலே இருப்பான்!)

வழக்கிலே உரைக்கிறீர் மனத்துளே தவிக்கிறீர்
உழக்கிலாது நாழியான வாறுபோலும் ஊமைகாள்!
உழக்குநாலு நாழியான வாறுபோலும் உம்முளே
வழக்கிலே உரைக்கிறீர் மனத்துளீசன் மன்னுமே. 407

*(**எ.உரை:**) மக்களே! கடவுளிருக்கும் இடத்தை இன்னும் நீங்கள் புரிந்து கொள்ளவில்லையே. கடவுள் அங்கே இருக்கிறான் என்றும் இங்கே இருக்கிறான் என்றும் வழக்கமாகப் பேசுகின்*

நீர்கள்; அவன் மனத்தில் இருப்பதை உணரமுடியாமல் ஏதேதோ எண்ணிக் குழம்பித் தவிக்கின்றீர்கள்.

அளவையிலே, உழக்கில்லாமல் நாழியளவு ஆவதில்லையே; இதை உணராதவர் போலக் கடவுளைக் கருதி ஏமாறும் வாய்பேசாத ஊமையர் என இருக்கின்றீர்கள். நன்கு புரிந்து கொள்ளுங்கள்; நான்கு உழக்குச் சேர்ந்தாலே ஒரு நாழியாகும்; அத்தன்மை போலத்தான் உம்முள்ளத்தில்-ஆன்மாவில் கடவுள் கலந்திருக்கின்றான். இதையுணர்ந்து பேச்சு வழக்கை விட்டுவிட்டு மனத்துள்ளே இறைவன் நிலைத்திருப்பதைப் புரிந்து கொண்டு போற்றுங்கள்!

(மறக்க முடியாத நின் திருவடியை மறந்தாலும் இறைவா! நீ என்னுயிரில் குடிகொள்ள வேண்டும்)

அத்திறங்க ளுக்குநீ அண்டம்எண் திசைக்கும்நீ
திறத்திறங்க ளுக்குநீ தேடுவார்கள் சிந்தைநீ
உறக்கும்நீ உணர்வுநீ உட்கலந்த சோதிநீ
மறக்கொணாத நின்கழல் மறக்கினும் குடிகொளே! 408

(எ.ரை:) இறைவா! இயற்கைப் படைப்பான ஐந்து பூதங்களின் திறன்களுக்கும் உனது அச்சே அடிப்படையாகும்; அண்டங்களுக்கும் எட்டுத் திசைகளுக்கும் நீயே அடிநிலையாவாய்; திறத்திறங்களான ஐந்து பூதங்களுக்குரிய ஐந்து சுவையறிவுகளுக்கும் ஐந்து நிறங்களுக்கும் நீயே ஆதாரம். உன்னைத் தேடுகின்ற அன்பர்க்கெல்லாம் கருப்பொருளாய் நினைவாய் இருப்பவனும் நீயே!

உயிர்களின் உறக்கமாகவும், உணர்வுகளாகவும், ஆன்மாவின் உள்ளே கலந்த அருளொளியாகவும் இருப்பவனும் நீயேயாவாய். ஆதலால் உனது திருவடியொளியை மறக்கவே முடியாது; மறக்கநேர்ந்தால், நீ மறக்காமல் என் உயிரில் குடியிருக்க வேண்டும்.

இலக்கணம் மறப்பினும் (மறக்க மாட்டேன் என்பது)- எதிர்மறை உம்மை.

(இறைவனை உள்ளே நோக்க அவன் கூடி வருவான்)

ஆடுகின்ற எம்பிரானை அங்குமிங்கும் நின்றுநீர்
தேடுகின்ற வீணர்காள்! தெளிவதொன்றை ஓர்கிலீர்
நாடிநாடி உம்முளே நவின்றுநோக்க வல்லிரேல்
கூடொணாத தற்பரம் குவிந்துகூட லாகுமே. 409

(எ.ரை:) ஆடவல்ல அம்பலவாணனை ஊர்கள் கடந்து எங்கெங்கோ சென்று கோயில்களிலும் குளக்கரைகளிலும் நின்று தேடியும் காணமுடியாமல் வீண்போகும் வீணர்களே! தெளிவான ஒரு கடவுளை உயிரால் ஓர்ந்து கொள்ளாமல் இருக்கின்றீர்களே!

கடந்தவனான கடவுளை நீங்கள் உமது உள்ளே நாட்டங் கொண்டு, அயராமல் மந்திரங்களையும் ஓதி ஒரே குறியாய் நோக்கவல்லீரானால் இதுவரை உம்மோடு கூடாதிருந்த ஒளிவடிவான கடவுள் குவிந்து வந்து அருளால் கூடிவிடும்.

(உங்கள் அறிவு வெளியில் சத்தியும் சிவமும் ஆகி நிற்பதை நீங்கள் ஆழ்ந்து நினைக்கவில்லையே)

சுத்தியைந்து கூடமொன்று சொல்லிறந்த தோர்வெளி
சத்தியும் சிவமுமாகி நின்றதன்மை ஓர்கிலீர்
சத்தியாவது உம்முடல் தயங்குசீவன் உட்சிவம்
பித்தர்காள்! அறிந்துகொள்! பிரானிருந்த கோலமே. 410

(எ.ரை:) அறிவு கலங்கிய பித்தர்களே! தலைவனாகிய சிவன் அமர்ந்திருக்கும் அருளழகை நீங்கள் அறிந்து கொள்ளவில்லையே; இப்போது அறிந்து கொள்ளுங்கள்.

மனித உடம்பாகிய மாளிகையிலே உள்ளே சுற்றி இயங்கிய நிலையில் மனம்-அறிவு-எண்ணம்-செருக்கு-ஆன்மாவாகிய உயிர் என்னும் ஐந்து கூடங்கள் உண்டு. அவற்றிலொன்று, ஆன்ம ஒளி யாகிய சொல்லால் எடுத்துரைக்க முடியாத அறிவுவெளியாகும். அந்தத் தூய வெளியிலே, அருட்சத்தியும் செஞ்சிவமும் ஆகிநின்ற ஒரே கடவுளை நீங்கள் ஓர்ந்து கொள்ளாமல் இருக்கின்றீர்களே! நன்கு புரிந்து கொள்ளுங்கள். அருட்சத்தியே உமது உடலாகும்; ஒளிசுடரும் உயிரே உள்ளிருக்கும் சிவமாகும்.

(எல்லா வலிமைகளுக்கும் அடிப்படை சிவாயமே)

அகாரமான தம்பலம் மனாதியான தம்பலம்
உகாரமான தம்பலம் உண்மையான தம்பலம்
மகாரமான தம்பலம் வடிவமான தம்பலம்
சிகாரமான தம்பலம் தெளிந்ததே சிவாயமே. 411

(எ.ரை:) *அகரக் கலையென்னும் கடவுளின் பேராற்றலும், மனம் அறிவு எண்ணம் செருக்கு ஆகியவற்றின் வலிமையும், உகரமென்னும் உயிர்களின் வலிமையும், உண்மையியலான தத்துவங்களின் வலிமையும், மகரமென்னும் செருக்கு (ஆணவம்), வினை, மாயை ஆகியவற்றின் வலிமையும், சிகாரமென்னும் சிவத்தின் ஆற்றலும் ஆகிய அனைத்துமே நமச்சிவாயத்திலிருந்து பிறந்த உலக ஆற்றலாகும் எனத் தெளியவேண்டும்.*

(தவத்திலே மூலக்காற்றும் கனலும் தலைத்துளை வழியே அம்பலத்திற்குச் செல்லும்)

சக்கரம் பறந்ததோடி சக்கரம்மேல் பலகையாய்
செக்கிலாமல் எண்ணெய்போல் சிங்குவாயு தேயுவும்
உக்கிலே ஒளிகலந்து யுகங்களும் கலக்கமாய்
புக்கிலே புகுந்தபோது போனவாறது எங்ஙனே? 412

(எ.ரை:) *தவஞ்செய்யும்போது மூலக்கனல்-மூலாதாரச் சக்கரம் முதல் ஆறு சக்கரங்களும் ஒன்றோடு ஒன்று பொருந்திச் சுழன்று மேலே சென்று, தலைத்துளை என்னும் பிரமரந்திரத்தை அடைத்திருக்கும் பலகை போன்ற சவ்வைத் திறக்கும்; அப்போது செக்கில்லாமல் எண்ணெய் திரண்டு பிழிந்து வருவதுபோல் இளைத்த நிலையில் (சிங்குதல்) காற்றும் மூலக்கனலும் சிவக் கனலொளி (உக்கில்) யோடு கலந்து, காலமும் கலக்கமடையும்படி உடம்பில் (புக்கில்) முழுதும் பரந்து புகுந்து (தலைத்துளை வழியே) மேலே அறிவு மன்றில் கலந்து அதன் மேலும் செல்லும்; அது போனதும் எங்கே என்று யாருக்கும் தெரியாது.*

(களங்கமற்ற நெஞ்சுள்ளே சிறந்த கொள்கை வந்து புகும்)

வளர்ந்தெழுந்த கொங்கைதன்னை மாயமென்று எண்ணிநீ
அருள்கொள்சீவ ராருடம்பு உடைமையாகத் தேர்வீர்காள்!
விளங்குஞானம் மேவியே மிக்கோர்சொல்லைக் கேட்பிரேல்
களங்கமற்று நெஞ்சுளே கருத்துவந்து புக்குமே. 413

(எ.ரை:) *அன்பர்களே! பெண்ணின் வளர்ந்த முலையானது, காமத்துக்கு அடிமையாக்கும் ஒரு மாயையே என்று எண்ணியதால், நீங்கள் அதற்கு மாறாக, அருள்பெற்ற மாந்தரின் உடம்பையே உடைமையாக (த் துறவிகளை)த் தேர்ந்து அவர் பின்னே செல்வீர்கள். ஆனால், நீங்கள் பெண்ணோடு வாழும் இல்லறவாழ்வைக் குறைவாக நினைக்கக்கூடாது.*

நீங்கள் மெய்யறிவு பெற்று, சான்றோர் அருளுரையைக் கேட்பீரானால், மனத்தில் அழுக்கற்று, சிறந்த கொள்கையைப் பெற்று உய்வீர்கள்.

(நான்கு மறைகளை ஓதியும் மெய்யறிவைப் பெற்றுக் கொண்டீர்களா?)

நாலுவேதம் ஓதுகின்ற ஞானமொன்று அறிவிரோ?
நாலுசாமம் ஆகியே நவின்றஞான போதமாய்
ஆலமுண்ட கண்டனும் அயனுமந்த மாலுமாய்ச்
சாலவுன்னி நெஞ்சுளே தரித்ததே சிவாயமே. 414

(எ.ரை:) *அறிவுடையவரே! நான்கு மறைகளையும் முறையே கற்றுப்பெறுகின்ற மெய்யறிவை நீங்கள் அறிவீர்களா?*

நஞ்சையுண்டு கண்டம் கறுத்த சிவனும் நான்முகனும் திருமாலும் ஆக எல்லோரும் நெஞ்சில் மிகவும் நினைந்து, நள்ளிரவும் கடந்து ஓதிப்பெற்ற மெய்யறிவுக் கல்வியாகப் பெற்றுப் பதிவு செய்தது நமசிவாயப் பொருளே ஆகும்.

(பித்தரே! வெட்டவெளிப் பொட்டலான கடவுளைக் கருதிப் பேசவும் முடியுமோ?)

சுற்றமென்று சொல்வதும் சுருதிமுடிவில் வைத்திடீர்
அத்தன்நித்தம் ஆடியே அமர்ந்திருந்தது எவ்விடம்?
பத்திமுற்றி அன்பர்கள் பரத்தில்ஒன்று பாழது!
பித்தரே! இதைக்கருதிப் பேசலாவது எங்ஙனே? 415

(**எ.ரை:**) *அன்பர்களே! நீங்கள் சுற்றம்-நட்பு-அன்பு என்றெல்லாம் சொல்லிக் கணிப்பதை, மறையின் சார்பு நூலாகிய சுருதியின் அறிவு முடிவிலே வைத்துக் கொள்ள வேண்டும். முதலில் நீங்கள் இறைவனின் இருப்பிடத்தை அறிந்து கொள்ளுங்கள்.*

தலைவனாகிய சிவன் நாள்தோறும் ஐந்தொழில் ஆடல்செய்து அமர்ந்திருக்கக் கூடிய திருவிடம் எது தெரியுமா? அந்த இடமாவது, அன்பர்கள் உள்ளன்பில் கனிந்துருகி, மேலான கடவுளிருக்கும் பாழ் எனப்படும் வெட்டவெளிப் பொட்டலான பேரொளியில் கலக்கும் (ஒன்றும்) இடமாகும்! உலகப்பித்தரான நீங்கள் இதை மனத்தில் கருதவே வேண்டும்; இதைப் பேச்சால் யாரும் பேசமுடியாது.

(இறைவன் அன்பரின் ஆன்மாவுக்குள் வந்தபோது தற்செருக்கு-வினை-மாயை மூன்றும் அழியும்)

எங்ஙனே விளக்கதுக்குள் ஏற்றவாறு நின்றுதான்
எங்ஙனே எழுந்தருளி ஈசன்நேசர் என்பரேல்
அங்ஙனே இருந்தருளும் ஆதியான தற்பரம்
சிங்கம்அண்மி யானைபோலத் திரிமலங்கள் அற்றதே. 416

(**எ.ரை:**) *அன்புமிக்க அடியவர், இறைவனிடம் எப்படித் தங்களது ஆன்மாவாகிய விளக்கிலே பொருத்தமாய் எழுந்தருள வேண்டுமென்று கருதி வணங்குகிறார்களோ, அப்படியே அந்த முதல்வனான ஒளிக்கடவுள் (தற்பரம்) வந்து தங்குவான். அப்போது அன்பரிடம் இருந்த ஆணவம்-பழவினை-மாயை ஆகிய மூன்று மாசுகளும் அறவே ஒழிந்துவிடும்.*

(உள்ளத்தைத் தூய்மையாய் வைத்திருப்பதே தவமாகும்)

அற்றவுள் அகத்தையும் அலகிடும்! மெழுக்கிடும்!
மெத்ததீபம் இட்டதில் பிறவாதபூசை ஏத்தியே
நற்றவம் புரிந்துயேக நாதர்பாதம் நாடியே
கற்றிருப்ப தேசரிதை கண்டுகொள்ளும்! உம்முளே. 417

(எ.ரை:) அன்பரே! உண்மைத் தவத்தைச் சொல்கின்றேன்; தெரியுங்கள்;

மாசற்ற உங்கள் ஆன்மாவாகிய இடத்தை விளக்கமாற்றால் துப்புரவு செய்யுங்கள்; சாணமிட்டு மெழுகுங்கள்; சிறந்த ஒளிமிக்க திருவிளக்கை ஏற்றுங்கள். இதையே பூசனையாகக் கருதிப் போற்றி வழிபடுங்கள். இதை நல்ல தவமாக நினைந்து, ஒரே கடவுளாகிய சிவத்தின் திருவடியொளியை நாடியும் கற்றறிந்தும் இருப்பதுதான் வழிபாட்டு வரலாறாகும். இவ்வுண்மையை உங்கள் உள்ளத்தில் கண்டு கொள்ளுங்கள்.

(அறிவு வெளியான அம்பலத்தில் அனைத்தும் காணலாம்)

பார்த்துநின்றது அம்பலம் பரனாடும் அம்பலம்
கூத்துநின்றது அம்பலம் கோரமானது அம்பலம்
வார்த்தையானது அம்பலம் வன்னியானது அம்பலம்
சீற்றமானது அம்பலம் தெளிந்ததே சிவாயமே. 418

(எ.ரை:) தலைநடுவிலே பகரவடிவில் அமைந்துள்ள அறிவு மன்றமே அம்பலமாகும். இதிலேதான் சிவக்கடவுள் ஐந்தொழில்களை உணர்த்தும் ஆடல்புரிகின்றார். இதை அகக் கண்ணால் முனிவர்களும் அருளாளர்களும் பார்த்து நிற்கின்றனர்; உலகை இயக்கி உயிர்களை வாழச் செய்யவே கூத்து நிகழ் கின்றது; ஊழிக் காலத்தில் உலகை அழிக்க அஞ்சத்தக்க ஆடல் புரிந்ததும் அம்பல இடமே; 'நமச்சிவாய' என்னும் வார்த்தை தோன்றியதும் அறிவம்பலமே; அழித்தல் தொழிலை உணர்த்தக் காட்டிய தீயும் ஒரு கையில்தான்; சினந்து உயிர்களின் மாசுகளை

அழித்ததும் அம்பலமே. ஆக அனைத்தையும் தெளிய இருப்பது சிவாயமே ஆகும்!

(உலகமாகிய பொற்சபையில் ஒன்றியிருப்பதும் சிவாயக் கடவுளே!)

சென்றுசென்று இடந்தொறும் சிறந்தசெம்பொன் னம்பலம்
அன்றுமின்றும் நின்றதோர் அனாதியானது அம்பலம்
என்றுமென்றும் இருப்பதோர் உறுதியான அம்பலம்
ஒன்றியொன்றி நின்றதுள் ஒழிந்ததே சிவாயமே. 419

(எ.ரை:) *சிற்சபையின் விரிவே உலகம் தழுவிய பொற்சபை யாகும். இறைவனின் அருளொளியாகிய பொன்னம்பலம் ஒவ்வோரிடத்திலும் ஒவ்வோர் உயிரிலும் அமைந்துள்ளது; அது உலகம் தோன்றிய காலம் முதல் இன்றுவரை நின்று நிலைத் துள்ளது; இது தோன்றிய காலம் அறிய முடியாமையால் அனாதி எனப்படுகிறது. இன்னும் எக்காலத்தும் இருக்கப்போவதும் இந்த உறுதியான அம்பலமே. இதிலமைந்த சிவாயக் கடவுள் ஒவ்வோர் உள்ளத்திலும் ஒன்றிக் கலந்தே ஒளியாய் உள்ளது.*

(என்னை ஆண்ட இறைவா! நீயே தந்தையும் தாயும்!)

தந்தைதாய் தமரும்நீ சகலதே வதையும்நீ
சிந்தைநீ தெளிவுநீ சித்திமுத்தி தானும்நீ
விந்துநீ விளைவுநீ மேலதாய வேதம்நீ
எந்தைநீ இறைவநீ என்னையாண்ட ஈசனே! 420

(எ.ரை:) *அடியேனை ஆண்டுகொண்ட செம்பொருட் சிவமே! நீயே எனக்குத் தந்தையும் தாயுமாவாய்; நீயே என் அனைத்துத் தெய்வங்களும் ஆவாய்; என் எண்ணத்தில் குடிகொண்டவனும் நீ; எனது அறிவுத் தெளிவும் நீயே; என் வாழ்விலே வெற்றியும் துன்ப விடுதலையும் நீயே ஆவாய்; உலக ஒளியெல்லாம் நீ; மேன்மையுள்ள நான்மறை நூல்களும் நீயே. அன்றியும், உயிர்களுக்கெல்லாம் தந்தையாயும் தலைமை இறைவனாயும் உற்றார் உறவினராயும் உடனிருப்பவன் நீயே! வாழ்க வாழ்க.*

(சமய வழிபாட்டைவிடத் தவ மந்திரமே சிறந்தது)

எப்பிறப்பி லும்பிறந்து இருந்தழிந்த ஏழைகாள்!
இப்பிறப்பி லும்பிறந்து என்னநீறு பூசுறீர்?
அப்புடன் மலமறுத்து ஆசைநீக்க வல்லிரேல்
செப்புநாத ஓசையில் தெளிந்துகாணல் ஆகுமே. 421

(எ.ரை:) *இறைவழிபாட்டின் உண்மையறியாத அறிவில்லாத மக்களே! நீங்கள், பயிர் முதலிய ஏழுவகையான பிறவிகளில் பிறந்து வாழ்ந்து அழிந்து போனவர்களே. இப்பிறப்பில் மனிதராய்ப் பிறந்த நீங்கள் ஒரு சமயநெறியில் புகுந்து திருநீறு பூசுகின்றீர்கள். இதனால் கடவுளைக் காண முடியுமா? நீங்கள் புறஅழுக்கை நீரால் போக்குதலோடு அக அழுக்காகிய ஆணவம், வல்வினை, மாயை ஆகியவற்றையும் ஒழித்து ஆசைகளை நீக்கும் வலிமை பெறுவீரானால் மந்திரம் செய்யும் ஓசையிலே இறைவனைக் காணலாம்.*

(மந்திரங்களும் நீறும் உள்ளேயே இருக்கின்றன!)

மந்திரங்கள் கற்றுநீர் மயங்குகின்ற மாந்தரே
மந்திரங்கள் கற்றுநீர் மரித்தபோது சொல்விரோ?
மந்திரங்கள் உம்முளே மதிக்கநீறும் உம்முளே
மந்திரங்கள் ஆவது மனத்தினைந்து எழுத்துமே. 422

(எ.ரை:) *மக்களே! நீங்கள் மந்திரங்களைக் கற்றிருந்தும் தெளிவு பெறாமையால் அறிவு மயங்கியே இருக்கின்றீர்கள்; மந்திரங்களைக் கற்றவரானாலும் சாகும் நிலையில் அவற்றைச் சொல்வீரா?*

ஆகவே, உணர்ந்து கொள்ளுங்கள்; மந்திரங்களும் மதிக்கத்தக்க திருநீறும் உமது ஆன்ம உயிரிலேயே இருக்கின்றன என்பதை அறியுங்கள்; உண்மையிலே மந்திரங்களாவன மனத்திலுள்ள இறைவனின் ஐந்து எழுத்தென்னும் நமசிவாய என்பதே.

(மந்திர ஓசையானது முதுகந்தண்டு வழியே தலைக்குச் செல்கின்றது)

எட்டுயோக மானதும் இயங்குகின்ற நாதமும்
எட்டுஅக்க ரத்துளே உகாரமும் அகாரமும்
விட்டலர்ந்த மந்திரம் வீணாதண்டின் ஊடுபோய்
அட்டஅக்க ரத்துளே அமர்ந்ததே சிவாயமே. 423

(எ.ரை:) *தவப் படிகளான 'இயமம்' முதலிய எட்டு வகையான தவமானதும், அவற்றில் இயங்குகின்ற நாத ஓசையும், எட்டு எழுத்து மந்திரமான 'ஓம் நமோநாராயணாய' என்பதிலுள்ள உகர எழுத்தும் அகர எழுத்தும், ஏனைய மந்திரங்களும் ஆக அனைத்தும் வீணைத்தண்டு எனப்படும் முதுகந்தண்டின் உள்துளையின் ஊடே சென்று, எண்கோண வடிவத் தாமரை மலரான தலை நடுவிலுள்ள ஆன்ம மன்றில் தங்கும்; இதற்கு அடிப்படையாய் அமைந்தது சிவாயமே ஆகும்.*

(பித்தர்களே! உமது உடலானது கடவுளிடமிருந்து தோன்றியது என அறியுங்கள்)

பிரான்பிரான் என்றுநீர் பினத்துகின்ற மூடரே!
பிரானைவிட்டு 'எம்பிரான்' பிரிந்தவாறது எங்ஙனே?
பிரானுமாய்ப் பிரானுமாய் பேருலகு தானுமாய்ப்
பிரானிலே முளைத்தெழுந்த பித்தர்காணும் உம்முடல்! 424

(எ.ரை:) *கடவுள்கடவுள் (சிவன்) என்று பிதற்றிப் பேசும் மூடர்களே! இந்தக் கடவுளைவிட்டு உயிராகிய மனிதன் பிரிந்து சென்ற இயற்கையை நீங்கள் தெரிந்ததுண்டா?*

கடவுளாகவும் உயிராகவும் பேருலகம் முழுதாகவும் இருக்கின்ற கடவுளிடம் தோன்றி வந்த உமது உடலைப் பித்தராகிய நீங்கள் தெரிந்து கொள்ளுங்கள்.

(ஆதியான கடவுளைக் கண்டபின் ஐந்தெழுத்துக்கு வேலையில்லை!)

ஆதியில்லை அந்தமில்லை ஆனநாலு வேதமில்லை
சோதியில்லை சொல்லுமில்லை சொல்லிறந்த தூவெளி!
நீதியில்லை நேசமில்லை நிச்சயப் படாததும்
ஆதிகண்டு கொண்டபின் அஞ்செழுத்தும் இல்லையே. 425

*(**எ.ரை:**) கடவுளென்பது இன்னதன்மையுடையது என்று யாராலும் உறுதி செய்யப்படாத இயற்கை நிலையுடையது. எனவே, அதற்குத் தொடக்கமும் இல்லை; முடிவும் தெரியாது; ஆனால், அக்கடவுள் இல்லையென்றால், நான்கு மறைகளு மில்லை; பெருஞ்சுடர்களுமில்லை; அதைப் போற்றும் சொற்களு மில்லை; அந்தக் கடவுள், மனித அறிவையும் சொல்லும் சொல்லையும் கடந்து நிற்கும் காயதான ஒளித்திடல்; இந்தப் பட்டறிவுக்குமேல் அறமோ அன்போ அதற்குத் தேவையில்லை;*

அப்பெரிய கடவுளை யார் காண்கின்றாரோ அவருக்கு 'நமசிவாய' என்னும் அஞ்செழுத்தை ஓதத் தேவையில்லை என அறிக!

(அம்மையப்பனாகிய சிவத்தை நீங்கள் அப்பனென்று அறியாமலிருக்கின்றீர்களே!)

அம்மையப்பன் அப்பன்நீர் அமர்ந்தபோது அறிகிலீர்
அம்மையப்பன் ஆனநீர் ஆதியான பாசமே
அம்மையப்பன் நின்னையன்றி யாருமில்லை யானபின்
அம்மையப்பன் நின்னையன்றி யாருமில்லை இல்லையே. 426

*(**எ.ரை:**) அன்பர்களே! நீங்கள் பிறந்துவந்து அமர்ந்த போது (தவத்தில் அமர்ந்த நிலையில்), உலக அம்மையப்பனாகிய சிவக்கடவுளை 'அப்பன்' (தந்தை) என்று அறியாமலே இருந்தீர்கள்; பின் அந்த அம்மையப்பனுக்கு நீங்கள் மகனாக ஆனபிறகு முதன்மையான அன்பைக் கொண்டீர்கள். எனவே, அந்தத் தாயும் தந்தையுமானவருக்கு உங்களையன்றி வேறு யாரும் உறவில்லை. அப்படி நீங்கள் அறிவால் உணர்ந்தபின், அந்த அம்மையப்பருக்கு நீங்களே மக்களாகிவிடுவீர்.*

இவ்வாறே கடவுள்-உயிர் உறவு தொடர்கின்றது என அறிதல் வேண்டும்.

(அகத்தில் ஓங்காரச் சிவத்தை ஓதினாலே சிவப்பேற்றை அடையலாம்)

நூறுகோடி மந்திரம் நூறுகோடி ஆகமம்
நூறுகோடி நாளிருந்து ஊடாடினாலும் என்பயன்?
ஆறும்ஆறும் ஆறுமாய் அகத்திலோர் எழுத்ததாய்
சீரை ஓத வல்லிரேல் சிவபதங்கள் சேரலாம். 427

(எ.உரை:) *அடியவர்களே! உண்மையை உணருங்கள்: அளவற்ற (நூறுகோடி) மந்திரங்களையும், அளவற்ற (நூறுகோடி) வழிபாட்டு நெறிகளைக் கூறும் ஆகம நூல்களையும் அளவற்ற (நூறுகோடி) நாட்களிலிருந்து ஊடகங்களிலே (இடங்களில்) ஓதியும் கற்றும் அறிவுபெற்றாலும் என்ன பயனிருக்கின்றது? ஒன்றுமில்லையே!*

ஆனால், முறையோடு, அகமாகிய உயிரில் ஓரெழுத்தான ஓம் என்னும் சுடரை வைத்து, ஒருமை நிலையில், ஆறு ஆதாரச் சக்கர மலர்களையும் அவற்றிலமர்ந்த (பராசத்தி, நான்முகன், திருமால், உருத்திரன், மகேச்சுரன், சதாசிவம் ஆகிய) ஆறு தெய்வங்களையும், நன்னெறி (ஆறாய்)யாகக் கொண்டு ஓதுதற்கு வலிமை பெறுவீரானால் சிவப்பேறுகளை அடையலாம்.

(அகர எழுத்தில் தோன்றிய சிவப்பயனை உணர்ந்து கொள்ளுங்கள்!)

முந்தஓர் எழுத்துளே முளைத்தெழுந்த செஞ்சுடர்
அந்தஓர் எழுத்துளே பிறந்துகாயம் ஆனதும்
அந்தஓர் எழுத்துளே ஏகமாகி நின்றதும்
அந்தஓர் எழுத்தையும் அறிந்துணர்ந்து கொள்ளுமே! 428

(எ.உரை:) *மக்களே! பிறவி உண்மையை அறியுங்கள்: ஓங்காரமென்னும் மூன்றொலியில் (அ+உ+ம) முந்திய எழுத்தான அகரத்திலே முளைத்துத் தோன்றியதே (நாதமாகிய) செஞ்சுடரான சிவம்; அந்த ஓர் எழுத்துள்ளே பிறந்து (விந்துவாகிய) தான்*

உடம்பானது; அந்த ஓர் அகரச் சுடரெழுத்திலேதான் ஒன்றாகிய உயிர் (ஆன்மா) தோன்றவும் அதிலே முழுமுதற்சிவம் ஒன்றாகி நிலைத்தது.

அப்பெரிய உண்மைகொண்ட அகரமாகிய சுடர்எழுத்தை நீங்கள் அறிவதோடு உணர்ந்து கொள்ளுங்கள்.

(இறைவன் தலைநடு அம்பலத்திலே ஆடல் புரியுமிடத்தில் இருக்கின்றான்)

கூட்டமிட்டு நீங்களும் கூடிவேதம் ஓதுறீர்
ஏட்டகத்துள் ஈசனும் இருப்பதென்? எழுத்துளே
நாட்டமிட்டு நாடிடும் நாலுமூன்று தன்னுளே;
ஆட்டகத்துள் ஆடிடும் அம்மைஆனை உண்மையே. 429

(எ.ரை:) *ஆர்வலர்களே! நீங்கள் கூட்டமாகக் குழுமியிருந்து நான்மறை நூல்களை ஓதுகின்றீர்கள். அந்த நூலின் ஏடுகளிலே காணும் எழுத்துக்களின் உள்ளே இறைவன் உறைவது எப்படி? எண்ணிப் பாருங்கள்!*

உண்மையிலே, அகக்கண்ணால் நாட்டத்துடன் ஒருமையில் நாடுகின்ற நாலு இதழ்த்தாமரை மலரான மூலாதாரத்தில் உறையும் பராசத்தியிடத்திலும், மூன்றிதழ்த் தாமரை மலரான ஆன்மப் புருவநடுவிடத்திலுமன்றோ இறைவன் உறைந்து உயிர்களை வாழ வைக்கின்றான்! இதை உணர்ந்து கொள்ளுங்கள்; இது உண்மையாகும்; ஆடுகின்ற இடமான தலைநடுவிலுள்ள அறிவுமன்றிலே ஆடவல்லானின் ஆடலில் களிக்கின்ற அம்மையான அருட்சத்தியின் ஆணை இது.

(தலைமன்றில் சென்று 'சிவ' எழுத்தை வணங்கினால் பார்க்குமிடமெல்லாம் சிவப்பேரொளி தெரியும்)

காக்கைமூக்கை ஆமையார் எடுத்துரைத்த காரணம்
நாக்கையூன்றி உள்வளைத்து ஞானநாடி ஊடுபோய்
ஏக்கை நோக்க அட்சரம் இரண்டெழுத்தும் ஏத்திடில்
பார்த்தபார்த்த திக்கெலாம் பரப்பிரமம் ஆனதே. 430

(எ.ரை:) காக்கின்ற மூக்குத் துளை இரண்டையும் (வலக்கலை, இடக்கலையில் முறையே கதிரவன் ஒளியும் திங்களொளியும் வந்து மூச்சில் கலந்து இயங்குவதால்) அவற்றின் அருமையுணர்ந்தே ஆமையாகிய ஆன்ம உயிர் சிறப்பித்து உரைத்தது.

மூலாதார இடத்துக் கனலொளியோடு வருகின்ற சுழுமுனை நாடியானது, நாக்கை அழுத்தி உள்ளே வளைத்து மேல்நோக்கிச் (இருக்கும் உள்நாக்குத் துளைக்குமேல்) செல்லும் துளைவழியாகத் தலைத்துளைக்குச் செல்லும்; அங்கே ஏக்கத்தைத் தரும் அறிவு மன்றான சிற்சபையை நோக்கவே, அதில் ஒளிசுடரும் இரண் டெழுத்தான 'சிவ'க் கடவுளைக் காணலாம்; அதை வணங்கிப் போற்றப் போற்றப் பார்க்கும் திசையெல்லாம் சிவப்பேரொளி தெரியும்; பேரின்பமே!

(அறிவு வடிவான கடவுளைத் தெளியவோ சொல்லவோ முடியாது)

கொள்ளொணாது குவிக்கொணாது கோதறக் குலைக்கொணாது
அள்ளொணாது அணுகொணாது ஆதிமூல மானதைத்
தெள்ளொணாது தெளிவொணாது சிற்பரத்தின் உட்பணன்
விள்ளொணாது பொருளையான் விளம்புமாறது எங்ஙனே? 431

(எ.ரை:) கடவுளென்பவன் உலகைப் படைக்கும் முன்னேயே தானே தோன்றிய தன்மையன்; அவன் அறிவு வெளியின் உள்ளே கருவாயிருப்பவன்; அவனை யாரும் எடுத்துக் கொள்ளவும் முடியாது; எடுத்து உரிமையாகக் குவித்து ஓர் இடத்தில் வைத்துக் கொள்ளவும் இயலாது; அவனைக் குற்றங் குறையெனக் கருதிக் குலைத்துக் கெடுக்கவும் முடியாது; அவனை யாரும் தேவையெனக் கருதிப் பொருள் போல் அள்ளவும் முடியாது; பக்கத்தில் சென்று அணுகவும் கூடாது; அறிவால் அவனைத் தெள்ளி ஆராய்ந்து பார்க்கவும் துணிய முடியாது; அவனை யாரும் தெளிந்து ஒரு முடிவுக்கும் வர இயலாது; ஆதலால் இப்பெரிய கடவுளை-மெய்ப்பொருளை வாயினால் விண்டுரைக்கவும் முடியாது. அத்தகையவனைப் பற்றிச் சொல் என்றால் எப்படிச் சொல்ல முடியும்?

(இறைவன் விரும்பும் கல் எதுவென்று சொல்ல முடியுமா?)

ஓசையுள்ள கல்லைநீர் உடைத்திரண்டாய்ச் செய்துமே
வாசலில் பதித்தகல்லை மழுங்கவே மிதிக்கிறீர்
பூசனைக்கு வைத்தகல்லில் பூவும்நீரும் சாத்துறீர்
ஈசனுக்கு உகந்தகல் எந்தக்கல்லு சொல்லுமே. 432

(எ.ரை:) *மக்களே! நீங்கள், தட்டினால் கணீரென ஓசைவரும் கருங்கல்லை இரண்டாக உடைத்து, ஒன்றை வாசல்படியாய்ச் செய்து பதித்து, அதன்மேல் கால் வைத்து நடந்து அதை நாளடைவில் மழுங்கிப் போகும்படிச் செய்கிறீர்கள்; மற்றொரு கல்லைத் தெய்வச் சிலையாகச் செய்து நிறுவி, அதன் வழிபாட்டுக்குத் திருமுழுக்காட்டியும் பூமாலைகள் சார்த்தியும் வணங்கி அன்பு செய்கின்றீர்கள்.*

இந்த இரண்டும் கல்தானே! இவற்றில் இறைவன் விரும்பும் கல் எந்தக் கல்? என்று உங்களால் சொல்ல முடியுமா? எனவே, கல்லைத் தெய்வமாக்குதல் ஏன்?

(ஓதும் மந்திர ஒலி, கடவுளொளியோடு கலந்தாலே காட்சி கிடைக்கும்)

ஒட்டுவைத்துக் கட்டிநீ உபாயமான மந்திரம்
கட்டுபட்ட போதிலும் கர்த்தனங்கு வாழுமோ?
எட்டுமெட்டும் எட்டுளே இயங்குகின்ற வாயுவை
வட்டமிட்ட அவ்விலே வைத்துணர்ந்து பாருமே. 433

(எ.ரை:) *தவப்பயிற்சி மேற்கொள்ளும் அன்பர்களே! கவனியுங்கள். கடவுளொளியைக் காணத் துணை செய்யும் மந்திரத்தை நீங்கள் ஓதி மூச்சுக்காற்றோடு பொருத்திக் கட்டுபட வைத்தாலும் அதிலே இறைவன் வாழ்வதில்லை.*

உண்மையில் (8+8+8) இருபத்து நான்கு அங்குலம் அளவு நீட்ட மூச்சை (12+12) வலமூக்கும் இடமூக்கும் மாறி மாறி உள்ளே இழுக்கவும், கழுத்தில் (விசுத்தி) உள்ள பதினாறு இதழ்த் தாமரை மலரில் (மூச்சுப்பை) அக்காற்று (உயிர்வளி) இயங்கும்;

அக்காற்றை, வட்டமான ஓங்காரத்தின் முதலெழுத்தான அகர ஒளியிலே வைத்துக் கலந்து உணர்ந்த நிலையில் கடவுளொளியைக் காணலாம்; ஆகவே, முயலுங்கள்!

(தலைத்துளை மேல் நிற்கும் கடவுளை சிகர-அகர எழுத்துக்களில் அறிந்துணருங்கள்!)

இந்தவூரில் இல்லையென்று எங்கும்நாடி ஓடுறீர்
அந்தவூரில் ஈசனும் அமர்ந்துவாழ்வது எங்ஙனே?
அந்தமான பொந்திலாரில் மேவிநின்ற நாதனை
அந்தமான சீயில்அவ்வில் அறிந்துணர்ந்து கொள்ளுமே! 434

(**எ.ரை:**) *அன்பர்களே! நீங்கள் கடவுளைத் தேடி, இந்தவூரிலே இல்லை; ஆதலால் வேறு எந்த ஊரிலே இருப்பார்? என்று கருதி எங்கெங்கோ ஓடுகின்றீர்களே. நீங்கள் நினைக்கும் அந்தவூரிலே இறைவன் அமர்ந்து கோயில் கொண்டு இருக்க மாட்டான்;*

உண்மையில் இறைவன், மனிதனின் இறுதி இடமான தலைநடுவிலுள்ள பகரவடிவக் குழியென்னும் பொந்திலே ஒளிவடிவாய் இருக்கின்றான். அத்தகையவனை நீங்கள், எளிமையாக, முடிவான 'சி' என்னும் சிவச் சுடரிலும், 'அ' என்னும் ஒளிஎழுத்திலும் அறிந்தும் உணர்ந்தும் கொள்ளுங்கள்.

(இறைவனைக் கண்ணாலும் நாவினாலும் திருத்தமுறப் பாடினால் அவன் உடன் வருவான்!)

புக்கிருந்தது உம்முளே பூரியிட்ட தோத்திரம்
தொக்குசட்சு சிங்குவை ஆக்கிராணன் சூழ்ந்திடில்
அக்குமணி கொன்றைசூடி அம்பலத்துள் ஆடுவார்
மிக்கசோதி அன்புடன் விளம்பிடாது பின்னையே. 435

(**எ.ரை:**) *அன்பர்களே! மனம் திருந்திப் பாருங்கள்: இறைவன் உங்கள் அகத்திலே புகுந்திருக்கின்றான்; அவனை அன்பால் பூரித்துப் புகழ்ந்து பாடுகின்றீர்கள். அவ்வாறு பாடும் போது நீங்கள் அனைத்துப் பாடல்களையும் திருத்தமுற (ஆக்கியாணம்)க் கண்ணால் (சட்சு)கண்டும் நாவால் (சிங்குவை)*

பாடியும் உருகுவீரானால், கண்மணிமாலை அணிந்தும் கொன்றை மலர் சூடியும் அம்பலத்துள்ளே ஆடல்புரியும் பேரொளியான கடவுள், அன்புடன், சொல்லாமலே உங்கள் பின்னே வருவான்; அருள் தருவான்!

(பெண்ணின் கவர்ச்சியில் ஈடுபட்டால் துயரமே சூழும்!)

பின்னெழுந்த மாங்கிசத்தைப் பேதையர்கண் பற்றியே
பின்புமாங் கிசத்தினால் போகமாய்கை பண்ணினால்
துன்புறும் வினைகள்தான் சூழ்ந்திடும்பின் என்றலோ
அன்பராய் இருந்தபேர்கள் ஆறுநீந்தல் போல்விரே. 436

(எ.ரை:) *அன்பர்களே! காமத்தை ஒழித்துக் கடவுளிடம் அன்பு செய்யுங்கள்: விளைவை அறியாத அறிவிலிகள் தான், பெண்ணின் வளர்ந்த கொங்கையைக் (மாங்கிசம்-தசைப்பிண்டம்) கண்டுமயங்கிப் பின்னும் தொடர்ந்து அதிலே ஆசைகொண்டு திரிகின்றனர்; அப்படிக் காமத்தில் ஈடுபட்டுக் கலவியின்பத்தில் ஆழ்வார்களேயானால், துன்பமே தொடரும்; அதனால் தீவினைகளும் சூழ்ந்து பழிவரும்.*

இக்கொடுமையை உணர்ந்தே இறைவனிடம் அடியவராயிருந்த அன்பர்கள், இந்தத் துன்ப ஆற்றினைக் கடந்து சிறந்த ஒழுக்கமுடையவராய் வாழ்ந்தார்கள். அவரைப் போன்றே நீங்களும் நல்வாழ்வு வாழுங்கள்.

(மூலாதாரக்காற்று தலைத்துளையைத் திறந்து கொண்டு அறிவுமன்றையடைந்து இறையொளியைக் காணும்)

விட்டிருந்தது உம்முளே விதனமற்று இருக்கிறீர்
கட்டிவைத்த வாசல்மூன்று காட்சியான வாசலொன்று
கட்டிவைத்த வாசலும் கதவுதாள் திறந்துபோய்த்
திட்டமான ஈசனைத் தெளியுமாங் கிசத்துளே. 437

(எ.ரை:) *அன்பரே! உமது ஆன்ம ஒளியில் வந்து தங்கியது கடவுளொளி. இதையறியாமல் கவலையற்று இருக்கின்றீர். உமது உடம்பிலே வலநாடி இடநாடி சுழுமுனை நாடியாகிய மூன்றும் மூலாதாரம், நெஞ்சகம், கழுத்திடம் என்னும் மூன்று சக்கரங்*

களோடு பிணைக்கப்பட்டுள்ளன. மேலே காட்சிதரும் வாசல் புருவ நடுவாகும்.

சுழுமுனையின் ஒளிக்காற்றால், கட்டியிருந்த மூன்று வாசல்களும் திறக்கப்பட்டுத், தலைத்துளை (பிரமரந்திரம்) வழியில் சென்று, ஆன்ம ஒளிமன்றிலுள்ள உறுதியான கடவு ளொளியைக் கண்டு தெளியும்; ஆன்மாவுக்குக் கடவுட்காட்சி வாய்க்கும்.

(கடவுளின் அருளொளியை ஏத்தி நின்றால் இறை மகனாய் வாழலாம்!)

ஆகும்ஆகும் ஆகுமே அனாதியான அப்பொருள்
ஏகர்பாதம் நாடிநாடி ஏத்திநிற்க வல்லிரேல்
பாகுசேர் மொழியுமைக்குப் பாலனாகி வாழலாம்
வாகுடனே வன்னியை மருவியே வருந்திடீர். 438

(**எ.ரை:**) *அன்பரே! காலங்கடந்த மெய்ப்பொருளான கடவுள் உங்களுக்கு முன்வந்து அருள்வான். அந்த ஒருவனான கடவுளின் திருவடியொளியை, ஆன்ம உயிரிலே, ஒளியைநோக்கி உள்ளே நாட்டங்கொண்டு போற்றி வணங்கி நிற்க நீங்கள் வல்லவரானால், பாகுபோன்ற இனிய மொழி பேசியருளும் உமையம்மைக்குத் திருமகனாய் (இளமுருகனைப் போல்) வாழமுடியும்!*

இதற்காக நீங்கள் அரிய தவத்தைச் செய்ய முன் வரவில்லையே. நெறியோடும் அழகோடும் மூலக் கனலாகிய வன்னியை மூலாதாரத்தில் எழுப்பி, குண்டலினி ஆற்றலை மேலே செலுத்த வேண்டும்; இதற்காக உடல் வருந்தவும் வேண்டும்.

(தவத்திலே உயிர்வளியை உண்டு இறையை ஏத்தினால் இறைவனின் காட்சியைக் காண்பீர்கள்)

உண்மையானது ஒன்றதுஒன்றை உற்றுநோக்கி உம்முளே
வண்மையான வாசியுண்டு வாழ்த்தியேத்த வல்லிரேல்
தண்மைபெற் றிருக்கலாம் தவமும்வந்து நேரிடும்
கன்மதன்மம் ஆகும்ஈசர் காட்சிதானும் காணுமே! 439

(எ.ரை:) அன்பரே! உலகிலே உண்மையான என்றும் நிலைத்திருக்கின்ற கடவுள் உண்டு; அதனை உம்முடைய உள்ளத்திலும் உயிரிலும் ஒளிநாட்டத்துடன் உற்றுநோக்கி, வளமான உயிர்வளியை (வாசி)த் தவத்தில் உட்கொண்டு, வாழ்த்தியும் வணங்கியும் வழிபட நீங்கள் வல்லவரானால், வாழ்வில் குளிர்ந்த இன்பத்தைப் பெற்றிருக்கலாம்; முழுமையான தவநிலையும் அதன் பயனும் வந்துசேரும்; செய்யும் வினைகளெல்லாம் அறங்களாகவே அமையும். இவற்றிற்கும் மேல் கடவுட் காட்சியையும் காண்பீர்கள்.

(தவத்திலே மூலக்கனலால் தலைத்துளையிலிருந்து அமுதம் பருகி இறவாத வாழ்வை அடையலாம்)

பாலனாக வேணுமென்று பத்திமுற்றும் என்பிரே
நாலுபாதம் உண்டுஅதில் நனைத்திரண்டு அடுத்ததால்
மூலநாடி தன்னில்வன்னி மூட்டியந்த நீருண
ஏலவார் குழலியோடே ஈசர்பாதம் எய்துமே! 440

(எ.ரை:) அன்பர்களே! நீங்கள் எக்காலமும் இளமையோடே வாழவேண்டுமென்றும் இறவாமலிருக்க வேண்டுமென்றும் கருதியே இறைவனிடம் முழுமையான அன்பைத் தவமாகக் கொண்டு இயங்குகின்றீர்கள்; ஆனால், இந்த அன்பு வழிபாடு போதாது; தவஞ்செய்ய வேண்டும்.

இறைவனுக்கு நான்கு திருவடிகள் உண்டு. அவை சிவத்திற்கு இரண்டு; அருட்சத்திக்கு இரண்டு ஆகும். இந்த நான்கையும் தீ, கதிரவன், திங்கள், விண்மீன் என்று கூறுவர். இவற்றில் குளிர்ந்த ஒளியான திங்களும் விண்மீனும் அமுதநீர் தருபவையாகும்; இது இறைவன் தரும் அருளே என்றும் அமுதம் என்றும் கூறப்படும்.

இந்த அமுதைப் பெற, மூலாதார இடத்திலே வன்னியான கனலை மூட்டினால், அது சுழுமுனை வழியே தலைத் துணைக்குச் செல்லும்; அப்போது உள்நாக்கு மேலே அமுதநீர் சொட்டும்; இதுவே அருளமுதமாகும். இதைத் தவத்தோன் அருந்துவதால், மணம் கமழும் நீண்ட குழலுடைய அருளன்னையின் அருளையும் சிவத்தின் செம்பொருளான ஒளியையும் பெறமுடியும்!

(உண்மையிலே இறைவனை அடைந்தால் பிறப்பும் இறப்பும் இல்லை!)

எய்துநின்னை அன்பினால் இறைஞ்சியேத்த வல்லிரேல்
எய்துமுண்மை தன்னிலே இறப்பிறப்பு அகற்றிடும்
மையிலங்கு கண்ணிபங்கன் வாசிவானில் ஏறிமுன்
செய்தவல் வினைகளும் சிதறுமது திண்ணமே. 441

(எ.ரை:) பண்பாட்டைப் பெற்ற நீங்கள் இறைவனை உணர்ந்து இறைஞ்சியும் போற்றியும் வழிபடுவீரானால், அந்த உண்மையான ஒளியிலே இறப்பதும் மீண்டும் பிறப்பதும் இன்றி விடுதலை பெறுவீர்கள்; மேலும், மை எழுதிய ஒளியுடைய கண்ணியான உமையின் பாகத்தைப் பெற்ற சிவக்கடவுள், உங்கள் தவத்தின் மூச்சுக்காற்றிலேறி வந்து, முன்வினைகளையும் துயரங்களையும் சிதறி ஓடுமாறு செய்தருள்வான்; இது உறுதியே!

(தொடர்ந்து மூச்சுத்தவம் செய்தால் இறைவன் உடம்பிலே தங்கியிருப்பான்)

திண்ணமென்று சேதிசொன்ன செவ்வியோர்கள் கேண்மினோ!
அண்ணல்அன்புள் அன்புருகி அறிந்துநோக்க லாயிடும்;
மண்ணுமதிர விண்ணுமதிர வாசியை நடத்திடில்
நண்ணியெங்கள் ஈசனும் நமதுடலில் இருப்பனே. 442

(எ.ரை:) பிறவியறுவது திண்ணமென்று சொன்ன அருளோரின் நல்லுரையைக் கேட்ட அன்பர்களே! அதை நம்பிய நீங்கள், மேலும் மேலும் கடவுளன்பிலே சிறந்து அன்புருகி இன்பமடைவீர்கள்.

இன்னும் மண்ணுலகமும் விண்ணுலகமும் வியக்குமாறு மூச்சுத்தவத்தை நடத்திக் கொண்டு இருப்பீரானால், எங்கள் அன்பிற்குரிய கடவுள் வந்து உமது உடம்பிலே தங்கியிருப்பான்.

(தவத்தில் செவ்வொளியில் மூழ்கியோர் இறைவனை முழுதும் உணர்வர்)

இருப்பன்எட் டெட்டு எண்ணிலே இருந்துவேறது ஆகுவன்
நெருப்புவாயு நீரும்மன்னும் நீள்விசும்பும் ஆகுவான்
கருப்புகுந்து காலமே கலந்துசோதி நாதனைக்
குருப்புனலில் மூழ்கினார் குறித்துணர்ந்து கொள்வரே. 443

(எ.ரை:) *கடவுளானவன் எட்டாகிய (தமிழ் எண் எட்டு 'அ' ஆகும்) அகரஎழுத்தின் செவ்வொளியிலும், எட்டுத் திசைகளைத் தழுவியும் இருப்பதோடு, வேறுபல இயற்கையாகவும் உள்ளான்; நெருப்பு, காற்று, நீர், மண், வானம் என ஐந்து பூதங்களாகவும் ஆகியிருக்கின்றான்; படைப்பு நிலையில் ஒவ்வோர் பிறவியிலும் தாயின் கருவிலே தக்க நேரத்தில் உயிரொளியாகப் புகுந்து வளரவும் வாழவும் வைக்கின்றான். இப்பெரிய தலைவனைச் செவ்வொளியான நீரில் (தவமிருப்போர் காணும் ஒளி) குளித்தவர்கள் அக அறிவால் உணர்ந்து கொள்வார்கள்.*

(உணர்விலே நின்ற கடவுளொளியைத் தெளிந்து கொள்க!)

கொள்ளுவார்கள் சிந்தையில் குறிப்புணர்ந்த ஞானிகள்
விள்ளுவார்கள்; பக்குவத்தில் வேண்டிவேண்டி ஏத்தினால்
உள்ளுமாய் புறம்புமாய் உணர்வதற்கு உணர்வுமாய்த்
தெள்ளிதாக நின்றசோதி செம்மையைத் தெளிந்திடே! 444

(எ.ரை:) *மற்றவர்களின் மனக்கருத்தைக் குறிப்பால் உணர்ந்த மெய்யறிவாளர்கள், அன்பால் ஏற்றுக் கொள்ளும் எண்ண முடையவரின் அறிவிக்குச் சொல்லுவார்கள். அந்த மெய்யுரையைக் கேட்டுப் பண்பட்டு உயர்ந்தவர்கள் இறைவனை அன்பால் எப்போதும் வேண்டி வணங்குவார்கள். அதனால், இறைவன் அவர்களின் உள்ளும் புறமுமாய் இருப்பதோடு உணர்தற்கு உணர்வாவும் இருப்பான்; ஆகவே, அவனைத் தெளிந்த பேரொளியாய்க் கருதிச் செம்மையான எண்ணத்தில் வழிபடுக!*

(நான்கு நெறிகளாலும் நான்கு பேற்றைப் பெறலாம்)

தெளிந்தநற் சரியைதன்னில் சென்றுசாலோ கம்பெறும்
தெளிந்தநற் கிரியைபூசை சேரலாம் சாமீபமே
தெளிந்தநல் யோகம்தன்னில் சேரலாகும் சாரூபம்
தெளிந்தஞானம் நான்கினும் சேரலாம் சாயுச்யமே. 445

(எ.ரை:) இறையன்புடையவரே! கவனியுங்கள்; மேலுலகில் சிவனிருக்கும் இடத்தை (சாலோகம்)த் தெளிந்த இனிய அன்புநெறியால் சென்று அடையலாம்; மேலுலகில் சிவனுக்கு அருகிலேயே (சாமீபம்) தெளிந்த அறிவால் செய்யும் வழிபாட்டாலும் தொண்டாலும் சென்று தங்கலாம்; சிவனது உருவத்தை (சாரூபம்), தெளிந்த நல்ல தவஞ்செய்யும் நெறியாலே அடையலாம்; சிவன்தரும் பேரின்ப வீடுபேற்றை (சாயுச்யம்), தெளிந்த மெய்யறிவு நெறியாலே பெறலாம். இவ்வாறு நான்கு பேறுகளையும் நான்கு நெறியாலே அடையலாம் என்பதே அருட்கோட்பாடு.

(திருவருளைப் பெற்றாலே நால்வகை நெறியில் திடமாக வெற்றி பெற முடியும்)

சேருவார்கள் ஞானமென்று செப்புவார் தெளிவுளோர்
சேருவார்கள் நாலுபாதச் செம்மையென்றது இல்லையே
சேருவார்கள் சிவகதி, திருவருளைப் பெற்றபேர்
சேருமாறு கண்டுநாலும் செய்தொழில் திடப்படே! 446

(எ.ரை:) அன்புநெறி, தொண்டுநெறி, தவநெறி, அறிவுநெறி ஆகிய நான்கையும் (நாலுபாதம்) மேற்கொண்டு சேர்ந்தவர்கள் முழுமையாகக் கடைப்பிடித்து செம்மையாகப் பயன்பெற வில்லை. ஆதலால் ஒவ்வொரு நெறியையும் குறிக்கோளாகக் கொண்டவரே அதில் செம்மையாய் நின்று வெற்றி கண்டனர்.

ஞானமான அறிவுநெறியில் சேர்ந்து அவ்வழியில் திடமாய் நின்று செம்மை பெற்றவர் அதன் சிறப்பை எடுத்துரைப்பர்; திருவருளைப் பெற்ற அன்பரோ சிவப்பேற்றை (வீட்டின்பத்தை) அடைகின்றார்கள். ஆகவே, அவரவர்க்கு இயன்றநெறியைத் தேர்வு செய்தே, அந்தந்த நெறியின் செயல் (தொழில்) பாட்டில்

திறமும் உறுதியும் கொண்டு ஒழுக்கத்தைக் கடைப்பிடித்து வெற்றி பெறவேண்டும்.

(ஒரு நெறியில் பற்றுக் கொண்டவரே திருவடி ஒளியைப் பெறுவர்)

திறம்மலிக்கும் நாலுபாதம் செம்மையும் திடப்படார்
அறிவிலிகள் தேசம்நாடி அவத்திலே அலைவதே;
குறியதனைக் காட்டியுட் குறித்துநோக்க வல்லிரேல்
வெறிகமழ் சடையுடையோன் மெய்ப்பதம் அடைவரே. 447

(எ.ரை:) *அருள்வாழ்விலே திறமும் வெற்றியும் கொழிக்கின்ற நான்குவகை (மேற்சொன்ன)யான நெறிகளில், அறிவொளியை (செம்மையைப்) பெறாமையால் அன்பர்கள் மனத்திட்பம் கொள்ளவில்லை; அதனால் அறிவில்லாத அவர்கள் பலநாடுகளுக்கும் பல நகரங்களுக்கும் சென்று அங்கங்கே அருள்பெறலாமென்று கருதி ஓடி அலைந்து வீண்போகின்றனர்.*

உண்மையாக மேற்கொண்ட நெறியில் பற்று வைத்துக் குறிக்கோளோடு செயல்முயன்றால் திருவருளைப் பெறமுடியும். இந்த வல்லமையை நீங்கள் பெறுவீரானால், நறுமணம் கமழும் கொன்றை மலர்மாலை சூடிய சிவத்தின் மெய்த்திருவடி யொளியை அடைவீர்!

(தவத்தின்போது மூலக்கனல் நாடியை உயர ஏற்றிப் பழகுவீர்!)

அடைவுளோர்கள் முத்தியை அறிந்திடாத மூடரே!
படையுடைய தத்துவமும் பாதங்கள் அல்லவோ!
மடைதிறக்க வாரியின் மடையிலேறும் ஆறுபோல்
உடலில்மூல நாடியை உயரவேற்றி ஊன்றிடே! 448

(எ.ரை:) *பற்றுக்களைத் துறந்து விடுதலை (முத்தி) அடைந்த மெய்யறிவாளரின் ஆற்றலை அறிந்து கொள்ளாத மூடர்களே! உடம்பிலுள்ள தொண்ணூற்றாறு உண்மையியற் (தத்துவம்) பொருள்களும் (முன்னே சொன்ன) நெறிகள் அல்லவோ! அவற்றையும் எண்ணிப் பாருங்கள். நீருள்ள அணையின்*

மடையைத் திறக்கும் போது ஆற்றின் நீரும் அதில் எதிர்த்து ஏறுவதுபோல் நீங்கள் செய்யும் தவத்திலே மூலக்கனலை மூட்டி சுழுமுனை நாடி வழியே ஒளிக்காற்றை உயரக் கொண்டு சென்று தலையிலுள்ள இறையொளி கலக்கச் செய்ய வேண்டும்; இதுவே பயன்தரும் தவமாகும்.

(தலைத்துளை திறந்ததும் அமுதம் இறங்கும்; அப்போது இறைவனும் வெளிப்படுவான்)

ஊன்றியேற்றி மண்டலம் உருவிமூன்ற தாள்திறந்து
ஆன்றுதந்து ஏறிடில் அமுதம்வந்து இறங்கிடும்;
நான்றிதென்று தொண்டருக்கு நாதனும் வெளிப்படும்
ஆன்றியும் உயிர்பரம் பொருந்திவாழ்வ தாகவே. 449

(எ.ரை:) அன்பர்களே! நுட்பமாக அறியுங்கள்: தவத்திலே, மூச்சுக்காற்றிலுள்ள கதிரவன் கலை மண்டலமும் திங்களின் கலை மண்டலமும் மேலே ஏறிச்சென்று, (சுழுமுனை நாடியின் மூலக் கனலொளியின் துணையால்) மூன்றிதழ்த்தாமரை மலராக புருவநடுவிடத்தைத் (பிரமரந்திரம்) திறந்து, அதன்மேலே ஏறும்போது அமுதம் (அருளமுதம்) வந்து இறங்கும்! அப்பொழுது, இது தக்கநேரம் என்று கருதித் தொண்டரான தவத்தோனுக்கு இறைவனும் வந்து காட்சி தருவான்; அன்றியும் இவனது உயிர், பரம்பொருளைப் பொருந்தியதாகவே அமையும்.

இலக்கணம்-'ஞான்று இது' என்பது 'நான்றிது' எனத் திரிந்தது. 'அன்றியும்' என்பது எதுகை நோக்கி 'ஆன்றியும்' எனத் திரிந்தது.

(காமக்கனலை ஒழித்துக் கடவுளைக் காணுதல்)

ஆகமூல நாடியில் அனலெழுப்பி அன்புடன்
மோகமான மாயையில் முயல்வதும் ஒழிந்திடில்,
தாகமேரு நாடியே அனேகமான வாறுபோல்
ஏகர்பாதம் அன்புடன் இறைஞ்சினார் அறிவரே. 450

(எ.ரை:) வாழ்வைத் தரும் மூலாதார இடத்திலிருந்து தோன்றும் சுழுமுனை நாடியில் அன்புடன் கனலை எழுப்பிக் குண்டலி ஆற்றல் மேலே செல்லும் நிலையில், அந்த ஆற்றலைத்

தீயமாயை வந்து காம ஆற்றலாக மாற்றி வீணாக்க முயலும் போது, அதைத் தடுத்து, மன ஒருமையால் ஒழிக்க வேண்டும். அவ்வாறு ஒழித்தால், வேட்கையுள்ள மேருவாகிய தலைக்குச் செல்லும் நடுநாடியே ஒருமைப்பட்டு, ஒரே ஆற்றலாகித் தலைநடுவுக்கு அறிவம்பலத்துக்குச் செல்லும்; அத்தகுதியிலே தவஞ்செய்வோர் இறைவனது திருவடியொளியை அன்போடு வணங்கி இன்புறுவர். இவ்வுண்மையைத் தகுதியுடையவரே அறிவர்.

(இறைவனை உள்ளே கொள்ளாதவரே இறப்பை நோக்கி அஞ்சுவர்)

அறிந்துநோக்கி உம்முளே அவன்தியானம் உம்முளே
பிறந்திராமல் ஏகர்பாதம் பெற்றிருப்பது உண்மையே
அறிந்துமீள வைத்திடா வகையுமரணம் ஏத்தினார்
செறிந்துமேலை வாசலைத் திறந்துபாரும் உம்முளே. 451

(எ.ரை:) இறைவனை உங்கள் உள்ளத்தில் அறிந்தும், உள்ளொளி நோக்கியும், அவனை உள்ளே வைத்து மந்திர உருச் செய்யாமலே, அவனது திருவடி நினைவைப் பெற்றிருப்பதும் உண்மையாகும்; ஆனால், சிலர் தகுதியின்றி, மனத்தில் அறிவோடும் நினைவோடும் இல்லாமல், இறந்து விடுவோமே என்று அஞ்சியே ஏத்தி வணங்குகின்றனர்.

இவ்வாறு அரைகுறையாக அன்பு செய்வதை ஒழித்துவிட்டு, முறையாய்த் தவஞ்செய்து, அதனால் மேலே உள்ள புருவ நடுவைத் திறந்து பார்த்திடின் அதனுள்ளே கடவுளொளியைக் காணலாம்.

(தவத்தால் உயிரிலே ஒளியைப் பெருக்கினால் அதிலே கடவுட் பேரொளி வந்து தோன்றும்)

சோதியாக உம்முளே தெளிந்துநோக்க வல்லிரேல்
சோதிவந்து உதித்திடும் துரியாதீதம் உற்றிடு!
ஆதிசக்க ரத்தினில் அமர்ந்துதீர்த்தம் ஆடுவன்
பேதியாது கண்டுகொள் பிராணனைத் திருத்தியே. 452

(எ.ரை:) *அன்பர்களே! உங்களது உயிரில் (ஆன்மாவில்) பேரொளியை (துரியாதீதம்)ப் பெருக்குங்கள்; அப்போதே கடவுளொளி வந்து உயிரில் தோன்றும். இப்படி உங்களது உள்ளத்திலே பெருஞ்சுடரைத் தெளிவோடு பார்க்க வல்லமை பெறுவீரானால், அதை நீங்கள் உறுதியாய்க் காணலாம்.*

பண்பட்ட உங்களது மூலாதாரச் சக்கரத்தில் அமைந்த கனலொளியில் கடவுளொளி விரும்பி வந்து தங்கித் தீர்த்தம் ஆடுவதுபோல் மகிழ்வான்! ஆதலால் உங்களது உயிரைத் திருத்திப் பேரொளியாக்கிக் கொண்டு வேறு எண்ணம் கொள்ளாமல் ஒருமையோடு அவனைக் கண்டுகொள்க!

(தெளிந்தோர் சிந்தையில் இறைவன் மலரின் மணம்போலக் கமழ்ந்திருப்பான்)

திருவுமாகிச் சிவனுமாகித் தெளிந்துளோர்கள் சிந்தையில்
மருவிலே எழுந்துவீசும் வாசனையது ஆகுவன்
கருவிலே விழுந்தெழுந்த கன்மவா தனையெலாம்
பருதிமுன் இருளதாய்ப் பறியும்அங்கி பாருமே! 453

(எ.ரை:) *மெய்யறிவும் தெளிவுமுடையவரின் எண்ணத்தில் அழகிய அருட்சத்தியாகவும் செம்பொருட் சிவமாகவும் திகழும் முழுமுதற்கடவுள், மலரின் நறுமணம் போல் எங்கும் பரந்து கமழ்ந்திருப்பான். அதனால், பிறவியில் கருவோடு வந்த பழவினைத் துன்பங்களெல்லாம் கதிரவனைக் கண்ட இருள் விடிவதுபோல் விடிந்து, வாழ்க்கையில் இன்ப ஒளியைப் பெறுவீர்கள்.*

(இறைவன் படைத்த அருட்பண்பைக் கொண்டே இறைவனைக் காண வேண்டும்)

பாரும்எந்தை ஈசர்வைத்த பண்பிலே இருந்துநீர்
சேருமே நடுவறிந்து செம்மையான அப்பொருள்
வேரையும் முடியையும் விரைந்துதேடி மாலயன்
பாரிடந்து விண்ணிலே பறந்துகண்டது இல்லையே. 454

(எ.ரை:) அன்பர்களே! கடவுளை நன்கு உணருங்கள். இறைவன் படைக்கும்போது எந்த அருட்பண்பை விரும்பினானோ அந்த அருட்பண்பிலிருந்து கொண்டு நீங்கள் அந்த இறைவனைப் பாருங்கள். அப்போது செம்பொருளான அந்த மெய்ப்பொருள், உமது நடுவுநிலையை (நேர்மையை) அறிந்து போற்றி உம்மை வந்து சேரும்!

திருமாலும் நான்முகனும் பன்றியாயும் பறவையாயும் கோலம்பூண்டு, முழுமுதற் சிவத்தின் திருவடி (வேர்) ஒளியையும் திருமுடியொளியையும் காணவேண்டி, நிலவுலகைத் தோண்டியும் விண்ணுலகைப் பறந்து தேடியும் காணமுடியாமல் தோல்வியே அடைந்தனர். இந்த நிலையை யாரும் அடையாமல், நேர்மைப் பண்பான அருட்பெருமையைக் கொண்டு வெற்றி பெறவேண்டும்.

(தொண்டு செய்வதாலே இறையருளைப் பெறமுடியும்)

கண்டிலாது அயன்மாலென்று காட்சியாகச் சொல்கிறீர்
மிண்டிலால் அரனுடன் மேவலாய் இருக்குமோ?
தொண்டுமட்டும் அன்புடன் தொழுதுநோக்க வல்லிரேல்
பண்டுமுப் புரமெரித்த பத்திவந்து முற்றுமே! 455

(எ.ரை:) அன்பர்களே! நான்முகனும் திருமாலும் விரும்பியவாறு முழுமுதற் கடவுளான சிவத்தைக் கண்டுகொள்ள முடியாமல் போனதென்று, நீங்கள் அறிவால் (காட்சி) கண்டதுபோல் சொல்கிறீர்கள். இதற்கு அடிப்படை, அரனாகிய உருத்திரனின் வலிமையான எண்ணத்தால் இருக்கலாம். அரனோ அழித்தற்கடவுள்; சிவனின் மறுவடிவம்; சிவனது ஆற்றலை அயனும் மாலும் அறியக் கூடாதென்று எண்ணியிருக்கலாம்.

ஆனால், மக்கள் ஆருயிர்களுக்கு அன்புடன் தொண்டு செய்வதைப் பணிவோடு செய்தால் அவர்களுக்கு இறைவன் அருள்செய்வான். எப்படி ஆணவம், பழவினை, மாயை என்னும் மூன்று கோட்டை கட்டி வாழ்ந்த மூன்று அரக்கர்களையும் அழித்துப் பின்னே அருள்செய்தது போல உங்களுக்கு அருள் செய்வான். அந்த மூன்று கோட்டைகளும் இரும்பு, வெள்ளி, தங்கம் மூன்றால் ஆகியவை என்றும் தொன்மக்கதை கூறும்.

(பற்றில்லாத மனிதனை இறைவன் பற்றிக் கொள்வான்)

முற்றுமே அவனொழிந்து முன்பின்ஒன்றும் காண்கிலேன்
பற்றிலாத ஒன்றுதன்னை பற்றுநிற்க வல்லது
கற்றதாலே ஈசர்பாதம் காணலாய் இருக்குமோ!
பெற்றபேரை அன்புடன் பிரியமாகக் கேளுமே! 456

(எ.உரை:) *இவ்வுலகிலே முழுதையும் முற்காலத்திலும் பிற்காலத்திலும் அக்கடவுளன்றி (அவனை நீக்கி) ஒரு பொருளை யும் நான் கண்டதில்லை; அவனைச் சேர்த்தே கண்டேன். அக் கடவுள், உலகப் பற்றில்லாத ஒருவனையோ ஒருபொருளையோ பற்றுக் கொள்ளுமாறு செய்து பற்றிக்கொள்ள வல்லதாகும்.*

இறைவனது திருவடியொளியை நான் கற்றுணர்ந்ததாலே அதைக் காணும் வாய்ப்பு எனக்குக் கிடைக்குமென்றே கருதுகின் றேன்; உலகிலே திருவடியொளியைக் கண்டு அருள்பெற்றவரை நீங்கள் அன்புடனும் விருப்பத்துடன் கேட்டு அறிந்து இன்புறுங்கள்.

(கடவுளொளியைக் கண்டவரிடம் கேட்டறிந்ததால் அறிவுமயக்கம் தீர்ந்து நம்பிக்கை பிறக்கும்)

கேட்டுநின்ற உன்நிலை கிடைத்தகா லத்துளே
வாட்டமுள்ள தத்துவ மயக்கமும் அகற்றிடும்
வீட்டிலே வெளியதாகும் விளங்கவந்து நேரிடும்
கூட்டிவன்னி மாருதம் குயத்தைவிட்டு எழுப்புமே! 457

(எ.உரை:) *மனிதா! கடவுளொளியைக் கண்டவரிடம் நீ கேட்டறிந்து நம்பிக்கை பிறந்த கொஞ்சக் காலத்திலேயே, பயன்தராத ஐயங்களும் தீய எண்ணங்களும் குழப்பங்களும் விலகி ஓடிவிடும்.*

நீ இருக்கும் வீட்டிலும் அறிவுவெளியிலும் கடவுட்காட்சி உனக்கு விளங்கவே வந்துசேரும். ஆதலால், நீ தவத்தை மேற்கொண்டு மூலாதாரத்தில் மூலக்கனலை எழுப்பி, அதன் காற்றைச் சுழுமுனை வழியே மேலே கொண்டு செல்க.

(மூலக்கனலைத் தலையிலுள்ள அம்பலத்துக்குள் செலுத்தினால் அங்கே ஓங்காரத்தில் கடவுளொளியைக் காணலாம்)

எழுப்பிமூல நாடியை இதப்படுத்த லாகுமே
மழுப்பிலாத சபையைநீர் வலித்துவாங்க வல்லிரேல்
சுழுத்தியும் கடந்துபோய் சொப்பனத்தில் அப்புறம்
அழுத்திஓர் எழுத்துளே அமைப்பதுண்மை ஐயனே! 458

(எ.ரை:) *தவஞ்செய்யும் ஐயனே! அன்பிற்குரியவனே உன்னால் மூலக்கனலை எழுப்பிச் சுழுமுனை நாடி வழியே தலைத் துளைக்குக் கொண்டு செல்ல முடியும்; அதன் மேலேவுள்ள மங்காது சுடர்விடும் அறிவுமன்றுக்குச் சென்று அங்கே கடவுளொளியை வாங்கும் திறம் பெறுவாயானால், உன் உயிரானது கனவையும் உறக்கத்தையும் கடந்துபோய், பேரொளி (துரியம்) நிலையில், ஓங்கார ஒளியிலே கடவுளொளியைக் காண்பது உண்மையாகும்.*

(பகல் முழுதும் என்னுள் மூச்சுத்தவம் நன்கு செய்தால் பழவினைத் துன்பமும் தூர ஓடிவிடும்)

அல்லதுஇல்லை என்றுதான் ஆவியும் பொருளுடல்
நல்லஈசர் தாளிணைக்கும் நாதனுக்கும் ஈந்திலை;
எல்லும்என்னுள் நேசமும் வாசியை வருந்தினால்
தொல்லையாம் வினைவிடென்று தூரதூரம் ஆனதே. 459

(எ.ரை:) *அன்பனே! உலகில் எப்பொருளும் எச்செயலும் கடவுளில்லாமல் இல்லை என்ற கொள்கை கொண்டும், எல்லாம் அவனுக்கே உரிமையென்றும் கருதி நீ, நல்ல தவத்துக்கு அருள் செய்யும் ஈசனாகிய (கழுத்திலிருக்கும்-விசுத்தியில்) மகேச்சுர னுடைய திருவடிகளுக்கும், உயிர்த்தலைவனான கடவுளுக்கும் உடல், பொருள், ஆவி மூன்றையும் ஒப்படைக்கவில்லை.*

அப்படி ஒப்படைத்து விட்டுப் பற்றற்ற நிலையில் நீ பகலெல்லாம் (எல்) அன்புடன் மூச்சை வருத்தித் தவஞ்செய்தால், பழைய வினைத்துன்பங்களெல்லாம் "என்னைவிடு" என்று சொல்லித் தொலைதூரம் ஓடிவிடும்.

(காட்டுத் தீயின் வலிமைபோல் உடம்பில் மூலக்கனலின் ஒளி காற்றுடன் கலந்து செயல்படும்)

ஆனதே பதியது அற்றதே பசுபாசம்
போனதே மலங்களும் புலன்களும் வினைகளும்
கானகத்தில் இட்டதீயில் காற்றுவந்து அடுத்ததோ!
ஊனகத்தில் வாயுஉன்னி ஒன்றியே உலாவுமே. 460

(எ.ரை:) *அன்பனே! தவ ஆற்றலின் பயனைப் புரிந்து கொள்க! காட்டில் இட்டதீயிலே காற்றடித்தபோது மரங்களெல்லாம் கனன்று வலிமையோடு எரியும். அது போன்றே உடம்பிலே மூலாதாரக் கனலைக் கருத்தோடு மூட்டியெழுப்பும்போது, உடலிலுள்ள ஆறுசக்கரங்களிலும் கனலும் காற்றும் கலந்து பரவி வலிமை தரும்.*

இதன் பயனாகவே, தவத்தோனைக் காண உயிர்த் தலைவனான சிவன் வருவான்; வந்து காட்சி தந்ததும், தவத்தோனின் உயிரில் பற்றியிருந்த பாசமாகிய பற்றெல்லாம் ஒழிந்து போயின; மாசுகளாகிய ஆணவம், பழவினை, மாயை என்னும் மூன்றும் ஒழிந்து போயின; தீய புலனறிவுகளும் தீயவினைகளும் திருத்தம் பெற்றுத் தூய்மையாயின.

(தலைத்துளைக்குமேல் வந்த அமுதம் உண்டவர் இறைவனைக் குலாவிக் கும்பிடுகிறார்)

உலாவும்உவ்வும் மவ்வுமாய் உதித்தடர்ந்து நின்றதும்
உலாவிஐம் புலன்களும் ஒருதலத்து இருந்திடும்
நிலாவும்அங்கு நேசமாகி நின்றமுதம் உண்டுதாம்
குலாவும்எங்கள் ஈசனைக் குறித்துணர்ந்து கும்பிடே! 461

(எ.ரை:) *மூலக்கனலும் காற்றும் உலாவிட, உகரமான உயிரும் மகரமான ஆசைப்பற்றுக்களும் தோன்றி அடர்ந்து நின்றபொழுது, உலாவுகின்ற ஐம்புல அறிவுகளும் ஒருமையுற்றுத் தலைத்துளையிடத்திலே நிலைத்திருக்கும். அந்த நிலையில் அவ்விடத்தில் உயிரானது அன்பும் ஆசையும் கொண்டு அமுதம் உண்டு இன்புற்று மகிழும்; எனவே, அன்பரே! எமது இறைவனை மனத்திலே குறிக்கொண்டு உணர்வோடு வணங்குக!*

(இறைவன்-இறைவியும் நடுவிருக்க இடத்திலும் வலத்திலும் முறையே முருகனும் பிள்ளையாரும் அமர ஓங்காரத்தை ஓதுக)

கும்பிடும் கருத்துளே குகனைஐங் கரனையும்
நம்பியே இடம்வலம் நமஸ்கரித்து நாடிட
எம்பிரானும் அம்மையும் இருத்தியே நடுவனைத்
தும்பிபோல வாசகம் தொடர்ந்துசோம்பி நீங்குமே. 462

(எ.ரை:) *வழிபாட்டு முறையிலே, நீங்கள் கும்பிடும் கொள்கையில் நம்பிக்கையோடு, முருகனையும் ஐந்து திருக்கைகளையுடைய பிள்ளையாரையும் இடப்பக்கத்திலும் வலப்பக்கத்திலும் இருக்கவைத்து வணங்கியும், அத்துடன் இருவருக்கும் நடுவில் இறைவனையும் இறைவியையும் அமரச் செய்யவேண்டும்; யானையின் கைபோன்ற வடிவமுள்ள ஓங்கார மந்திர மொழியைத் தொடர்ந்து ஓதவேண்டும். இதனால் சோம்பலும் நீங்கும்.*

(இறைவனின் அருளாணைப்படி உயிர் தூய்மை அடையும்)

நீங்கும்ஐம் புலன்களும் நிறைந்தவல் வினைகளும்
ஆங்காரமாம் ஆசையும் அருந்தடர்ந்த பாவமும்
ஓங்காரத்தின் உள்ளிருந்த ஒன்பதொழிந்து ஒன்றில்அத்
தூங்காஈசர் சொற்படி துணிந்திருக்க சுத்தமே. 463

(எ.ரை:) *சோம்பலிலிருந்து நீங்கும் மனிதனின் ஐந்து புலனறிவுகளும், செய்த மிக்க வல்வினைகளும், செருக்கோடு கூடிய ஆசையும், முன்னே செய்து தொடர்ந்துவரும் கொடிய தீவினையும் இறைவனது அருளாணைப்படி ஒழிந்து போகும். இதற்குமுன், ஓங்கார ஓசையிலிருந்து பிறந்த பத்து வகையான (9+1=10) காற்றில், ஒன்றான முதன்மைக் காற்றெனும் ஆன்ம உயிரில் மிகுதியாக (தூங்க) இருந்த மாசாகிய இருள் நீங்கித் தூய்மையடையவே அவ்வுயிர் விடுதலை பெறும். இதுவும் அவனருளே என அறிக.*

(உனக்குள் நானும் எனக்குள் நீயும் இருப்பதை எப்படி நான் விளக்க முடியும்?)

நினைப்பதொன்று கண்டிலேன் நீயலாது வேறிலை
நினைப்புமாய் மறப்புமாய் நின்றமாய்கை மாய்கையே
அனைத்துமாய் அகண்டமாய் அனாதிமுன் அனாதியாய்
நினக்குள்நான் எனக்குள்நீ நினைக்குமாறது எங்ஙனே. 464

(எ.ரை:) *இறைவா! நான் உன்னைத் தவிர வேறு எதையும் நினைத்ததில்லை; எனக்கு உன்னையன்றி வேறு உறவில்லை! நினைப்பு-மறப்பு என்ற இரு நிலை எனக்கில்லை; எல்லா நினைப்பும் நீயே!*

நீயோ கடவுள்; தொடக்கத்தை யாராலும் அறிய முடியாத படி மிகவும் தொன்மைக் காலமுடையவனாய் உள்ளாய். ஆகவே, பேரொளியான உனக்குள் நானிருக்கின்றேன்; சிற்றணுவான எனக்குள்ளே நீ இருக்கின்றாய். இந்த இயற்கையில் உன்னை நான் எப்படி நினைத்து என்ன சொல்ல முடியும்? இறைவா! என்னால் எதுவும் சொல்ல இயலாதே!

(கருவிலேயே உன்னைக் கலந்ததால் உருவிலே உன்னை உணர்ந்தேன்)

கருக்கலந்த காலமே கண்டுநின்ற காரணம்
உருக்கலந்த போதலோ உன்னைநான் உணர்ந்தது
விரிக்கிலென் மறைக்கிலென் வினைக்கிசைந்த போதெலாம்
உருக்கலந்து நின்றபோது நீயும்நானும் ஒன்றலோ! 465

(எ.ரை:) *இறைவா! நான் கருவானபோது நீ அதில் கலந்ததை நான் கண்டு கொண்டதால்தான், உருவாய் வளர்ந்த நிலையில் உன்னை நான் உணர்ந்தேன்.*

இவ்வுண்மையை நான் விரித்துச் சொன்னால் என்ன? மறைத்துவைத்தால் என்ன? என்றாலும் அதைச் சொல்லும் நிலை ஏற்படும் போதெல்லாம் சொல்வேன். நம் உருவம் கலந்து நின்றபோது நீயும் நானும் ஒன்றல்லவோ!

(மெய்யறிவாளர்களே! மெய்யறிவான ஒளியை நாடி அகத்தில் அறியாமலிருக்கின்றீர்களே!)

ஞானநூல்கள் தேடியே நவின்றஞான யோகிகாள்!
ஞானமான சோதியை நாடியுள் அறிகிலீர்
ஞானமாகி நின்றதோர் நாதனை அறிந்தபின்
ஞானமற்றது இல்லைவேறு நாமுரைத்தது உண்மையே. 466

(எ.ரை:) *மெய்யறிவு நூல்களைத் தேடிக் கொண்டுவந்து கற்றுத் தெளிந்த அறிவுத் தவத்தோர்களே! நீங்கள் அறிவு ஒளிவடிவான பேரொளிக் கடவுளை உங்களது ஆன்ம உயிரில் நாடி அறியாமலிருக்கின்றீர்களே; ஏன்?*

உண்மையை உணருங்கள்! 'அறிவே வடிவாய் நிலைத்து ஒளிவீசி நிற்கும் இறைவனை அறிந்து கொண்டபின் அறிவின்றி வேறு எந்தப் பொருளுமில்லை என்று தெரிவீர்கள். இப்படி நாம் உரைத்தது உண்மையே (தத்துவமே) என்றும் அறிவீர்கள்.

(மனிதன் உருவாய் வருமுன் எப்படி எங்கே இருந்தான்? அறிவுடையவர் சொல்ல வேண்டும்)

கருத்தரிப்ப தற்குமுன் காயம்நின்றது எவ்விடம்?
உருத்தரிப்ப தற்குமுன் உயிர்ப்புநின்றது எவ்விடம்?
அருட்பொதிந்த சிந்தையில் மயக்கம்நின்றது எவ்விடம்?
விருப்புணர்ந்த ஞானிகாள்! விரித்துரைக்க வேணுமே. 467

(எ.ரை:) *பிறரது விருப்பையறிந்து உணர்ந்த மெய்யறிவாளர் களே!*

தாயின் கருப்பையிலே கரு தோன்றுவதற்கு முன்னே அந்தக் கருவாகிய உடம்பு எங்கே இருந்தது? தெரியுமா? உருவம் தோன்றுதற்கு முன்னே அதற்குரிய உயிரானது எங்கிருந்து வந்தது? தெரியுமா? அருள் நிறைந்திருக்கும் எண்ணத்திலே, ஆசை முதலான 'பற்றுக்கள் போய் மறைந்தது எந்த இடம்? தெரியுமா?

இந்த வினாக்களுக்கெல்லாம் விடைகளை நீங்கள் எனக்கு விரிவாகக் கூறவேண்டுகின்றேன்.

(வினைப்பயனால் பிறக்கும் பிறவிகளைப் பற்றி அறிவாளர் கூற வேண்டும்)

கருவினில் கருவதாய் எடுத்தஏழு தோற்றமும்
இருவினைப் பயத்தினால் பிறந்திறந்து உழன்றிடும்
மறுவினைப் பிறவிமூன்று காலமும் வகுத்தபின்
உருவினைப் பயனிதென்று உணர்ந்தஞானி சொல்லுமே. 468

(எ.ரை:) *எல்லாம் உணர்ந்த மெய்யறிவாளர்களே! விடை சொல்லுங்கள்:*

பயிர் முதலான ஏழுவகைப் பிறவி வகைகள் (தோற்றங்கள்) ஒவ்வொரு வகையான கருவாயிலே கருவாய் அமைகின்றன; அவை நல்வினை-தீவினைகளின் பயனாலேயே விளைந்து, பிறப்பதும் இறப்பதுமாய் உழன்று வருந்துகின்றன; மீண்டும் பிறக்கும் மறுவினையால் ஏற்படும் பிறவியானது, இறந்தகாலம், நிகழ்காலம், எதிர்காலம் என மூன்று காலத்திலும் சங்கிலித் தொடராய் வருகின்றது; இப்படி ஊழ்வினை விதிப்படி பிறந்து வரும், பிறவி வகையான உருவங்களைப் பார்த்து, "இது வினையின் பயனாய்ப் பிறந்தது" என்று சொல்வீர்களே! அதை விரிவாக மக்களுக்கு எடுத்துக் கூறுங்கள்.

(இறைவனை அறிந்தவர் எதையும் எச்சிலென்று இழிவாய்ப் பேசமாட்டார்)

வாயில்எச்சில் போகவே நீர்குடித்து துப்புவீர்
வாயிருக்க எச்சில்போன வாறுஅதென்னது எவ்விடம்?
வாயில்எச்சில் அல்லவோ நீருரைத்த மந்திரம்?
நாதனை அறிந்தபோது நாடும்எச்சில் ஏதுசொல்! 469

(எ.ரை:) *மக்களே! விடை சொல்லுங்கள்:*

வாயிலுள்ள எச்சிலைத் தூய்மையற்றதென்று கருதி அதைப் போக்கவே நீரைக் குடித்துக் கொப்பளித்துத் துப்புகின்றீர்கள். ஆனால், அந்த எச்சில் எப்படி ஊறியது? அது எங்கே எவ்விடம் போய்ச் சேருகிறது? என்று தெரியுமா?

நீங்கள் ஓதுகின்ற மந்திரம், எச்சில் இருக்கும் வாயிலிருந்து தானே ஓதப்படுகின்றது? இதை எண்ணிப் பாருங்கள். நீங்கள் இறைவனை உண்மையாய் அறிவீர்களாயின் எச்சிலென்று ஒன்று இல்லையென்றே கருதுவீர்கள். ஆகவே, எதையும் எச்சிலென்று பழிக்காதீர்கள்.

(உயிரிலும் உறவிலும் தூய்மை காணமுடிந்தவர் ஒரு பாசமும் அற்ற ஒளியான கடவுளைக் காணலாம்)

தொடக்கதென்று நீர்விழத் தொடங்குகின்ற ஊமர்காள்!
தொடக்கிருந்தது எவ்விடம்? சுத்தியானது எவ்விடம்?
தொடக்கிருந்த வாறறிந்து சுத்திபண்ண வல்லிரேல்
தொடக்கில்லாத சோதியைத் தொடர்ந்துகாண லாகுமே. 470

(எ.ரை:) *உயிர்மக்களை உறவென்றும் நட்பென்றும் நீங்கள் விரும்பத் (வீழ்-விருப்பம்) தொடங்கும் ஊமர்களாவீர்கள். அந்தத் தொடர்பும் உறவும் எவ்விடத்திலிருந்து வந்தது? அதே உறவும் பகையற்றுத் தூய்மையானதும் எவ்விடத்தில்? மக்கள் உலகில் ஒன்றிவாழும் நட்பாகிய தொடக்கு, இயற்கையில் இருக்கும் தன்மையறிந்து, பொறுமைகாத்து, அவரது உயிரைத் தூய்மை பண்ண வல்லமை பெறுவீரானால், எந்த ஒரு பற்றும் பாசமும் இல்லாத இறைவனாகிய பேரொளியைத் தொடர்ந்து காண முடியும்.*

(வேறுபட்ட விலங்குகள் புணர்ந்தால் வேறுப்பட்ட கன்றே பிறக்கும்; ஆனால், மனிதரில் வேறுபட்ட குலத்தவர் புணர்ந்தால் வேறுபடாமல் மனிதராகவே பிறக்கும்)

மேதியோடும் ஆவுமே விரும்பியே புணர்ந்திடில்
சாதிபேத மாய்உருத் தரிக்குமாறு போலவே
வேதமோது வானுடன் புலைச்சிசென்று மேவிடில்
பேதமாய்ப் பிறக்கிலாத வாறதுஎன்ன? பேசுமே! 471

(எ.ரை:) *மக்களே! நன்கு சிந்தியுங்கள்:*

எருமைப்பகட்டை விரும்பி ஆவாகிய பசு அதனோடு கூடிப் புணர்ந்தால், அவற்றிற்குப் பிறக்கும் கன்றானது சாதிவேறுபாடு தெரியும்படி எருமைக் கன்றாகவே பிறக்கும்; இது இயற்கையே. ஆனால், மனிதரிலே, மறையோதும் பார்ப்பானை விரும்பி ஒரு புலைச்சிப் பெண் மணந்துகொண்டு குழந்தை பெற்றால், அக் குழந்தையிடம் சாதிவேறுபாடு தெரியாமல் பொதுவான மனிதக் குழந்தையாகவே தான் தெரியும். எனவே இவ்வுண்மையுணர்ந் தால் மக்களில் ஏற்றத்தாழ்வு ஒழிந்து ஒருமைப்பாடு மலரும்! இதை நீங்கள் அறநெறியில் பேசுங்கள்!

இலக்கணம்-பேசுமே!=முன்னிலைப் பலர்பால் வியங்கோள் வினைமுற்று.

(சாதி வேற்றுமை பேசுவோரைக் கண்டு அன்னை அருட்சத்தியும் சிரிப்பாள்!)

வகைக்குலங்கள் பேசியே வழக்குரைக்கும் மாந்தர்காள்!
தொகைக்கு லங்களான நேர்மைநாடி உணர்ந்தபின்
மிகைத்தசுக் கிலம்அன்றியே வேறுமொன்று கண்டிலீர்
நகைத்தநாதன் மன்றுள்நின்ற நந்தினியாரும் பேசுமே. 472

(எ.ரை:) *மனிதப் பிறவியில் வகைவகையான குலங்கள் பேசி, அதை வலியுறுத்தி வழக்காடும் அறநெறியுணராத மக்களே! நீங்கள் படைத்த எண்ணற்ற சாதி குலங்களைப் பற்றி நேர்மை நாடி உணரவேண்டும்; உணர்ந்தால் உண்மை வெளிப்படும்.*

பிறவிக்கு அடிப்படையான ஆணிடத்து வெளிப்படும் வெண்பாலென்னும் சுக்கிலம், எல்லா சாதியினருக்கும் ஒரே தன்மையான வெண்மைதான்; இதைத்தவிர நீங்கள் வேறு ஏதாவது வேற்றுமை கண்டதில்லையே! உங்களைக் கண்டு மன்றுள் ஆடும் இறைவன் சிரிக்கின்றானே; அவனைப்போல் அன்னை அருட்சத்தி (நந்தினி)யும் சிரித்துப் பேசுகின்றாளே.

இலக்கணம்-பேசும்-படர்க்கைப் பெண்பால் வினைமுற்று.

(பண்டைய மறைகளிலும் ஆகமங்களிலும் பிறநூல்களிலும் கருத்து வேறுபாடுகளும் சாதி வேறுபாடுகளும் உண்டு)

ஓதுநாலு வேதமும் உரைத்தசாத் திரங்களும்
பூததத் துவங்களும் பொருந்தும்ஆக மங்களும்
சாதிபேத வன்மையும் தயங்குகின்ற நூல்களும்
பேதபேத மாகியே பிறந்துழன்று இருந்ததே. 473

(எ.ரை:) *ஓதுகின்ற நான்கு மறைகளும், சான்றோர்கள் படைத்த இறையியல்-அன்பியல் முதலான நூல்களும், ஐந்து பேரியற்கையான பூதங்களின் உண்மைப் பொருள்களும் பொருந்தும் கோயில் வழிபாட்டு நெறிகளைக் கூறும் வன் கொடுமையும், படைக்கப்பட்டு விளங்கும் (தயங்கு) பிற்கால நூல்களும் ஆகிய அனைத்துமே மனிதப் பிறவியை மதிக்காமல், வேற்றுமைகளைக் கற்பித்து அதனால் ஒருமையையும் ஒற்றுமையையும் குலைத்து துன்பத்தைத் தந்துவிட்டன.*

(கடவுளைப் போன்ற மெய்யறிவோர் வேறு எதையும் நினைப்பதில்லை)

உறங்கிலென்? விழிக்கிலென் உணர்வுசென்று ஒடுங்கிலென்
திறம்பிலென் திகைக்கிலென் சிலதிசைகள் எட்டிலென்
புறம்புமுள்ளும் எங்கணும் பொதிந்திருந்த தேகமாய்
நிறைந்திருந்த ஞானிகள் நினைப்பதேதும் இல்லையே. 474

(எ.ரை:) *மெய்யறிவாளர்கள் வாழ்விலே உறங்கினால் என்ன? விழித்திருந்தால் என்ன? உணர்வும் சென்று உயிரில் ஒடுங்கினாலென்ன? மனவலிமையிலே திறம்பெற்றிருந்தால் என்ன? அறிவு அஞ்சித் திகைத்திருந்தாலென்ன? புகழ்தான் சில திசைகளைக் கடந்து எட்டினாலென்ன?*

அவர்களோ இறைவனைப் போல் புறமும் உள்ளும் எவ் விடத்தும் போர்த்தி வைத்த உடம்பாய் கலந்து நிறைந்திருக் கின்றனர். ஆதலால் அந்த மெய்யறிவோர் நினைப்பதற்கு எதுவும் இல்லை.

(செம்பிலும் கல்லிலும் செங்கல்லிலும் தெய்வத்தைக் காணும் மூடரே! உண்மை தெரியாமல் மாய்கின்றீர்)

அங்கலிங்கம் பூண்டுநீர் அகண்டபூசை செய்கிறீர்
அங்கலிங்கம் பூண்டுநீர் அமர்ந்திருந்த மார்பனே;
எங்குமோடி எங்குமெங்கும் ஈடழிந்து மாய்குறீர்
செங்கல்செம்பு கல்லெல்லாம் சிறந்து பார்க்கும் மூடரே! 475

(எ.ரை:) *அன்பர்களே! நீங்கள், ஐந்து பூதங்களின் பெயரில் அவற்றையே கடவுளாய்க் கொண்டு விரிவாகவே நாளும் பொழுதும் பூசனை செய்கின்றீர்கள்; மேலும், உங்களின் உடம்பே கோயிலாயும் உயிரே சிவலிங்கமாயும் கொண்டு பூசனை புரியலாமே. அதையும் நினையாமல், நீங்கள் பலநாடுகளுக்கும் ஊர்களுக்கும் ஓடிச் சென்று, உண்மையைக் கைவிட்டு, அறிவுமாய்ந்து போனீர்கள்; இன்னும் கடவுளைக் கோயிலில் செங்கல்லிலும் செப்புச்சிலையிலும், கருங்கல்லிலும் விரும்பிக் கண்டுவருகிறீர்கள்; என்னே உங்களின் மூடத்தன்மை!*

(தீட்டால்தான் கருவாகி உருவாகி வந்தான் மனிதன்)

தீட்டம்தீட்டம் என்றுநீர் தினம்முழுகு மூடரே!
தீட்டமாகி அல்லவோ திரண்டுகாயம் ஆனது
பூட்டகாயம் உம்முளே புகழுகின்ற பேயரே
தீட்டுவந்து கொண்டலோ தெளிந்ததே சிவாயமே. 476

(எ.ரை:) *வீட்டிலே தீட்டுதீட்டு என்று கருதியே நீங்கள் நாளும் நீரிலே முழுகுகின்றீர்கள்; இது மூடத்தனம் அல்லவா. ஒரு பெண் தீட்டு அடைந்ததன் தொடர்ச்சியாகத்தானே கருவாகி உருவாகிக் குழந்தையைப் பெறுகின்றாள்; இது இயற்கையன்றோ! இதை ஏன் பழிக்க வேண்டும்?*

பூண்ட காயமாகிய கடவுளின் உருவம் உம்முள்ளே கோயில் கொண்டிருப்பதாகப் புகழுகின்றீர்களே! கடவுளிருக்கும் உடம்பு எப்படித் தீண்டத்தகாதது ஆகும்? அறிவில்லாத பேயரே! எண்ணிப் பாருங்கள். இவ்வாறு பெண்ணிடம் தீட்டு வந்ததால் அன்றோ ஒரு கருத்தோன்றி மனிதனாகப் பிறந்து அப்பிறவியில் 'சிவாயத்தையும்' தெளிந்து வழிபட முடிந்தது!

(சுழுமுனை நாடிக்காற்றை நாள்தோறும் அம்பலத்திலே நிறுத்தினால் என்றும் இளமையோடு இருக்கலாம்)

மூலநாடி தம்முளே முளைத்தெழுந்த வாயுவை
நாளும்நாளும் நம்முளே நடுவிருத்த வல்லிரேல்
பாலனாகும் உம்முடன் பறந்துபோக லாய்விடும்
ஆலமுண்ட கண்டர்பாதம் அம்மைபாதம் உண்மையே. 477

(எ.ரை:) *தவ அன்பர்களே! மூலாதார இடத்திலிருந்து புறப்படும் சுழுமுனை நாடியில் தோன்றிய மூலக்கனல் காற்றை நாள்தோறும் பயிற்சியால் முதுகந்தண்டு வழியே மேலேற்றிச் செலுத்தும் ஆற்றலைப் பெறுவீரானால் நீங்கள் எக்காலமும் இளமையோடு இருப்பதோடு உமது ஆன்ம உயிர் அறிவு மன்றி லுள்ள இறைப்பேரொளியோடு கலந்திருக்கும். அங்கே ஆலமுண்டகண்டரான சிவத்தின் அருளொளியும் அருளம்மை யின் ஒளியும் உண்மையிலே வாய்க்கும்!*

(ஓம் நமசிவாயத்தை நெஞ்சக இடத்திலே பார்க்கலாம்)

உந்திமேலே நாலுமூன்று ஓம்நமசி வாயமாம்
சந்திசந்தி என்றுநீர் சாற்றுகின்ற பேயரே!
முந்தவந்து நம்முளே மூலநாடி ஊடுபோய்
அந்திசந்தி அற்றிட அறிந்துணர்ந்து பாருமே! 478

(எ.ரை:) *காலையும் மாலையும் வரும் சந்திப்பொழுதிலே நீங்கள் போற்றும் நீர்வழிபாடு குறித்துப் புகழ்ந்து பேசும் பொய்யரே-பேயரே! இதனால் என்ன பயன் கண்டீர்?*

உந்திச் சுழிக்கு (மணிபூரகம்) மேலே (4x3) பன்னிரண்டிதழ்த் தாமரை மலரான நெஞ்சக (அனாகதம்) இடத்திலே "ஓம் நமசிவாய" மந்திரம் உள்ளது; அதைத் தவஞ்செய்து, மூச்சுக் காற்றை மூலாதார இடத்துக்குக் கொண்டுபோய், அங்கிருந்து மூலக்கனலோடு சுழுமுனை நாடியின் உள்வழியே குண்டலினி ஆற்றலை மேலே செலுத்தினால், இரவு பகலற்ற இடமான கடவுளின் பேரொளியினை அறிந்துணர்ந்து பார்க்கலாம். இத்தவமே கடவுட் காட்சியைப் பெற நல்லது!

(சிந்தையில் சிவனையோ அருட்சத்தியையோ நினைந்து உணர்ந்து பாருங்கள்)

வன்னிமூன்று தீயினில் வாழுமெங்கள் நாதனும்
கன்னியானது உள்ளிருக்கக் காதல்கொண்டது எவ்விடம்?
சென்னிநாலு கையிரண்டு சிந்தையில் இரண்டிலொன்று
உன்னிஉன்னி நம்முளே உய்த்துணர்ந்து பாருமே! 479

*(**எ.ரை:**) அன்பர்களே! மூலாதார ஆற்றலை உணருங்கள். எங்கள் தலைவனான சிவன் மூன்று கனலான தீ, ஞாயிறு, திங்களென்னும் மூன்று சுடர்களிலிருந்து வாழ்கின்றான். அத்தகைய அவன், அவனுக்குள்ளே அருட்சத்தியான அம்மை இருக்கும்போது, மூலாதாரத்திலிருக்கும் மாயையான கன்னியை எப்படிக் காதலித்தான்? இது வியப்புத்தானே!*

அந்த மூலாதாரக் கனல் கன்னி, தலைமை (சென்னி)யான நான்கிதழ்த் தாமரை மலரிடத்திலே, இரண்டு கையான வலநாடி, இடநாடிக் காற்று (மூச்சு) வந்து சேருமிடத்தில், குண்டலினிப் பாம்பென்னும் தவஆற்றலைக் கொடுக்கின்றாள்; அந்த ஆற்றலே சிவத்தைக் காண வழி செய்கின்றது. இதனால்தான் இந்தக் கன்னியைச் சிவன் காதலித்தான். ஆகவே, இந்த இரண்டு அருளாற்றலில் ஒன்றை அன்பர்கள் மனத்தில் உறுதியாய் நினைந்தும் ஆழ்ந்துணர்ந்தும் பார்க்க வேண்டும்.

(காற்றை உண்டு, உள்ளேயே கடவுளைப் பார்க்காமலிருக்கிறீரே!)

தொண்டுசெய்து நீங்களும் சூழவோடி மாள்கிறீர்
உண்டுழன்று நும்முளே உற்றுணர்ந்து பார்க்கிலீர்
வண்டுலாவு சோலைசூழ் வாழுமெங்கள் நாதனும்
பண்டுபோல நம்முளே பகுத்திருப்பன் ஈசனே. 480

*(**எ.ரை:**) அன்பர்களே! உலகியல் வாழ்விற்காக நீங்கள் தொழில் செய்தும் தொண்டாற்றியும் பல இடங்களுக்கு ஓடிச்சென்றும் கடினமாய் உழைத்து மயங்குகின்றீர்கள். ஆனால், கடவுளை நினைக்கவில்லையே. நீங்கள் தவத்தில் உயிர்க்காற்றை*

உண்டு அதனால் வருந்தியிருந்து உமக்குள்ளேயே கடவுளை உற்றுநோக்கி உணர்வு பெற்று வாழவில்லையே.

நீங்களும் தவமுயற்சி செய்தால், வண்டுகள் தேன்சுவைத்துப் பறந்துவாழும் சோலை சூழ்ந்த இந்த உலகிலே அருள்செய்யும் கடவுள், முன்போலவே நம்முள்ளிருந்து, அகத்திலுள்ள அனைத் துறுப்புக்களிலும் இயங்கும் ஆற்றலும் அருளும் தருவான்; இது இறைவனது ஆணையே!

(இறைவனை இன்னும் மந்திரங்களும் நூல்களும் தேடிக் கொண்டிருக்கின்றன!)

அரியதோர் நமச்சிவாயம் ஆதியந்தம் ஆனதும்
ஆறிரண்டு நூறுகோடி அளவிடாத மந்திரம்
தெரியநாலு வேதம்ஆறு சாத்திர புராணமும்
தேடுமாலும் அயனும்சர்வ தேவதேவ தேவனே. 481

(எ.ரை:) *அருமைமிக்க மந்திரமான நமச்சிவாயம் முதலும் முடிவும் தெரிய முடியாத இயற்கையான கடவுள் ஆனதும், எண்ணூறு கோடிக்குமேல் அளவற்ற மந்திரங்கள் தோன்றியதும், நான்குமறைகளும் ஆறு இறையியல் நூல்களும் பதினெட்டு தொன்ம நூல்களும் ஆகிய அனைத்தையும், விண்ணகத்திலுள்ள அனைத்து வகைத் தேவர்களும் மாலவனும் மலரவனும் இன்னும் போற்றிக் கொண்டும் நாடிக்கொண்டும் இருக்கின்றார்கள்.*

ஆறுவகைச் சாத்திரம்:- வேதாந்தம், வைசேடிகம், பாட்டம், பிரபாகரம், பூருவமீமாஞ்சை, உத்தரமீமாஞ்சை.

புராணம் பதினெட்டு:- பிரமம், பதுமம், வைணவம், சைவம், பாகவதம், நாரதீயம், மார்க்கண்டேயம், ஆக்கினேயம், பவிடியம், பிரமகைவர்த்தம், இலிங்கம், வராகம், காந்தம், வாமனம், கூர்மம், மற்சம், காருடம், வாயவியம்.

(இறைவா! நீ எனக்கு ஆன்மாவில் உரந்தந்தது உண்மை)

பரமுனக்கு எனக்குவேறு பயமுமில்லை பாரையா!
கரமுனக்கு நித்தமும் குவித்திடக் கடமையாம்

சிரமுருக்கி அமுதளித்த சீருலாவும் நாதனே!
உரமெனக்கு நீயளித்த உண்மையுண்மை உண்மையே. 482

(எ.ரை:) *இறைவா! என் தலை நடுவிலுள்ள ஆன்ம அறிவு மன்றை உருக்கி எனக்கு அருளமுதம் அளித்த தலைவன் நீயே! அதனால் நான் உயிரில் பெருவலிமை பெற்றேன்; இது முற்றிலும் உண்மையே.*

நீயே மேலான தெய்வம்; நீ எனக்கு வாய்த்ததால் அச்ச மென்பது இல்லை; இதை நீயும் பார்ப்பாய். நான் கைகள் பெற் றிருப்பதே உனக்கு நாளும் பொழுதும் வணங்குதற்காகவேயாகும்; இப்பண்பு எனக்குக் கடமையுமாகும்.

(தீ-ஞாயிறு-திங்களாகிய முன்றுமாய்க் குளிர்ந்து நின்றவன் நீயே!)

மூலவட்டம் மீதிலே முளைத்தஐந் தெழுத்திலே
கோலவட்டம் மூன்றுமாய்க் குளிர்ந்தலர்ந்து நின்றதீ
ஞாலவட்ட மன்றுளே நவின்றஞானி மேலதாய்
ஏலவட்டம் ஆகியே இருந்ததே சிவாயமே. 483

(எ.ரை:) *இயற்கையின் அடிப்படையான நாத (ஓசை) ஓங்கார வட்டத்திலே முளைத்ததே 'நமச்சிவாய' என்னும் ஐந்தெழுத்தாகும்; இதிலிருந்துதான் ஒளியுண்மையான 'விந்து' தோன்றியது; இதுவே அழகிய வட்டமான தீயாகவும் ஞாயி றாகவும் திங்களாகவும், குளிர்ந்த பொருத்தமான இயற்கையில் மூன்றாய்ப் பிறந்தன; மூன்றுக்கும் அடிப்படை தீ யுண்மையாகும்.*

உலகமாகிய வட்டமென்னும் பொன்மன்றிலே மெய்யறிவோர் தொழுதுநிற்கும் பேரொளி ஆடலும் ஆடவல்ல கடவுளும் பொருந்தி நிற்கும் மந்திரமும் சிவாயமே ஆகும்.

(என் உயிரில் நானும் இறைவனுமே உள்ளோம்)

என்னகத்தில் என்னைநான் எங்குமோடி நாடினேன்
என்னகத்தில் என்னையன்றி ஏதுமொன்று கண்டிலேன்
வின்னெழும்பி விண்ணகத்தின் மின்னொடுங்கு மாறுபோல்
என்னகத்துள் ஈசனோடு யானுமல்லது இல்லையே. 484

(எ.ரை:) *எனது உயிரகத்திலே (உயிராகிய) என்னை, நான் முழு இடத்திலும் ஓடி நாடிப் பார்த்தேன்; பார்த்தும், என் அகத்தில் என்னையே கண்டேன்; (என் அகத்தில் என் ஐயாகிய இறைவனையே கண்டேன்.) வேறு யாரையும் எதையும் காணவில்லை. விண்ணிடத்திலே வில்லைப்போல் வளைந்து தோன்றிய மின்னலொளி மீண்டும் விண்ணிலேயே ஒடுங்கிக் கரைவதுபோல எனது உயிரகத்துள்ளே இறைவனும் நானுமே ஒன்றாய்க் கலந்து இருக்கின்றோம்.*

(மறைகள் ஓதிப்பெற்ற மெய்யறிவின் பயனே நெஞ்சில் நிற்கும் சிவாயம் ஆகும்)

நாலுவேதம் ஓதுகின்ற ஞானமொன்று அறிவிரோ?
நாலுசாமம் ஆகியும் நவின்ஞான போதமாய்
ஆலமுண்ட கண்டனும் அயனும்அந்த மாலுமாய்ச்
சாலவுன்னி நெஞ்சிலே தரித்ததேசி வாயமே. 485

(எ.ரை:) *மறையோதுகின்ற அன்பரே! நீங்கள் மறையை ஓதிப்பெற்ற மெய்யறிவை எண்ணிப் பார்த்ததுண்டா? நான்கு சாமநேரம் (நள்ளிரவு-இரவு 1 மணிவரை) விடாது மறையை ஓதிப் பெற்ற அறிவால்தான் ஆலமுண்டகண்டனான சிவத்தை உணரமுடியும். நான்முகனும் திருமாலும் நெஞ்சில் மிகவும் நினைந்து ஓதிக்கொண்டிருக்கும் மந்திரம் சிவாயமே ஆகும்.*

(அறிவு விளக்காய் ஓதும் மந்திரம் ஓம் நமச்சிவாயமே)

முச்சதுர மூலமாகி மூன்றதான பேதமாய்
அச்சதுரம் உம்முளே அடங்கிவாசி யோகமாம்
மெய்ச்சதுர மெய்யுளே விளங்குஞான தீபமாய்
உச்சரித்த மந்திரம் ஓம்நமசி வாயமே. 486

(எ.ரை:) *முச்சதுர இடமாகிய மூலாதாரத்தில் தோன்றும் கனலில், இடநாடி-வலநாடி-சுழுமுனையாகிய வேறுபட்ட மூன்றும் ஒன்றாய் ஆற்றல் பெற்று, உள்ளேயுள்ள மற்ற சக்கரங்களோடு கலந்து சுழன்று, குண்டலினி ஆற்றல் மேலே செல்லும்; அதுவே மூச்சுத்தவம் (வாசியோகம்) ஆகும்.*

அதுவே உடம்பிலுள்ள ஆன்ம உயிரான விளக்கொளியில் கலந்து, சுடர்விடும் அறிவு விளக்காய் வெளிவரும். ஓதும் மந்திர மானது ஓம் நமசிவாயமே ஆகும். எனவே, மூச்சின் உயிர் வளியோடு கலந்து வெளிவரும் மந்திரமே காற்றுத் தவமாகின்றது.

(மூச்குக் காற்றோடு கலந்தும் மூலக்கனலோடு கலந்தும் வருவதே ஐந்தெழுத்தாகும்)

மூலமண்ட லத்துளே முச்சதுர மாயமாய்
நாலுவாசல் எண்விரல் உடுத்தித்த மந்திரம்
கோலிஎன்னும் ஐந்துமாய்க் குளிர்ந்தலர்ந்து நின்றதீ
மேலும்மேலும் நாடினேன் விழைந்ததே சிவாயமே. 487

(எ.உரை:) முச்சதுரமான மூலாதார இடத்தில் தோன்றும் முதல் மண்டலமான தீ (மூலக்கனல்), மூச்சு சென்றுவரும் துளைவழியே உயிர்வளிக்காற்றோடு (எட்டு அங்குலம் அளவு) கலப்பதால், அந்த ஆற்றலின் துணையால் மந்திரம் ஓதப்படு கின்றது. அந்தக் கனலோடே ஐந்தெழுத்து மந்திரம் தோன்றிக் குளிர்ந்த நிலையில் வெளிவருகின்றது.

இவ்வாறு மேலும் மேலும் விரும்பி ஓதிவரும் மந்திரமே சிவாயம் ஆகும்.

(மெய்யறிவு தோன்றி அடங்கும் உயிரை அறிந்து பூசனை செய்யுங்கள்)

இடங்கள் பண்ணி சுத்திசெய்தே இட்டபீடம் மீதிலே
அடங்கநீறு பூசல்செய்து அருந்தவங்கள் பண்ணுவீர்!
ஒடுங்குகின்ற நாதனார் உதிக்கஞானம் எவ்விடம்?
அடங்குகின்றது எவ்விடம் அறிந்துபூசை செய்யுமே! 488

(எ.உரை:) அன்பரே! தவஞ்செய்ய ஏற்ற இடத்தைத் துப்புரவும் தூய்மையும் செய்து, அவ்விடத்தில் இடப்பட்ட ஒரு மணையில் அமர்ந்து, உடம்பு முழுதும் திருநீற்றைப் பூசிக் கொண்டு அரிய தவங்களைச் செய்கின்றீர்கள்.

ஆனால், மெய்யறிவோடு அதை உணர்ந்து செய்ய வேண்டாமா? உயிரில் ஒடுங்கியிருக்கும் இயல்புடைய இறைவன்

வெளிப்பட்டு வருவதற்குரிய மெய்யறிவொளி எங்கே இருக்கிறது தெரியுமா? அவ்விறைவன் அடங்கும் இடம் எது? தெரியுமா? அதுதான் ஆன்ம உயிராகும்! இதை அறிந்து கொண்டே தவமோ பூசனையோ செய்யுங்கள்; இதுவே விதியாகும்.

(வல்லமை பெற்றால் உயர்ந்த உயிரில் இறையொளியை உணரும் இன்பம் பெறலாம்)

புத்தகங்க ளைச்சுமந்து பொய்களைப் பிதற்றுவீர்
செத்திடம் பிறந்திடமது எங்ஙனென்றே அறிகிலீர்
அத்தனைய சித்தனை அறிந்துநோக்க வல்லிரேல்
உத்தமத்துள் ஆயசோதி உணரும் போதும் ஆகுமே. 489

(எ.ரை:) *அன்பரே! பலவகையான புத்தகங்களைத் தூக்கிச் சுமந்து சென்று படித்தவராய்க் காட்டிக் கொள்ளும் நீங்கள் உண்மைக் கருத்துக்களை எடுத்துரைக்காமல் பொய்யான கருத்தையும் கதையையுமே பேசி மக்களை மயக்குகின்றீர்களே! செத்த இடமும் பிறந்த இடமும் முற்பிறவியிலும் இப்பிறவியிலும் எங்குள்ளது என்று அறிய முடியாமலிருக்கிறீர்களே!*

தனக்குத்தானே நிகரான அறிவே வடிவான இறைவனை அறிந்து உயிரில் காண வல்லமை பெறுவீரானால், மிகவும் உயர்ந்த தூய உயிரிலே தோன்றும் பேரொளியான கடவுளை உணர்ந்து பெறும் இன்பத்தைப் பெறலாம்.

(மெய்ப்பொருளைப் பொருந்தி நோக்கினால் தீச்சுடரான சிவத்தை அடையலாம்)

அருளிலே பிறந்துதித்து மாயைரூபம் ஆகியே
இருளிலே தயங்குகின்ற ஏழைமாந்தர் கேண்மினோ!
பொருளிலே தவம்புனைந்து பொருந்திநோக்க வல்லிரேல்
மருளதுஏது? வன்னியின் மறைந்ததே சிவாயமே. 490

(எ.ரை:) *அறிவில்லாத மக்களே! சொல்வதைக் கேளுங்கள்; நீங்கள் பிறக்கும்போது அருளாலே தூய உயிருடன்தான் பிறந்தீர்கள்; ஆனால், வளரும் போதும் வாழும் போதும் தீய மாயையின் கவர்ச்சிக்கு ஆளாகி, அந்த வடிவமே பெற்று ஆசையென்னும் இருளிலே அறிவற்று வாழ்கின்றீர்கள்.*

ஆனால், மனம் திருந்தி நீங்கள், மெய்ப்பொருளான ஒளியை உயிரில்கொண்டு தவஞ்செய்து வெற்றி பெற வல்லவரானால், அறிவு மயக்கமோ இருள் வாழ்க்கையோ இன்றி, தீக்கலையில் மறைந்து வந்த சிவாயத்தைப் பெறுவீர்கள்.

(உருவிலே கலந்த கடவுளைத் தெளிந்தபின் தவம் செய்யவும் இல்லை; இறக்கவும் இல்லை!)

கருக்கலந்த காலமே கண்டிருந்த காரணம்
உருக்கலந்த சோதியைத் தெளிந்துயான் அறிந்தபின்
தருக்கலந்த சோதியைத் தெளிந்துயான் அறிந்தபின்
இருக்கிலேன் இறக்கிலேன் இரண்டுமற்று இருந்ததே. 491

(எ.ரை:) *அன்பர்களே! என்னைப் புரிந்து கொள்ளுங்கள். நான், எனது பிறப்பில் கருவிலே கடவுள் வந்து அருள் செய்ததைக் கண்டேன்; பின்னர் எனது உருவிலே பேரொளியாய் வந்து கலந்து என்னை வளர்த்ததையும் தெளிந்து கொண்டேன்; பிறகு எனக்குக் கற்பக மரம்போல வந்து உயிரில் அருள் கலந்ததையும் தெளிந்தேன். ஆக, என்னை இவ்வாறு புதுமையாக்கியதால், நான் தவமிருக்க வேண்டியநிலை ஏற்படவில்லை; நான் இறக்கவும் இல்லை. எனவே, இரண்டுமற்ற பெரியநிலை அடைந்தேன்.*

(பல பிறவிகளில் தேடியும் தெளிய முடியாத கடவுளை நீங்கள் நயந்து காண வேண்டும்)

தன்மசிந்தை யாமளவும் தவமறியாத் தன்மையாய்க்
கன்மசிந்தை வெயிலுழன்று கருத்தமிழ்ந்த கசடரே!
சென்மசென்மம் தேடியும் தெளிவொணாத செல்வனை
நன்மையாக உம்முளே நயந்துகாண வேண்டுமே! 492

(எ.ரை:) *அறச்சிந்தனை பெறும் வரையில் தவத்தின் அருமையை அறிந்து செய்யாமலிருந்த தன்மையால், உலகியல் தொழில்கள் என்னும் துன்பந்தரும் வெய்யிலில் உழன்று வருந்தி வீணாகிக், கடவுளைப் பற்றிய கருத்தே இல்லாத அழுக்கு மனிதராகி விட்டீர்கள்; அந்தோ!*

பிறவிதோறும் தேடியும் ஆராய்ந்தும் தெளிந்து கொள்ள முடியாத செல்வனான கடவுளை நன்மை தருமெனக் கருதி, உள்ளத்திலும் உயிரிலும் விரும்பிக் காணவேண்டும்.

(உள்ளத்தைக் கள்ளமில்லாது விளக்கினால் கடவுளைத் தெளியலாம்)

கள்ளஉள்ள மேயிருந்து கடந்தஞானம் ஓதுவீர்
கள்ளமுள் ளறுத்தபோது கதியிதன்றிக் காண்கிலீர்
உள்ளமே விளக்கிநித்தம் ஒளியவைக வல்லிரேல்
தெள்ளுஞானம் உம்முளே சிறந்ததே சிவாயமே. 493

(எ.ரை:) *அன்பர்களே! நீங்கள் உள்ளத்திலே கள்ளமான எண்ணங் கொண்டே பெரிய மெய்யறிவைப் பற்றிப் பேசுகின்றீர்கள். நல்ல நோக்கம் வந்து, உள்ளத்திலுள்ள கள்ளத்தை முழுதுமாய் அறுத்தொழித்தபோது, வாழ்வுக்கு இதைவிட வேறு வழியில்லையென்று கருதுவீர்கள்; இது உண்மையே. நீங்கள் தூய்மையில் பற்று வைத்து நாள்தோறும் உள்ளத்தை விளக்கித் துப்புரவு செய்து இறையொளியை அணுக வல்லமை பெறுவீரானால், உமது உள்ளத்தில்-உயிரிலே தெளிந்த மெய்யறிவு உண்டாகும்; அதனால் சிவாய மந்திரமும் வாழ்விலே துணை செய்யும்.*

(இலிங்கமாய் நின்ற சீவனே சிவமாகும் என அறிக!)

காணவேண்டும் என்றுநீர் கடல்மலைகள் ஏறுவீர்
ஆணவம் அதல்லவோ அறிவில்லாத மாந்தரே!
வேணுமென்றவ் வீசர்பாதம் மெய்யுளே தரிப்பிரேல்
தாணுவாக நின்றசீவன் தான்சிவமது ஆகுமே. 494

(எ.ரை:) *அன்பரே! இறைவனைக் காணவேண்டுமென்று நீங்கள் பல நாடுகளுக்குக் கப்பலேறியும், பல மலைகளில் கோவில் கொண்டிருக்கும் தெய்வத்தை வழிபட நடந்தும் செல்வீர்கள்; இச்செயல், உண்மைக் கடவுளைத் தெரிந்து கொள்ளமுடியாத ஆணவச் செருக்கன்றோ!*

நீங்கள் இறைவனை அன்போடு வேணுமென்று கருதி, இறைவனது திருவடியை உயிரில் பொருந்தச் செய்வீரானால், தறியாக (இலிங்கமாய்) நின்ற உயிரே சிவன் நிலையை அடையும்!

(பேரொளியான கடவுளை மனத்திலேயே குறிக்கொள்ள வேண்டுமேயன்றி முணுமுணுக்கக்கூடாது)

அணுவினொடு அண்டமாய் அளவிலாத சோதியைக்
குணமதாக உம்முளே குறித்துநோக்க முத்தியாம்;
மிணமிணென்று விரலையெண்ணி மீளொணாத மயக்கமாய்
துணிவிலாத படியினால் தொடர்ந்துபூசை செய்குவீர். 495

(எ.ரை:) *கடவுள் அணுவாகவும் பேரண்டமாகவும் இருக்கின்றான்; அவனே ஒளிப்பேருருவாகவும் திகழ்கின்றான். அத்தகையவனை நீங்கள் உமது உள்ளத்திலே ஓர் ஒளிப்பண்பாகவே கருதிக் கொண்டு, குறிப்பாகவே அகநோக்கிலே பார்த்துப் பழகினால் உங்களுக்குப் பிறவியிலிருந்து விடுதலை கிடைக்கும்.*

ஆனால், இதையறியாத நீங்கள், மந்திரத்தை ஓர் எண்ணிக்கை கருதி, விரல் விட்டெண்ணிக் கொண்டு மிணமிணவென்று முணு முணுத்து மனமே சோர்ந்து போகின்றீர்கள்; இப்பழக்கத்தைக் கைவிடத் துணிவு வராமையால் தொடர்ந்து இதனையே பூசனையாய் நடத்துகின்றீர்கள்.

(எதையும் எச்சிலென்று பழிக்காதீர்கள்!)

எச்சிலெச்சில் என்றுநீர் இடைந்திருக்கும் ஏழைகாள்!
துச்சிலெச்சில் அல்லவோ தூயகாயம் ஆனதும்
வைத்தஎச்சில் தேனலோ வண்டினெச்சில் பூவலோ
கைச் சுதாவில் வைத்துடன் கறந்தபாலும் எச்சிலே. 496

(எ.ரை:) *அறிவில் குறைந்த ஏழை மக்களே!*

எச்சில் எச்சில் என்று சொல்லி எதையும் அருவருக்கின்றீர்களே; அப்படிக் கருதக்கூடாது. எதில்தான் எச்சிலில்லை?

இந்த உடம்பே எச்சில்தானே; இதை நாள்தோறும் கழுவித் துப்பரவு செய்வதால் தானே தூய உடம்பாகிறது. தேனீக்கள்

பூவிலே வாய் வைத்துத் தேனை எடுக்கும் போதும் பூ எச்சிலாக வில்லையா? வாயிலே எடுத்துச் சென்று தேனடையில் வைத்துச் சென்ற தேனும் எச்சில் அல்லவா? இன்னும், கையில் ஒரு கலத்தை வைத்து அதிலே கறந்த மாட்டின் பாலும் (கைக்குழந் தைக்கு ஊட்டும் பாலும்) எச்சில் அன்றோ! இவற்றையெல்லாம் ஏன் உங்களால் சிந்திக்க முடியவில்லை?

(தீர்த்த லிங்கத்துக்கு உள்ளே இருக்கும் உயிர் தெரியும்)

தீர்த்தலிங்க மூர்த்தியென்று தேடியோடும் தீதரே!
தீர்த்தலிங்கம் உள்ளினின்ற சீவனைத் தெளியுமே
தீர்த்தலிங்கம் உம்முளே தெளிந்துகாண வல்லிரேல்
தீர்த்தலிங்கம் தானதாய்ச் சிறந்ததே சிவாயமே. 497

(எ.ரை:) தீர்த்தம் தீமைகளையும் தீவினைகளையும் துன்பங்களையும் தீர்த்து ஒழிக்கவல்லது. எனவே, மக்களே! தீமை செய்த நீங்கள் தீவினைகளைத் தீர்க்கும் இலிங்கமாகிய தெய்வமென்று கருதி அந்த மூர்த்தி கோயில் கொண்டிருக்கும் நகருக்கு ஓடுகின்றீர்கள்.

அந்தத் தீர்த்தலிங்கமோ, ஒருவனுடைய உள்ளே இருக்கும் சீவன் (உயிர்) எப்படிப்பட்டதென்று தெரிந்தே இருக்குமே; ஆதலால், அதற்குத் தக்கவாறுதானே அருள் செய்யும்! இதை உணராமலே ஓடுகின்றீர்களே; என்னே உங்களது அறிவு! உண்மையில் தீர்த்தலிங்கமென்பது உங்களுள்ளத்திலேயே உள்ளதே; இதை நீங்கள் தெளிந்து காண வல்லமை பெறுவீரா னால், சிவாயம் எனப்படும் சிவமே தீர்த்தலிங்கம் என்பதை உணர்வீர்கள்.

(இறைவன் உள்ளே இருப்பதை உணராமல் வெளியே வீண்பூசை செய்கின்றீர்களே!)

ஆடுகொண்டு கூடுசெய்து அமர்ந்திருக்கும் வாறுபோல்
தேடுகின்ற செம்பினைத் திடப்படப் பரப்பியே
நாடுகின்ற தம்பிரானும் நம்முளே இருக்கவே
போடுதர்ப்ப பூசையென்ன பூசையென்ன பூசையே 498

(எ.ரை:) *அன்பரே! ஆட்டுக்காரன், 'ஆட்டுக்கிடை' போடுதற்காகச் சுற்றிலும் வேலிபோல் கூடு அமைத்து, அதற்குள் ஆடுகளை அமர வைத்திருப்பான். அந்தக் காட்சிபோல நீங்கள், செப்புச் செம்புகளை வட்டமாயும் வரிசையாயும் பரப்பிவைத்து அவற்றில் தருப்பைப் புல்லையும் மாவிலையையும் நீரையும் வைத்துப் பூசனை செய்கின்றீர்கள். இதை இறைவன் விரும்புவதில்லையே! இறைவனோ நமது ஆன்ம உயிரிலன்றோ இருக்கின்றான்; வெளிப்பூசையை அவன் வேண்டுவதில்லையே! இதை நன்கு உணர்ந்து பாருங்கள்; உண்மை புரியும்!*

(இறைவா! உன்னை நான் பாட அருள் செய்ய வேண்டும்)

என்னைஅற்ப நேரமும் மறக்கிலாத நாதனே
ஏகனே இறைவனே இராசராச ராசனே!
உன்னையற்ப நேரமும் ஒழிந்திருக்க லாகுமோ?
உனதுநாட்டம் எனதுநாவில் உதவிசெய்வீர் ஈசனே! 499

(எ.ரை:) *ஒரு துணையும் வேண்டாமல் ஒருவனாய் இருப்பவனே! இறைவா! உலகம் அனைத்தையும் அருளால் ஆட்சி செய்யும் மன்னர் மன்னனே!*

நீ என்னைச் சிறிது நேரங்கூட மறக்காமலிருந்து காக்கும் உயிர்த் தலைவனாவாய். அதைப்போல நானும் உன்னை இமைப்போதும் நினையாமல் ஒழிந்திருக்க முடியாதே! ஆதலால், இறைவா! உனது அருட்பார்வையானது எனது நாக்கிலே விழவேண்டும். அதனால் நான் உன்னை உருகிப் பாடவேண்டும்!

(வாய் பேசாத தவத்திலே நான் அமுதம் உண்டேன்!)

எல்லையற்று நின்றசோதி ஏகமாய் எரிக்கவே
வல்லபூர ணப்பிரகாசர் ஏகபோகம் ஆகியே
நல்லஇன்ப மோனசாக ரத்திலே அழுத்தியே
நாடொணாத அமுதமுண்டு நானழிந்து நின்றநாள்! 500

(எ.ரை:) *நான் வாய் பேசாத அடங்கிய நிலையில் தவமிருந்தபோது, எல்லைகடந்து சூழ்ந்துநின்ற பேரொளி, என்னை ஒரே நிலையில் காய்ந்தது! வல்லவனாயும் முழுப் பேரொளி*

வண்ணனாயும் திகழும் சிவச்செம்பொருளான கடவுள் என்னை ஒரே பேரின்பக் கடலில் ஆழ்த்திவிட்டான்; நானோ நான் (உயிர்) என்பதையே இழந்து, யாரும் நாடுதற்கரிய அருளமுதை உண்டேன்!

(உமது உள்ளே கடவுட் பேரொளியைக் காண முடிந்தால் உலகையே ஆட்சி புரியலாம்)

ஆனவாறது ஆயிடும் அகண்டமான சோதியை
ஊனைக்காட்டி உம்முளே உகந்துகாண வல்லிரேல்
ஊனகாயம் ஆளலாம்; உலகபாரம் ஆளலாம்;
வானநாடும் ஆளலாம் வண்ணநாடர் ஆணையே. 501

(எ.ரை:) *அன்பர்களே! உலகம் அனைத்தும் விரிந்திருக்கும் அகன்ற கடவுட் பேரொளியானது, அன்பர்களிடமும் நோக்கிய வாறு வந்து தங்கி அருள் செய்யும். ஆதலால் நீங்கள், ஆன்ம உயிர் தங்கியிருக்கும் மூளையாகிய ஊனைத் தூய்மையாகக் காட்டி, உமது உயிரிலே அந்தப் பேரொளியை வேட்கையோடு காண வல்லமை பெறுவீரானால், இந்த உடம்பை மட்டுமன்றி, உலகம் முழுமையும் அரசாட்சியே ஆளலாம்; விண்ணுலகத் தேவர் களையும் ஆளலாம். இது உண்மை! ஐம்பூத வண்ணரான இறைவனது ஆணை இதுவாகும்.*

(அகரம் உகரம் ஆகிய எட்டையும் இரண்டையும் பொருள் தெரிய வேண்டும்)

நித்தமும் மணிதுலக்கி நீடுமூலை புக்கிருந்து
கத்தியே கதறியே கண்கள்மூடி என்பயன்?
எத்தனைபேர் எண்ணினும் எட்டிரண்டும் பத்தலோ!
அத்தனுக்கு இதேற்குமோ? அறிவிலாத மாந்தரே! 502

(எ.ரை:) *அறிவில்லாத மனிதரே! அன்போடு அறிவையும் சேர்த்து எண்ணிப் பாருங்கள்;*

நீங்கள் நாள்தோறும் பூசனை செய்தற்காக வேண்டிய விளக்கு மணி முதலியவற்றை நன்கு விளக்கிப் பளபளப்பாக வைப்பீர்கள்; வீட்டிலே ஒரு மூலையிடத்தில் அமர்ந்து கொண்டு பூசனை

செய்வீர்கள்; அப்போது கத்தியும் கதறியும் இறைவனை எண்ணி அன்புடனே வழிபடுவீர்கள்; கண்களை மூடிச் சற்றுநேரம் தவமும் இருப்பீர்கள். இவற்றால் நீங்கள் பெற்ற பயன் என்ன? சொல்லுங்கள்!

எண் எட்டுடன் இரண்டைக் கூட்டினால் பத்து வருமென்பதை யாரும் அறிவர். இதில் மாற்றமில்லை. ஆனால், இதை உண்மையியல் (தத்துவம்) நோக்கிலே பார்ப்பதையே அத்தனான் (தலைவன்) இறைவன் ஏற்றுக்கொள்வான். ஆதலால் இதைப் புரிந்து கொள்ளுங்கள்.

எட்டு என்பது, அகரமாகிய தமிழ் எண் ஆகும்; இது கடவுளொளியைக் குறிக்கும்; இரண்டு என்பது உகரமாகிய தமிழ் எண் ஆகும்; இது அருட்சத்தியைக் குறிக்கும். இந்த (8+2) எட்டையும் இரண்டையும் சேர்த்தால் பத்து வரும்; இதற்குத் தமிழ் எண் 'ய' கரம் ஆகும். இது அனைத்து உயிரையும் குறிக்கும். இப்படிக் குறிப்பாகக் கூறி வைத்த முப்பொருளுண்மையை மனித உலகம் கற்றுப் புரிந்து கொண்டால் இனிதே வாழலாம் என்பதால் தான் இறைவனே இதை விரும்புவதாகச் சித்தர் சிவவாக்கியர் இங்கே குறிப்பிடுகின்றார்.

(எட்டு இரண்டும் சேர்ந்தே சிவக்குறியாயிற்று; இதைத் தேனாக உள்ளே இனித்துப் போற்றுக!)

எட்டிரண்டும் கூடியே இலிங்கமான தேவனை
மட்டதாக உம்முளே மதித்துநோக்க வல்லிரேல்
கட்டமான பிறவிஎன்? கருங்கடல் கடக்கலாம்
இட்டமான வெளியினோடு இசைந்திருப்பீர் காண்மினே! 503

(எ.ரை:) அறிவாளரே! இறைவனென்பவன் எட்டாகிய ஒளியும் இரண்டாகிய அருளும் கூடியே ஆவுடையாரான சிவலிங்கமானவன். அவனை உங்களுள்ளத்திலும் உயிரிலும் தேனாக (மட்டு) மதித்துச் சுவைத்துப் பார்க்க வல்லமை பெறுவீரானால், துன்பமயமான பிறவி என்ன? பெரிய வலிய பிறவியென்னும் கடலையும் கடக்கலாம். அன்றியும், விருப்பமான (இட்டம்) கடவுள் வெளியாம் அறிவுவெளியோடு பொருந்தியும் நீங்கள் இருப்பீர்கள்; இதை உணர்ந்து காண்பீர்கள்.

இலக்கணம்-கருங்கடல்-உருவகம்.

(உண்மையான மந்திரம் சிவாயம் ஒன்றேயாகும்)

உண்மையான மந்திரம் ஒளியிலே இருந்திடும்
தண்மையான மந்திரம் சமைந்துரூபம் ஆகியே
வெண்மையான மந்திரம் விளைந்துநீறது ஆனதே
உண்மையான மந்திரம் அதொன்றுமே சிவாயமே. 504

(எ.உரை:) *அன்பர்களே! என்றும் நிலைத்திருக்கும் கடவுளின் மந்திரமானது, ஓங்கார நாத உண்மையில் (விந்துவான) ஒளியிலே இருக்கின்றது. அதிலிருந்து தோன்றிக் குளிர்ச்சியடைந்து எழுத்து வடிவம் பெற்றது, நமச்சிவாயம் ஆகும். அதுவே வெண்மையான மந்திரமாகி அருளொளி தந்து அன்பர்களுக்குத் திருநீறு ஆகியது.*

ஆக, சிவாயமென்னும் கடவுளொளி மந்திரமே உண்மையாய் நன்மைதர வல்லதாகும்.

(தலைநடுவிலுள்ள ஆன்ம மன்றில் உறையும் இறைவனை ஆய்ந்து உணர்ந்தவர் தெய்வமாகி விடுவார்!)

பன்னிரண்டு நாளிருத்திப் பஞ்சவண்ணம் ஒத்திட
மின்னிஅவ் வெளிக்குள்நின்று, வேரெடுத்து அமர்ந்தது
சென்னியான தலத்திலே; சீவன்நின்று இயங்கிடும்
பன்னியுன்னி ஆய்ந்தவர் பரப்பிரம்மம் ஆவரே. 505

(எ.உரை:) *பன்னிரண்டு நாள் தொடர்ந்து தவத்தில் அமர்ந்து இறையொளியை வாங்கி ஆன்ம உயிரில் நுகரும்போது, சிவப்பு முதலிய ஐந்து வண்ணத்தோடு தோன்றிய மின்னல் போலக் கடவுளொளி வந்து அறிவு வெளியில் நின்றது; பின்னர், அவ்வொளியே தலைநடுவிலுள்ள ஆன்ம மன்றிலே அமர்ந்து கொண்டது. இவ்வுண்மையைத் திரும்பத் திரும்ப (பன்னி) எண்ணி ஆராய்ந்தவர் தெய்வநிலையை அடைவர்.*

(எல்லாச் சுடர்களும் தலைநடுவிலுள்ள அறிவு மன்றில் சேர்ந்து பேரொளியாய்க் காட்சிதரும்)

தச்சுவாயில் உச்சிமேல் ஆயிரம் தலங்களாய்
முச்சுடரும் மூவிரண்டும் மூண்டெழுந்த தீச்சுடர்
வச்சிரம் அதாகியே வளர்ந்துநின்றது எவ்விடம்?
இச்சுடரும் இந்தியமும் ஏகமானது எங்ஙனே? 506

(எ.ரை:) படைப்புக் காலத்தில் படைக்கப்பட்ட தலைநடுவிலுள்ள பகரக் குழியிடமே அறிவுமன்றம் (சிற்சபை) ஆகும்; இது ஆயிரம் இதழ் கொண்ட தாமரை மலர்போல் விரிந்திருக்கும். மூக்குவழி மூச்சுக்காற்றில் கலந்து வந்த தீ, ஞாயிறு, திங்கள் என்னும் மூன்று சுடரொளியும், உடம்பிலுள்ள மூலாதாரம் முதலிய ஆறு சக்கரத்திலுள்ள மூலக்கனலும் சேர்ந்து மூண்டு எழுச்சி கொண்ட தீச்சுடரும் ஆக அனைத்தும், வச்சிரம் எனப்படும். முதுகந்தண்டின் துளைக்குள் சுழுமுனை நாடி வழியே புகும்; புகுந்த சுடரானது தலைத்துளை (பிரமரந்திரம்) வழியே தலைமேலுள்ள சிற்சபையை அடையும். அங்குள்ள ஆன்மச் சுடரொளியோடு ஐந்து அறிவுப் புலன்களும் இணைந்திருக்கும். இந்த ஒருமைநிலையில் உயிரொளியும் இறையொளியும் கலந்து பேரொளியாய்க் காட்சி தரும். இதுவே தவப்பயன்; பேரின்பம்!

(ஐம்புலன்கள் ஒடுங்கும் மனத்தில் சிவனை வைத்து நினைந்து உணர்ந்து கொள்ளுங்கள்)

முத்திசித்தி தொந்தமாய் முயங்குகின்ற மூர்த்தியை
மற்றுதித்த ஐம்புலன்கள் ஆகும்மத்தி; அப்புலன்
அத்தனித்த காளகண்டர் அன்பினால் அனுதினம்
உச்சரித்து உளத்திலே அறிந்துணர்ந்து கொள்ளுமே. 507

(எ.ரை:) பற்றுக்களிலிருந்து விடுதலையும் எண்ணத்தில் வெற்றியும் தந்தருளும் தொடர்பால் வணங்கப்பெறும் சிவத்தை, ஐம்புலன்களும் ஒன்றுசேரும் புருவநடுவிடத்திலுள்ள மனத்தால் பற்றவேண்டும்; அந்தப் புலன் அறிவால் தனித்தன்மையுடைய காளகண்டரான சிவத்தை அன்பினாலே, நாள்தோறும் பொழு

தெல்லாம் 'நமசிவாயத்தை' ஓதி, முழுமையாய் உணர்ந்து கொள்ளுங்கள்! வழிபடுங்கள்!

(இறைவன் பெண்ணும் ஆணுமாக இருந்தே உலகைப் படைக்கிறான்)

அண்ணலார் அனாதியாய் அனாதிமுன் அனாதியாய்
பெண்ணுமாணும் ஒன்றலோ; பிறப்பதாகும் முன்னலோ;
கண்ணிலானில் சுக்கிலம் கருத்தொடுங்கி நின்றபின்
மண்ணுளோரும் விண்ணுளோரும் வந்தவாறது எங்ஙனே. 508

(எ.ரை:) உலகையெல்லாம் படைக்கும் முன்னே இறைவன், காலங்கணிக்க முடியாத மிகவும் தொன்மையான காலத்தில், இந்த உலகத்தையும் உயிர்களையும் பெண்கூறும் ஆண்கூறும் ஒன்றாகி யிருந்தே படைத்தார்கள்; அக்காலத்திலிருந்தே வழிவழியாய்-மரபாய் உயிர்கள் பிறக்கின்றன. இதுவே இறைவனது படைப்பின் நுட்பம்.

இந்த நுட்பம், மாயையால் படைக்கப்பட்டு வெளியா கின்றது. எனவே, காமக்கண் கொண்ட ஓர் ஆண்மகனின் வெண்பாலென்னும் சுக்கிலத்திலே, பிறப்பென்னும் கருத்து ஒடுங்கி நுட்பமாகக் கருவாகி உருவாகிப் பிறக்கிறது. இந்த மாயையால்தான் மண்ணிலுள்ளவரும் விண்ணிலுள்ளவரும் பிறந்து வாழ்ந்து முடிகின்றார்கள்.

(இறைவனின் ஆடலைக் கண்டபோது உயிர்கள் குதிப்பிலிருந்து ஒடுங்கிவிடும்)

எத்திசைக்கும் எவ்வுயிர்க்கும் எங்களப்பன் எம்பிரான்
முத்தியான விந்துளே முளைத்தெழுந்த செஞ்சுடர்
சித்தினில் தெளிந்தபோது 'தேவர்கோயில்' சேர்ந்தனன்
அத்தனாடல் கண்டபோது அடங்கியாடல் உற்றதே. 509

(எ.ரை:) எம்பிரானாகிய சிவக்கடவுள், எத்திசைகளுக்கும் எவ்வகையான உயிர்களுக்கும் படைப்புக் கடவுளாவன்; அவன் ஓசையிலிருந்து விடுதலை (முத்தி) பெற்று, ஒளியான விந்துவிலே தோன்றிய சிவந்த சுடராவன்; அவனை அறிவால் (சித்து) தெளிந்த

போது, அவன் ஊர்தோறும் அமைக்கப்பெற்ற கோயில்களிலே 'சிவக்குறி' யாகக் காட்சி தருகின்றான் என்று கருதுகின்றோம்.

உயிர்களெல்லாம், இறைவனின் ஐந்தொழில் ஆடலைக் கண்டு இன்புற்றபோது, பின் வாழ்க்கையே அடங்கி ஒடுங்கிப் போகின்றது.

'தேவர் கோயில்' என்பதை மனிதனின் தலைநடுவிலுள்ள 'சிற்றம்பலம்' என்றும் கூறலாம்.

(தலைமேலுள்ள அறிவம்பலத்தில் அருட்பேரொளியைக் கண்டபின் பிறவி அற்றுப்போகும்)

வல்லவாசல் ஒன்பது; மருத்தடைத்த வாசலும்
சொல்லும்வாசல் ஓரைந்தும் சொல்லவிம்மி நின்றதும்
நல்லவாச லைத்திறந்து ஞானவாசல் ஊடுபோய்
எல்லைவாசல் கண்டபின் இனிப்பிறப்பது இல்லையே. 510

(எ.ரை:) மனித உடம்பிலே அமைந்திருக்கும் வாயில் (வாசல்) ஒன்பதாகும். இவற்றில், மூச்சுக்காற்றை (மருத்து) உள்ளே இழுத்து அடைத்து வெளிவிடும் வாசலாகிய மூக்குத் துளைகளும், சிறப்பித்துச் சொல்லப்படும் ஐம்பொறிகளாகிய வாசல்களும், சொல்லத் துடிக்கின்ற மனமும் ஆக்கம் தரும் மூலாதார வாசலும் ஆகிய அனைத்தையும் திறந்து கொண்டு, அறிவு (மனம்) வாசல் எனப்படும் புருவநடுவின் உள்ளே புகுந்து, தலையின் எல்லையான முகட்டின் நடுவிலுள்ள அம்பலத்திலே அருட்பேரொளியின் ஆடற்கூத்தைக் கண்டுகொண்டபின் மீண்டும் பிறக்கும் பிறவி இல்லாமற் போய்விடும்.

(கடவுளே அனைத்து உயிர்களாவும் ஆகி இருக்கின்றான்)

ஆதியானது ஒன்றுமே அனேகரூப மாயமாய்ப்
பேதபேத மாயெழுந்து சர்வசீவன் ஆனபின்
ஆதியோடு கூடிமீண்டு எழுந்துசன்மம் ஆனபின்
சோதியான ஞானியரும் சத்தமாய் இருப்பரே. 511

(எ.ரை:) *முதல்வனாகிய சிவக்கடவுளே எண்ணற்ற வடிவங் களைப் படைத்தும், வேறுவேறு மனநிலைகளைக் கொடுத்தும், அவற்றில் அனைத்து உயிராக இருந்தும் மாயமாயும் வியப்பாயும் அருளாடல் புரிகின்றான்.*

இந்தப் படைப்புக்களிலே, முதல்வனாகிய இறைவனோடு கூடியிருந்து மீண்டும் பிறவியெடுத்த நிலையில், ஒளிவடிவம் பெற்ற மெய்யறிவாளர் ஒளியாகவே (சத்தமாய்-நாதமாய்) அழியாமல் இருப்பர்.

(இறைவனை உயிரிலே சிவத்தறியாய்க் கண்டு கொண்டிருந்தால் பழவினைகளையும் போக்க முடியும்)

வண்டுபூ மணங்களோடு வந்திருந்த தேனெலாம்
உண்டுளே அடங்குவண்ணம் ஓதுலிங்கம் மூலமாய்க்
கண்டுகண்டு வேரிலே கருத்தொடுங்க வல்லிரேல்
பண்டுகொண்ட வல்வினை பறந்திடும் சிவாயமே! 512

(எ.ரை:) *அன்பரே! ஐயப்பட வேண்டாம்!*

வண்டானது, பூவிலுள்ள மணங்களையும் தேனையும் சேர்த்தே உண்டு மகிழ்ந்து, உள்ளே (தேனடையில்) அடக்கி வைத்துக் கொள்கின்றது; அதுபோலவே மனிதராகிய நீங்கள் அறிவோடு, ஓதிப்போற்றி வணங்கும் சிவலிங்கத்தை வழிபடு கின்ற வாயிலாகச் சிவச்செம்பொருளை வேரான உயிரொளியில் கண்டுகண்டு பதிவு செய்து கொண்டு, கருத்தடங்கி ஒளிமயமாய் இருக்க வல்லமை பெறுவீரானால், நீங்கள் முற்பிறவியில் செய்த கொடிய தீவினைகளுங்கூட ஓடிப் பறந்துபோய் விடும்; இது சிவாயக் கடவுளின் ஆணையாகும்!

(அகரம் ஒளியெழுத்து என்பதை உணருங்கள்)

ஓரெழுத்து லிங்கமாக ஓதும்அக் கரத்துளே
ஓரெழுத்து இயங்குகின்ற உண்மையை அறிகிலீர்
மூவெழுத்து மூவராய் முளைத்தெழுந்த சோதியை
நாலெழுத்து நாவுளே நவின்றதே சிவாயமே. 513

(எ.ரை:) *அகரமாகிய ஓரெழுத்தே சிவக்குறியின் மேல் உயரமாய்த் தெரியும் சுடர்க்கற்றையாகும். இதனை ஒளி (சோதி)*

எழுத்து என்பர்; இந்த எழுத்துக்குள்ளே, அருட்சத்தியை உணர்த்துகின்ற உகரமான எழுத்து செயல்படுவதை மக்களான நீங்கள் அறியாமலிருக்கின்றீர்கள்.

அகரம்+உகரம்+மகரமாகிய மூன்றெழுத்திலேதான் படைத்தல்-காத்தல்-அழித்தலாகிய மூன்று தொழில் செய்யும் மலரவன்-மாலவன்-அரன் என்னும் மூவரும் தோன்றினர். அத்தகைய சுடரெழுத்தான அகரத்தில் தான் சிவசிவ என்னும் நாலெழுத்து முளைத்தது. அதுவே நாவுள்ளே நவிலும் சிவாயமாகும்.

(கடவுள் தூரத்திலிருந்தாலும் ஓடிவந்து கூடியிருப்பான்!)

தூரதூர தூரமும் தொடர்ந்தெழுந்த தூரமும்
பாரபாரம் என்றுமே பரித்திருந்த பாவிகாள்!
நேரநேர நேரமும் நினைந்திருக்க வல்லிரேல்
தூரதூர தூரமும் தொடர்ந்துகூடல் ஆகுமே. 514

(எ.ரை:) அன்பர்களே! இறைவனிருக்குமிடம் தூரத்தில் இருப்பதாகக் கருதியும் அங்கங்கே பலமுறை சென்றும், பின்னர் தொடர்ந்து சென்றும் இறைவனைக் காண முடியாமல், 'அதுபெரிய சுமை இனிமுடியாது' என்ற வருத்தத்திலே (பரிவு) பல கோயில்களுக்குச் செல்வதை நிறுத்திவிட்ட தீவினையாளர் ஆகிவிட்டீர்கள்!

அப்படிச் சோர்ந்து விடாமல், காலை, நண்பகல், மாலை, இரவென்று எப்போதும் கடவுளை நினைந்திருக்க மனத்தெம்பும் ஆர்வமும் கொள்வீரானால், நீங்கள் தூரமாய் நினைத்த கடவுள் தொடர்ந்து உங்களை அருளால் கூடிக்கலக்க வருவான்.

(குளத்திலே தவளைகளைப் போல் குளிக்கும் நீங்கள், மன மாசினைக் கழுவவில்லையே!)

குண்டலங்கள் பூண்டுநீர் குளங்கள்தோறும் மூழ்கிறீர்
மண்டுகங்கள் போலநீர் மனத்தின்மாசு அறுக்கிலீர்
மண்டைஏந்து கையரை மனத்திருத்த வல்லிரேல்
பண்டைமால் அயன்தொழப் பணிந்துவாழல் ஆகுமே. 515

(எ.ரை:) குளங்கள்தோறும் தீர்த்தம் ஆடும் முறையில் சென்று, காதிலே அணிந்திருக்கும் குண்டலங்கள் குதிக்கும்படி நீராடுவீர்கள்; குளத்திலே தவளைகளும்தான் மூழ்கி ஆடுகின்றன. ஆனால், உங்கள் மனத்திலுள்ள தீயஅழுக்குகளை ஒழித்துக் கழுவ முயற்சி ஏதும் செய்யவில்லையே.

மனமாசைக் கழுவி, கையிலே மண்டை ஓட்டை ஏந்தி இரந்துண்ணும் சிவக்கடவுளை மனத்தில் வைத்துப் போற்றி வணங்கும் உயர்ந்த நிலையைப் பெற்றால் நீங்கள் பணிந்து வாழ்வதோடு, உங்களை மாலவனும் மலரவனும் வந்து பணிவார்கள்.

(பேரின்ப வீட்டைக் கண்டபின், வெட்டவெளியான கடவுளையும் காணலாம்)

கூடுகட்டி முட்டையிட்டுக் கொண்டிருந்த வாறுபோல்
ஆடிரண்டு கன்றையீன்ற அம்பலத்துள் ஆடுதே
மாடுகொண்டு வெண்ணெயுண்ணும் மானிடப் பசுக்களே!
வீடுகண்டு கொண்டபின்பு வெட்டவெளியும் காணுமே. 516

(எ.ரை:) மாட்டை வளர்த்து அதன் பாலையும் வெண் ணெயையும் உண்டு வாழ்கின்ற மனித உயிர்களே!

பறவைகள் கூடுகட்டி அதிலே முட்டையிட்டுக் குஞ்சுகளைப் பொரித்து வாழ்கின்ற எளிய இயல்புபோலவே இறைவனும் இறைவியும் அம்பலமாகிய சிற்சபையிலும் பொற்சபையிலும் நின்று கூத்தாடியே, உலகையும் உயிர்களையும் படைத்தும் காத்தும் அழித்தும் மறைத்தும் அருளியும் வருகின்றனர். இந்த ஆடற்காட்சியைத் தலைநடுவிலுள்ள அம்பலத்திலே கண்டு கொண்ட பிறகு, வெட்டவெளியெனப்படும் ஒரே ஒளிப்பரப்பான கடவுளையும் கண்டு கொள்வீர்கள்.

(இறைவன் உயிரில் இருக்கும்போது கல்லை ஏன் தொழுகிறீர்கள்?)

நட்டகல்லைத் தெய்வமென்று நாலுபுட்பம் சாத்தியே
சுற்றிவந்து மொணமொணென்று சொல்லும்மந்திரம் ஏதடா!

நட்டகல்லும் பேசுமோ? நாதனுள் இருக்கையில்
சுட்டசட்டி சட்டுவம் கறிச்சுவை அறியுமோ? 517

(எ.ரை:) *மனிதா! எண்ணிப்பார்!*

அன்பரொருவர் நட்டுவைத்த ஒரு கல்லையே, உங்கள் தெய்வமென்று கருதிக்கொண்டு, அதற்கு மலரையும் இலையை யும் மாலையாய்க் கட்டி அணிவித்து, அதைச் சுற்றிச்சுற்றி வந்து ஏதோ மந்திரத்தை முணுமுணுக்கின்றீர்கள்; அப்படிக் கல்லுக் கென்று ஓதும் மந்திரம் இல்லையே! இதையும் எண்ணிப் பார்த்தீர்களா?

எங்காவது நட்ட ஒரு கல் பேசியதுண்டா? இறைவன் என்பவன் உயிருக்குள்ளன்றோ இருக்கின்றான்! கறி சமைத்த சட்டியும் கரண்டியும் கறியின் (உப்புக்காரம்) சுவையை அறிந்து சொல்லுமா? முடியாதே! அதுபோல் கடவுளை அவரவர்தானே உணரமுடியும்!

(கடவுள் வெளியில் இல்லை; நம் உள்ளேயே இருக்கிறான்)

நானுமல்ல நீயுமல்ல நாதனல்ல ஓதுவேன்
வானிலுள்ள சோதியல்ல; சோதிநம்முள் உள்ளதே
நானும்நீயும் ஒத்தபோது நாடிக்காணல் ஆகுமோ?
தானதான தத்ததான தானதான தானனா. 518

(எ.ரை:) *மனிதா! இறையுண்மையைப் புரிந்துகொள்! ஓதுவதைக்கேள்! (இங்கே இறைவனை முன்னிலைப்படுத்திச் சொல்கின்றேன்.)*

நான் என நினைக்கும் ஆன்ம உயிரும் அன்று; நீயும் (கடவுளும்) அல்லை; உயிர்த்தலைவன் எனப்படுவோனும் அல்லன்; வானிலே உள்ள அனைத்துச் சுடர்களும் அல்ல; ஆகவே, இறைவா! கடவுளொளி என்பது நம்முள்ளே ஆன்ம உயிரில்தான் உள்ளது. எனவே, நானும் நீயும் ஒத்து ஒன்றான போது, வேறு எங்கும் நாடவோ தேடவோ தேவையில்லையே.

“தானதான தத்ததான தானதான தானனா” இந்த ஓரடி, ‘கலி விருத்தம்’ என்னும் பாவகைச் சந்தத்தை உணர்த்துகின்றது.

சந்தத்தை 'இழும் என்மொழி' என்று இனிமையாகச் சொல்லுவர். சிவவாக்கியர் பாடல்கள் அனைத்தும் இந்த ஒரே கலிவிருத்தமாய் அமைந்துள்ளன.

(இறைவன் திருப்பேரை நல்லதென்றே தீர்மானித்து ஓத வேண்டும் மறு சிந்தனை கூடாது)

நல்லதல்ல கெட்டதல்ல நடுவில்நிற்பது ஒன்றுதான்!
நல்லதென்ற போதது நல்லதாகி நின்றுபின்
நல்லதல்ல கெட்டதென்றால் கெட்டதாகும் ஆதலால்
நல்லதென்று நாடிநின்று நாமம்சொல்ல வேண்டுமே. 519

(எ.ரை:) *அன்பரே! புரிந்து தெளியுங்கள்:*

உலகில் உள்ள அனைத்துப் பொருள்களும் செயல்களும் ஒருவருக்கு நல்லதாகத் தெரிவது மற்றொருவருக்குக் கெட்டதாய்த் தெரிகிறது. ஆகவே, உண்மையில் நடுநிலையில் நிற்கும் நல்ல பொருள் கடவுள் ஒன்றுதான் என அறியவேண்டும்.

உலகியல் வாழ்க்கையில், ஒரு சிலர் ஒரு பொருளை நல்லதென்ற பொழுதிலே நல்லதாக இருக்கின்றது; பிறகு அப்பொருளே அவருக்குக் கெட்டதென்று நினைக்கையில் கெட்டதாகி விடுகின்றது. ஆதலால் நிலையில்லாத உள்ளமுடைய மனிதன், இறைவனது திருப்பெயரை நல்லதென்றே கருதி நம்பிக்கையில் நாடிநின்று பற்றுடன் சொல்ல வேண்டும்.

(பெண்களை விழைந்து நோய்க்கு ஆளாகாதீர்கள்!)

பேய்கள்கூடிப் பிணங்கள்தின்னும் பிரியமில்லாக் காட்டிலே
நாய்கள்சுற்ற நடனமாடும் நம்பன்வாழ்க்கை ஏதடா!
தாய்கள்பால் உதிக்கும்இச்சை தவிரவேண்டி நாடினால்
நோய்கள்பட்டு உழல்வதேது? நோக்கிப்பாரும் உம்முளே. 520

(எ.ரை:) *அன்பர்களே! நோயை நினைத்துப் பாருங்கள்: யாரும் விரும்பாமல் அஞ்சுகின்ற சுடுகாட்டிலே பேய்கள் கூடிப் பிணங்களைத் தின்னும்; அங்கே எலும்பை விரும்பிச் சென்று நாய்கள் சுற்றித் திரியும். அப்படிப்பட்ட காட்டிலேதான்*

சிவக்கடவுள் நடனம் ஆடிக் கொண்டிருக்கின்றான். இதைத் தவிர அவனுக்கு வேறு வாழ்க்கையென்பது இல்லை! இதை நீங்கள் உணர வேண்டும்.

தாயென்னும் பெண்களிடத்திலே உங்களுக்குத் தோன்றும் தீமையான ஆசை (விழைவு) ஒழிக்கப்பட வேண்டும்; இல்லையேல் நீங்கள் பல நோய்களுக்கு ஆளாகித் துயரத்தில் உழலவே நேரும்; இந்த உண்மையை உங்களுள்ளத்தில் எண்ணிப் பாருங்கள்; திருந்துங்கள்.

(உடல் ஆசையை ஒழி! இறைவனை நினைந்து போற்று!)

உப்பைநீக்கில் அழுகிப்போகும் ஊற்றையாகும் உடலில்நீ
அப்பியாசை கொண்டிருக்கல் ஆகுமோ?சொல்! அறிவிலா
தப்பிலிப்பொய் மானம்கெட்ட தடியனாகும் மனமே!கேள்!
ஒப்பிலாசெஞ் சடையனாகும் ஒருவன்பாதம் உண்மையே. 521

(எ.ரை:) அன்பரே! ஊற்றையாகி நாறுகின்ற இந்த உடம்புக்கு உப்பை நீக்கிவிட்டாலோ அழுகிப்போய் விடும்; இந்த நிலையுள்ள உடம்பின்மேல் நீ மிகுதியும் ஆசை கொண்டிருந்தால் உன் வாழ்வு என்னாகும்? சொல்லடா சொல்! இன்னும் கேள்! உனது மனம் பெண்ணாசையில் மூழ்கியுள்ளது; அறிவின்றித் தப்புகளைச் செய்கிறது; பொய் கூறுகின்றது; மானமும் கெட்டுப் போய்த் தடித்தன்மையும் கொண்டுள்ளது; உன்னையே நீ எண்ணிப் பார்!

இவ்வுலகில் என்றும் உண்மையான பொருள் ஒப்புரைக்க முடியாத செஞ்சடையுடை அப்பனான சிவத்தின் திருவடியொளி ஒன்றேயாகும்; ஆகவே நீ இதை உணர்ந்து போற்றி வாழ்க!

(சொத்துக்கள் இறைவனுக்கே சொந்தம்; எமக்கு, உமக்கு என்பதெல்லாம் பொய்யே!)

பிறப்பதெல்லாம் இறப்பதுண்டு; பேதைமக்கள் தெரிகிலாது
இறப்பதில்லை எனமகிழ்ந்து எங்களுங்கள் சொத்தெனக்
குறிப்புப்பேசித் திரிவரன்றிக் கொண்டகோலம் என்னவோ!
நிறப்பும்பொந்தி அழிந்தபோது நேசமாமோ? ஈசனே. 522

*(**எ.ரை:**) மக்களே! கருத்தை ஆழ்ந்து எண்ணுங்கள்;*

உலகிலே பிறப்பவை எவையோ அவையெல்லாம் இறந்தே போய்விடும். அறிவில்லாத மக்களோ இதை உணர முடியாமல் பொருள்கள் அழிவதில்லை எனக் கருதி மகிழ்ந்து கொண்டு, சொத்துக்களைச் சேர்த்து வைக்கும் ஆசையில், இது எங்கள் சொத்தென்றும், அது உங்கள் சொத்தென்றும் குறிப்பாகப் பேசிச் (சண்டையிட்டும்) திரிவார்கள். ஆனால், இவர்கள் கொண்ட போலியான (பொய்யான) கோலமெல்லாம் அழிந்தே போய்விடுகின்றன.

ஆகவே, இந்தக் கட்டான உடம்பு (பொந்தி) அழிந்து போதற்கு முன்னேயே இறைவனை எண்ணி நேயமும் பற்றும் கொள்ளுங்கள்! வேறு துணையில்லை!

(பெண்ணாசையால் மயங்கும் பித்தரே! பித்தலாட்டம் வேண்டாம்)

சுட்டெரித்த சாந்துபூசும் சுந்தரப்பெண் மதிமுகத்து
இட்டநெட்டு எழுத்தறியாது ஏங்கிநோக்கும் மதிவலீர்!
பெட்டகத்துப் பாம்புறங்கும் பித்தலாட்டம் அறியிரோ?
கட்டவிழ்த்துப் பிரமன்பார்க்கில் கதியுமக்கும் ஏதுகாண்? 523

*(**எ.ரை:**) அன்பரே! அறிவு வலிமையுடைய நீங்களும், சுட்டெரித்து மணப்பொருளால் செய்த சாந்தைப் பூசிக்கொள்ளும் அழகிய பெண்ணின் முழுமதி போன்ற முகத்திலே எழுதப்பட்ட பெண்மைக்குரிய இயற்கை விதியின் எழுத்தை அறிந்து மதிப்பளிக்காமல், அவளிடத்துக் காம ஆசை கொண்டு ஏங்கிப் பார்க்கின்றீர்களே! அந்தோ!*

உடம்பாகிய பெட்டிக்குள் இருந்துறங்கும் பாம்பாகிய குண்டலினி ஆற்றல் செய்யும் (நல்லதும் செய்யும் கெட்டதும் செய்யும்) பித்தலாட்டத்தை நீங்கள் இன்னும் அறியவில்லை போலும்! விரைவில் அறிந்து திருந்துங்கள். இல்லையேல், படைத்த பிரமதேவன் உங்களது தீவினை எழுதிய கணக்குக் கட்டை அவிழ்த்துப் பார்க்கும்போது உமக்கு உயர்ந்த வாழ்வென்பது இல்லாமல் போய்விடும்; எனவே, இதைப் புரிந்து ஒழுக்கம் பேணுங்கள்.

(உள்ளே இருக்கும் இறைவனை எண்ணியே பூசனை புரியுங்கள்; வேறு வெளியே செல்லவேண்டாம்!)

வேதம் ஓது வேலையோ வீணதாகும் பாரிலே
காதகாத தூரம்ஓடிக் காதல்பூசை வேணுமோ?
ஆதி நாதன் வெண்ணெயுண்ட அவனிருக்க நம்முளே
கோதுபூசை வேதம்ஏது? குறித்துப்பாரும் உம்முளே. 524

*(**எ.ரை:**) அன்பரே! மறை ஓதுகின்ற வேலையானது வீணென்று கருதுங்கள்; உலகிலே நீண்ட தொலைதூரத்திலுள்ள கோயில்களுக்கு ஓடிச்சென்று, அன்புப்பூசனையும் வழிபாடும் செய்யத் தேவையில்லை.*

முதல்வனான இறைவன் நம்முள்ளத்திலே வெண்ணெயாகிய அன்பையுண்டு மகிழ்ந்திருக்கும்போது, அதை உள்ளேயே குறித் துணர்ந்து பாராமல், வெளியே சென்று குற்றமும் குறையுமுள்ள பூசனையும் மறையோதலும் செய்ய வேண்டாம்.

(கையிருந்தும் பொருளிருந்தும் அருளில்லையேல் பயனில்லை)

பரமில்லாதது எவ்விடம்? பரமிருப்பது எவ்விடம்?
அறமில்லாத பாவிகட்குப் பரமிலையஃது உண்மையே!
கரமிருந்தும் பொருளிருந்தும் அருளிலாத போதது
பரமிலாத சூன்யமாகும் பாழ்நரகம் ஆகுமே. 525

*(**எ.ரை:**) அன்பரே! அறிந்து கொள்வீர். உலகிலே மிக வுயர்ந்த மெய்ப்பொருளாகிய பரம் இல்லாத இடம் எது? பரமிருக்கும் இடம் எது? இதை எல்லோரும் அறிய முடியுமா? ஆனால், பரம்பொருளானவர் எங்கும் எப்பொருளிலும் இருக்கிறாரென்பதுதானே உண்மை!*

ஆனாலும், அறச்சிந்தனையில்லாத இருள் மாந்தருக்கு மட்டும் பரமில்லை என்பது உண்மைதான். கையிருந்தும் அவனிடம் பொருளிருந்தும் அருளில்லாத போது அவன் பரமில்லாத வெறுமையானவனே! மேலும் அவன் துன்பமயமான இருள்வாய் நரகத்துக்கே போவான்.

(மனிதர் வாழ்வு சிறக்கவே ஒரு மங்கையோடு திருமணம் நடக்கின்றது)

மாதர்தோள் சேராததேவர் மாநிலத்தில் இல்லையே
மாதர்தோள் புணர்ந்தபோது மனிதர்வாழ்வு சிறக்குமே!
மாதராகும் சத்தியொன்று மாட்டிக்கொண்டது ஆதலால்
மாதராகும் நீலிகங்கை மகிழ்ந்துகொண்டான் ஈசனே. 526

*(**எ.உரை:**)* *உலகிலே தேவர்கள் கூடப் பெண்ணை மணந்து கொள்கின்றனர்; அதனால்தான் மனிதர்களும் இல்லற வாழ்வு சிறப்பதற்காகவே பெண்ணைத் திருமணம் செய்து கொள் கின்றனர்.*

உலகப் படைப்பை உலக வாழ்விற்கு உணர்த்தவே இறை வன் அருட்சத்தியைப் படைத்து மணந்து கொண்டான். அதைப் போலவே நீலியான கங்கைப் பெண்ணை அவள் விரும்பியவாறு மகிழ்ச்சியோடு தலையிலே வைத்துக் கொண்டான்.

(சித்தர்களுக்கு மண்ணுலகும் விண்ணுலகும் ஒன்றே!)

சித்தரென்றும் சிறியரென்றும் அறிவொணாத சீவர்காள்!
சித்தரிங்கு இருந்தபோது பித்தரென்று எண்ணுவீர்
சித்தரிங்கு இருந்துமென்ன? பித்தன்நாட்டு இருப்பரே;
அத்தன்நாடும் இந்தநாடும் அவர்களுக்கெ லாமொன்றே. 527

*(**எ.உரை:**)* *சித்தர்களின் ஆற்றலையும் சிறியர்களின் இயல் பையும் அறிந்துகொள்ள முடியாத மனிதர்களே! நீங்கள் சித்தர்களைக் கண்டபோது, அவர்களை ஏதோ எவரோ என்று கருதி, பித்தர்களென்றே பழிப்பீர்கள்.*

உண்மையிலே அறிவாற்றலுடைய இவர்கள், இந்த நாட்டில் மட்டும் அன்றி, பித்தனாகிய சிவக்கடவுள் நாட்டிலும் இருக்கக் கூடியவராவர். இவர்களுக்கு இந்த நாடும் இறைவன் நாடும் உரிமையுடைய ஒரே நாடுதான்! எனவே, எங்கும் இருப்பார்கள்.

(உயிர் மாசற்று ஒளிபெற்ற நிலையில் திருவடி ஒளியைக் காணலாம்)

மாந்தர்வாழ்வு மண்ணிலே மறந்தபோது விண்ணிலே;
சாந்தமான ஆவியைச் சரிப்படுத்த வல்லிரேல்,
வேந்தனாகி மன்றுளாடும் விமலன்பாதம் காணலாம்
கூந்தலம்மை கோணலொன்றும் குறிக்கொணாதுஇஃது
உண்மையே. 528

(எ.ரை:) *மாந்தரின் வாழ்வு, மண்ணுலகிலே மக்களோடு கூடி அன்புகலந்து பற்றுக்களோடு வாழ்வதாகும்; இந்த உலகியல் பற்று வாழ்வைத் துறந்தபோதும் மறந்தபோதுமே விண்ணக அருள்வாழ்வு வாய்க்கும்.*

ஆகவே, மாந்தர்களே! நீங்கள் உங்களது அமைதியான பண்புடைய உயிரைக் காத்துக் கொண்டு, மாசற்ற ஒளியில் வாழ்வீரானால், உலகை அருளாட்சி புரியும் மன்னனான தூய அம்பலத்திலே ஆடல்வல்ல கடவுளைக் காணலாம்; அருளம்மை யான கூந்தலுடைய உமையும் உங்களுக்குத் திருவுள்ளம் கோணாமல் (மறுக்காமல்) அருள் செய்வதும் உண்மையேயாகும்.

(இல்லற வாழ்விலேயே இறைவன் வந்து அருள்வான்!)

சருகருந்தி நீர்குடித்துச் சாரல்வாழ் தவசிகாள்!
சருகருந்தில் தேகம்குன்றிச் சஞ்சலம் உண்டாகுமே
வருவிருந்தோடு உண்டுடுத்தி வளர்மனை சுகிப்பிரேல்
வருவிருந்தோன் ஈசனாகிய வாழ்வளிக்கும் சிவாயமே. 529

(எ.ரை:) *காடுசார்ந்த மலைச்சாரலிலே சென்று தங்கி, அங்குள்ள இலைகளையும் சருகுகளையும் உணவாய் உண்டு அருவிநீரைக் குடித்துக் கொண்டு அரிய தவத்தைச் செய்யும் தவச் செல்வர்களே! நன்கு எண்ணிப் பாருங்கள்!*

இப்படி நீங்கள் காட்டிலே சருகையே உண்டு தவஞ் செய்தால் உடம்பு மெலிந்து நலிந்து அதனால் கேடே உண்டாகும். ஆதலால் இவ்வழக்கத்தை ஒழித்துவிட்டு, இல்லற வாழ்க்கை மேற்கொண்டு, இங்கே வரும் உறவோடும்

விருந்தினரோடும் கூடியிருந்து, சுவையோடு உணவை உண்டும் நல்ல ஆடையணிகளைப் பூண்டும் இனிதே வாழ்வீரானால், உங்களிடம் இறைவனே வந்து விருந்து அருந்தி மகிழ்வோடு வாழ்வளிப்பான்; இதுவே சிவாயக் கடவுளின் விருப்பமாகும்.

(உயிர் போகும் முன்னேயே முயன்று பேரின்ப வீட்டைப் பெறுங்கள்!)

காடுமேடு குன்றுபள்ளம் கானின்ஆறு அகற்றியும்
நாடுதேசம் விட்டலைவர் நாதன்பாதம் காண்பரோ?
கூடுவிட்டு அகன்றுன்னாவி கூத்தனூர்க்கே நோக்கலால்
வீடுபெற்று அரன்பதத்தில் வீற்றிருப்பர் இல்லையே. 530

(எ.ரை:) *தவத்தோரே! நன்கு எண்ணிப் பாருங்கள்; காட்டையும் மேட்டையும் குன்றுகளையும் பள்ளங்களையும் கடந்து, அடுத்துள்ள காட்டாறையும் இன்னலோடு கடந்து தவஞ்செய்யப் போகின்றீர்கள்; பல நாடுகளையும் பெரிய தேசங்களையும் கண்டுவர அலைகின்றீர்கள். இப்படியெல்லாம் அலைவதாலே இறைவனின் திருவடியொளிளைக் காண முடியுமா? முடியாதே!*

உயிரானது உடற்கூட்டை விட்டுவிட்டு ஒருநாள் கூத்தனாகிய கடவுளின் ஊருக்குச் செல்லக்கூடிய நிலைவருமே; அப்போது பேரின்ப வீட்டை எப்படிப் பெறுவீர்கள்? ஆகவே, நீங்கள் உயிருள்ள போதே இருக்கும் இல்லத்திலிருந்து கொண்டே அன்புத் தவஞ்செய்து திருவடி ஒளியைப் பெற்றுக் கொள்ளுங்கள்.

(வெட்டவெளியான தெய்வம் ஒன்றே கற்பனையால் பல வடிவங்களைப் பெற்றுள்ளது எனத் தெளியவேண்டும்)

கட்டையால்செய் தேவரும் கல்லினாற்செய் தேவரும்
மட்டையால்செய் தேவரும் மஞ்சளால்செய் தேவரும்
சட்டையால்செய் தேவரும் சாணியால்செய் தேவரும்
வெட்டவெளிய தன்றிமற்று வேறுதெய்வம் இல்லையே. 531

(எ.ரை:) *பொதுமக்களே! நீங்கள் கண்டு கண்டு அன்புடன் வணங்கி ஆறுதல் பெறுகின்ற-மரக்கட்டையால் செய்த தெய்வச்*

சிற்பமும், கல்லினாற் செய்த தெய்வச் சிலையும், தென்னை மட்டை பனைமட்டையால் (அருவுருவ நிலையில் செய்த) தெய்வக் குறிகளும், மஞ்ளால் பிடித்துவைக்கும் (பிள்ளையார் போன்று) அருவுருவத் தெய்வக் குறிகளும், வைக்கோலில் செய்து துணியால் போர்த்திய அடையாளமான தெய்வமும், சாணியால் பிடித்து வைக்கும் அருவுருவத் தெய்வச் சிறுவடிவங்களுமாகிய யாவுமே ஒரே கடவுளான வெட்டவெளியெனப்படும் பேரொளிப் பரப்பே ஆகும்; இதைத் தவிர வேறு தெய்வம் இல்லையென்றே அறிய வேண்டும்.

(குலதெய்வம் என்று உயிர்ப்பலி கொடுத்தால் அத்தெய்வமே தேய்ந்து மூஞ்சூராய்ப் போய்விடும்)

தங்கள்தேகம் நோய்பெறின் தனைப்பிடாரி கோயிலில்
பொங்கல்வைத்து ஆடுகோழிப் பூசைப்பலியை இட்டிட
நங்கச்சொல்லும் நலிமிகுந்து நாளும்தேய்ந்து மூஞ்சுராய்
உங்கள்குல தெய்வம்உங்கள் உருக்குலைப்பது உண்மையே! 532

(எ.ரை:) *அன்பர்களே! மூடவழக்கத்தை ஒழியுங்கள்; மக்கள் தங்களது உடம்பில் நோய்த் துன்பம் ஏற்பட்டால், அதைப் போக்க வேண்டி, குலதெய்வமான பிடாரிகோயிலுக்குச் சென்று, அங்கே பொங்கலிட்டு ஆட்டையும் கோழியையும் அன்பிரக்கமின்றிப் பலியிட்டுப் பூசனை செய்கின்றனர். இப்படி அறியாமையாலும் மூடநம்பிக்கையாலும் செய்யும் பூசையால் பழிச்சொல்லே (நங்கச்சொல்) ஏற்படும்; அன்றியும், உங்களது குலதெய்வம் துன்பப்பட்டு வருந்தி, நாளும் தேய்ந்து மூஞ்சூராய்ப் (எலிபோன்றது) போய்விடும்! இதனால், உங்களது உடம்பு மேலும் நோயோடு உருக்குலைந்தே போகும்; இது உண்மையே ஆகும்! ஆதலால், நீங்கள் எதற்காகவும் உயிரைப் பலியிடக் கூடாது என்பதைப் பண்போடு அறிந்து கொள்ளுங்கள்.*

(பிறரது பொருளை எடுப்பவர் ஏழு நரகத்திற்குச் செல்வர்)

ஆசைகொண்டு அனுதினமும் அன்னியர் பொருளினை
மோசம்செய்து அபகரிக்க முற்றிலும் அலைபவர்

பூசையோடு நேமநிட்டை பூரிக்கச்செய் பாதகர்
காசினியில் ஏழுநரகைக் காத்திருப்பது உண்மையே. 533

(எ.ரை:) *அடுத்தவர்க்குரிய பொருளை ஆசையால் வஞ்சித்து நாள்தோறும் கேடுசெய்து எடுப்பவர்களும், அதற்கென்றே முழுதும் அலைபவர்களும், இறைவனுக்குப் பூசனை வழிபாடுகள் செய்தாலும், நெறிமுறையோடு தவஞ்செய்து மகிழ்ந்தாலும் அவரெல்லாம் கொடிய தீவினை செய்தவரே ஆவர்; அவர்கள் இவ்வுலகிலேயே துன்பத்தையடைந்து ஏழு நரகங்களுக்கும் செல்லக் காத்திருக்க வேண்டியதுதான்; இது உண்மையே; தப்ப முடியாது.*

ஏழு நரகங்களாவன:- அள்ளல், இரௌரவம், கும்பீபாகம், கூடசாலம், செந்துத்தானம், பூதி, மாபூதி.

(சமய ஒப்பனைகளைச் செய்து மக்களை ஏமாற்றுபவர் உடம்பு, கழுதை புரண்ட களத்தின் புழுதி போன்றதாகும்)

நேசமுற்றுப் பூசைசெய்து நீறுபூசிச் சந்தனம்
வாசமோடு அணிந்துநெற்றி மைதிலர்தம் இட்டுமே
மோசம்பொய் புனைசுருட்டு முற்றிலும்செய் மூடர்காள்!
வேசரிக ளம்புசண்ட வெண்ணீறாகும் மேனியே. 534

(எ.ரை:) *அன்பரே! நீங்கள் இறைவனிடத்தில் அன்பு கொண்டு, பூசனை வழிபாடுகள் செய்கிறீர்கள்; அதனால் சமய அடையாளமாய்த் திருநீறுபூசிச் சந்தனமிட்டு, நெற்றியிலே மைத் திலகமும் இட்டுக் கொள்கின்றீர்கள்.*

ஆனால், உங்களது ஒழுக்கமோ வேறாகி விடுகின்றது; பொய்கூறியும் பிறர்பொருளைக் களவு செய்தும் புனை சுருட்டாகிய வஞ்சனை செய்தும் பிழைக்கின்ற அறிவற்றவராகி விட்டீர்கள்; உங்களது அகத்திலே கருப்பும் புறத்திலே வெளுப்புமாகி விட்டது; எனவே, உங்கள் தோற்றமானது, கழுதை புரண்ட களத்தில் பறக்கும் புழுதிபோல் ஆகிவிட்டது; அந்தோ!

(உலகத்தில் ஏமாற்றுகிறவனும் ஏமாற்றப்படுகின்றான்)

வாதம்செய்வேன் வெள்ளியும் பொன்மாற்றுயர்ந்த தங்கமும்
போதவே குருமுடிக்கப் பொன்பணங்கள்தா!எனச்
சாதனைசெய்து எத்திச்சொத்து தந்ததைக் கவர்ந்துமே
காததூரம் ஓடிச்செல்வர்; காண்பதும் அருமையே. 535

(எ.ரை:) "இரசவாதம்" எனப்படும், இரும்பையும் வெள்ளியையும் தங்கமாக்கும் ஆற்றல் பெற்றுள்ளேன் என்று சொல்லிக் கொண்டு வந்து, மக்களை நம்புமாறு பேசி மயக்கி வாழ்பவர் உண்டு; அத்தகையவர், மக்களிடம் வந்து, "அன்பர்களே! எமது குருவுக்குப் போதிய அளவு காணிக்கை கொடுக்க வேண்டும்; அதற்காக நீங்கள் இயன்றளவு பொன்னோ பணமோ தாங்கள்!" என்று வேண்டிக் கொள்வார்கள்; மக்கள் கொடுக்கும் பணங்களைச் சொத்தாகச் சேர்த்து வைப்பார்கள். அப்படி ஏமாற்றிச் சேர்த்த செல்வமோ தங்காது. ஆதலால், அதைக் கள்வர்கள் வந்து களவுகொண்டு போய் விடுகின்றனர்; கள்வரைக் கண்டுபிடிக்கவும் முடியாமற் போய்விடுகின்றது.

(சித்து நடிகர்கள் மனிதர்களைப் போல் வாழ்ந்து சாவர்)

யோகசாடை காட்டுவார் உயரவும் எழும்புவார்
வேகமாக அட்டசித்து வித்தைகற்று நெட்டுவார்
போகம்கொண்டு மாதரின் மூத்திரப்பை சிக்கிப்பின்
பேயது பிடித்தவர்போல் பேருலகில் சாவரே. 536

(எ.ரை:) மக்களே! போலிகளை அறிந்து கொள்ளுங்கள்; எட்டுவகையான தவப்பயிற்சி பெற்று வெற்றி பெற்றவர் போலச் சிலர் நடிப்பார்கள்; அவர்களை நம்பாதீர்கள்.

பொதுமக்கள் வியக்கும்படி, தவத்தில் அமர்ந்த நிலையில், உடம்பிலிருந்து ஒரு சாடை (குறிப்புக்) காட்டுவார்; உடம்பை அப்படியே தூக்கிப் பறப்பதுபோல் எழும்புவார்; வேகமாகவே எட்டுவகையான (அணிமா முதலிய எட்டு) அறிவு (சித்து) விளைவுகளை வித்தை காட்டுதல்போல நீட்டியே முழக்குவார்; மேலும், வாழ்க்கையில் இல்லற மனிதனைப் போல் பெண்ணிடம் காமக் கலவியில் ஈடுபட்டு அவள் குறியிலேயே அடிமைப்பட்டுக்

கிடப்பார்; பேய் பிடித்தவர் போன்று அறிவு திரிந்து எப்படியோ இருப்பார். பின்னர் எல்லோரையும் போல் உலகிலே செத்து மடிவார்.

(சில போலிகள் கஞ்சா, அபின் தின்று ஏமாற்றுவார்கள்)

காயகாயம் உண்பதாகக் கண்டவர் மதித்திட
மாயவித்தை செய்வதெங்கும் மடிப்புமோசம் செய்பவர்
நேயமாக் கஞ்சாஅடித்து நேர்அபினைத் தின்பதால்
நாயதாக நக்கிமுக்கி நாட்டினில் அலைவரே. 537

(எ.ரை:) மக்களே! போலிகளைக் கண்டு ஏமாந்து விடாதீர்கள்; சிலர், பிறர் மதிக்குமாறு 'காயகல்பம்' (என்றும் இளமையோடிருக்க வைக்கும் மருந்து) உண்பதாகக் காட்டிக் கொள்வர்; எவ்விடத்தும் மாயமான பொய்வித்தைகளைச் செய்வர்; கையிலே ஒரு பொருளை மடித்து வைத்துக் கொண்டு, மற்றொரு பொருளைச் சொல்லி மக்களிடம் காசுகளைப் பறிப்பர்; தமக்கே உரிய பழக்கமான விருப்பத்தில் கஞ்சா அடிப்பர்; அபினையும் தின்பர். இப்படி ஒழுக்கமில்லாத பேர்வழிகள் நாயைப்போல கண்ட இடமெல்லாம் நக்கியும் முக்கியும் (மனிதப் பழக்கத்தில் வேறுபட்டு) நாட்டிலே அலைவார்கள்.

(சிலர் "ஞானசித்தி" தருவதாகச் சொல்லி பணம் பறிப்பர்)

நீரினில் குமிழியொத்த நிலையிலாத காயமென்று
ஊரினில் பறையடித்து உதாரியாய்த் திரிபவர்,
சீரினில் உனக்குஞான சித்திசெய்வேன் பாரென
நேரினில் பிறர்பொருளை நீளவும்கைப் பற்றுவார். 538

(எ.ரை:) மக்களே! நடிப்போரை நம்பாதீர்கள்;

சிலர், கற்று ஒழுக்கமும் அருளும் கைவந்தவர்போல் தம்மை அறிமுகஞ் செய்து கொண்டு ஏமாற்றுவார்கள்; இவரை நம்பாதீர்கள்; "உடம்பென்பது நீரிலே தோன்றியழியும் குமிழி போன்றது; நிலையற்றது" என்று உண்மையினைப் பேசுவார் போன்று ஊர்முழுதும் முரசு கொட்டியும் தங்களைப் பகட்டாய்க்

காட்டியும் நடித்தும் திரிவார்கள். வளமுடைய செல்வரிடம் சென்று, "உமக்கு அறிவு வெற்றி (ஞானசித்தி) வாய்க்கச் செய்வேன்" என்று கூறி நம்பவைத்து, நேரிலேயே பணத்தையும் பொருளையும் நீண்ட காலமாய்க் கொள்ளையடிப்பார்கள். எனவே, இவரிடம் விழிப்போடு அணுகவேண்டும்.

(சிலர் துறவியைப் போல் ஒப்பனை செய்து கொண்டு வீட்டை விட்டு வெளியேறி நடிப்பார்கள்)

காவியும் சடைமுடி கமண்டலங்கள் ஆசனம்
தாஉருத்தி ராட்சம்யோகத் தண்டுகொண்ட மாடுகள்
தேவியை அலையவிட்டுத் தேசமெங்கும் சுற்றியே
பாவியென்ன வீடெலாம் பருக்கைகேட்டு அலைவரே. 539

(எ.ரை:) *அன்பரே! மனைவியைத் துறக்காதீர்கள்;*

உடம்பிலே காவியுடை கட்டி, தலையிலே சடைமுடி கொண்டு, கையிலே கமண்டலங்களும் இருக்கையான தடுக்கும் கழுத்திலே பெரிய (தா) கண்மணிமாலையும், கையைத் தாங்கும் தண்டும் கொண்டு பெரிய தவச் செல்வர்போல நடிக்கும் சிலர் மாடுகளே ஆவார்கள்.

ஏனெனில், ஐயோ! அவர்கள், கட்டிய மனைவியாகிய தேவியைத் துறந்ததால் அவள் துயரத்தில் அலைகின்றாளே; துறந்தவரோ கடமை மறந்து நாடெங்கும் சுற்றி அலைந்து, "பாவி"யென்று மக்கள் பழிக்கும்படி வீடுவீடாய் சென்று சோறு கேட்டுத் திரிகின்றனரே; அந்தோ! இந்த அவலம் ஏன்?

(கடவுளின் பெயரால் பணம் பறித்துப் பாழ் நரகிலே வீழ்கின்றனரே!)

முத்திசேரச் சித்தியிங்கு முன்னளிப்பேன் பாரெனச்
சத்தியங்கள் சொல்லியெங்கும் சாமிவேடம் பூண்டவர்
நித்தியம் வயிறுவளர்க்க நீதிஞானம் பேசியே
பத்தியாய்ப் பணம்பறித்துப் பாழ்நரகில் வீழ்வரே. 540

(எ.ரை:) *அன்பர்களே! சிலர் இறைவனைப் போல் ஒப்பனை செய்து வருவதை உணர்ந்தீர்களா?*

இறைவனைப் போன்று தங்களை ஒப்பனை செய்துகொண்டு வந்தவர், மக்களைப் பார்த்து, "நீங்கள் பிறவியிலிருந்து விடுதலை (முத்தி) பெறுதற்கு வேண்டிய அருளறிவை (சித்தி) இப்போதே அளிப்பேன்" என்று சொல்லி, கடவுளின் பெயரால் உண்மையுறுதி செய்து நம்பவைப்பர். இப்படி நம்பவைத்து, நாளும் வயிறு வளர்த்தற்காகவே அறமும் மெய்யறிவும் உடையவர் போன்று பேசுவர். இதைத் தொடர்ந்து பண வேட்கையை உணர்த்திப் பணத்தையும் பறித்துச் செல்வர்; இதனால் ஏமாற்றிய குற்றத்திற்காகப் பாழும் நரகிலே வீழ்ந்து மடிவர்!

(உள்ளத்தில் விளங்கும் கடவுளை உள்ளத்திலேயே காணுங்கள்!)

செம்மைசேர் மரத்திலே சிலைதலைகள் செய்கிறீர்
கொம்மையற்ற கிளையில்பாத குறடுசெய்து அழிக்கிறீர்
நும்முளே விளங்குவோனை நாடிநோக்க வல்லிரேல்
இம்மளமும் மும்மளமும் எம்மளமும் அல்லவே. 541

(எ.ரை:) *அன்பர்களே! நீங்கள் சிறுதெய்வக் கோயில் வழிபாட்டிற்காகச் சிவந்த (முற்றிய) மரத்திலே தெய்வச் சிற்பத்தையும், தெய்வத் தலைகளையும் (தலைமட்டும்) செய்கின்றீர்கள்; மரத்தின் வலிமை (கொம்மை)யற்ற கிளைப்பகுதிக் கம்புகளில் தெய்வத் திருவடியைச் செய்து காணிக்கை செலுத்துகின்றீர்கள்; இப்படிச் செய்து மரத்தையே வீணழிக்கிறீர்கள்.*

ஆனால், நீங்கள் கடவுளுண்மையறிந்து கொள்ளவில்லை; கடவுள் உங்களது உள்ளிருக்கும் உயிரிலே தான் விளங்குகின்றான்; இதை நீங்கள் உள்ளேயே நாடி ஒளியால் காணவல்லரானால் போதும்; கண்டுவிடலாம். இதற்கு எந்த வலிமை (மள்-மளம்)யும் தேவையில்லை; இந்த வலிமையும் வேறு மூன்று வலிமையும் எந்த வலிமையும் அறிவும் வேண்டாம்; உண்மை அன்பே போதும்!

(தீர்த்தமென்ற பெயரில் நீராடச் செல்பவர்கள் தூய மெய்யறிவாளர்கள் அல்லர்!)

எத்திசையெங்கு எங்குமோடி எண்ணிலாத நதிகளில்
சுற்றியும் தலைமுழுகச் சுத்தஞானி யாவரோ?

பத்தியோடு அரன்பதம் பணிந்திடாத பாவிகாள்!
முத்தியின்றி பாழ்நரகில் மூழ்கிநொந்து அலைவரே. 542

(எ.ரை:) *அன்பரே! உண்மையை உணருங்கள்:*

எந்தத் திசையிலும் எவ்விடத்திலும் ஓடிப்பெருகும் எண்ணற்ற ஆறுகளிலே தீர்த்தம் ஆடுவதாகச் சொல்லி, அங்கங்கே சுற்றிச் சென்று தலை முழுகக் கூடியவர் எவரும் தூய மெய்யறிவாளர் அல்லர்.

ஆகவே, உண்மையான அன்போடு இறைவனது திருவடி யொளியையே பணிந்து வணங்க வேண்டும். இப்படிப் பணிந்திடாமல் அலைபவரெல்லாம் தீவினை செய்பவரேயாவர். எனவே, எவரும் பிறவியிலிருந்து விடுதலை (முத்தி) பெறாமல், பாழான நரகிலே மூழ்கி (தீர்த்தம் என்ற பெயரில் மூழ்கிப்) பின்னர் மனம் நொந்து வருந்த வேண்டாம்!

(சிலைகளை வழிபடுவதால் துன்பங்களைப் போக்கிக் கொள்ள முடியாது)

கல்லுவெள்ளி செம்பிரும்பு காய்ந்திடும் தராக்களில்
வல்லதேவ ரூபபேதம் அங்கமைத்துப் போற்றிடில்
தொல்லையற் றிடப்பெரும் சுகந்தருமோ? சொல்லுவீர்
இல்லையில்லை இல்லையில்லை ஈசனாணை இல்லையே. 543

(எ.ரை:) *அன்பர்களே! சிந்தித்து உண்மையுணருங்கள்; நீங்கள் உருவ வழிபாட்டை விரும்பியே, கல்லிலும் வெள்ளியிலும் செம்பிலும் இரும்பிலும் களிமண்ணிலும் (சுட்ட) பல்வேறுபட்ட தெய்வ வடிவங்களை உருவாக்குகிறீர்கள்; அவற்றைக் கோயிலி லும் மற்ற இடங்களிலும் வைத்துப் போற்றி வணங்கி வழிபட்டு வருகின்றீர்கள்.*

இந்த வழிபாட்டால் நீங்கள் படும் தொல்லைகளையும் துயரங்களையும் போக்க முடியுமா? நினைத்தபடி இன்பங்கள் பெறமுடியுமா? இதற்கு விடை கூறுங்கள். உங்கள் செயலால் இன்பம் பெறுவதில்லை என்பதே உண்மையும் இறைவனது ஆணையுமாகும்.

(அறிவு முதல் அண்டங்கள் வரை யாவும் நமச்சிவாய என்னும் ஐந்தில் அடங்கும்)

இச்சகம்ச னித்ததுவும் ஈசன்ஐந்து எழுத்திலே
மெச்சவும்ச ராசரங்கள் மேவும்ஐந்து எழுத்திலே
உச்சிதப்ப லஉயிர்கள் ஓங்கல்ஐந்து எழுத்திலே
நிச்சயமெய்ஞ் ஞானபோதம் நிற்கும்ஐந்து எழுத்திலே. 544

(எ.ரை:) *அன்பர்களே! இறையியல் உண்மைகளை உணர்ந்து கொள்ளுங்கள்.*

இந்த உலகம் அனைத்தும் படைக்கப்பட்டதும் (பிறந்ததும்) இறைவனது திருவைந்தெழுத்தான நமச்சிவாயத்தில்தான்; படைப்பையெல்லாம் வியந்து போற்றும்படி இயங்கும் அனைத்துயிர்களையும் இயங்காமல் நிற்கும் அனைத்துப் பொருள்களையும் உருவாக்கியதும் நமச்சிவாயமேயாகும்; அருமையும் உயர்வுமுள்ள பலவகையான உயிர்களைப் படைத்து அவற்றின் வாழ்வையெல்லாம் ஓங்கி வாழவைக்கும் அருளும் இந்த ஐந்தெழுத்தேயாகும். மேலும், வாழ்வுக்கு வேண்டிய உறுதியான மெய்யறிவையும் பேரின்பத்தையும் தருவதும் இறைவனாகிய நமச்சிவாயமே என அறிய வேண்டும். ஆக, நமச்சிவாயத்தை மறவாதீர்கள்.

(கடவுளுண்மை அறிந்து பேசாத நிலையில் அன்பு செய்யுங்கள்!)

சாத்திரங்கள் பார்த்துப் பார்த்துத் தான்குருடு ஆவதால்
நேத்திரங்கெட வெய்யோனை நேர்துதிசெய் மூடர்காள்!
பாத்திரம் அறிந்துமோன பக்திசெய்ய வல்லிரேல்
சூத்திரப் படியாவரும் சுத்தர்ஆவர் அங்ஙனே. 545

(எ.ரை:) *அன்பர்களே! அறிவில்லாமல் வாழ்கிறீர்களே. பலதுறை அறிவு நூல்களான சாத்திரங்களைப் படித்துப் பார்த்துப் படித்துப் பார்த்து, நீங்கள் கண் குருடு (ஒளிகெட்டது) ஆனதன்றி வேறு என்ன நன்மையைப் பெற்றுக் கொண்டீர்கள்? கண்ணொளி கெடும்படி கதிரவனை நேரே உற்றுப் பார்த்து வணக்கம்*

செய்கின்றீர்கள்; இதனாலும் என்ன பயன் கண்டீர்கள்? ஒன்றுமில்லையே!

ஆதலால், நீங்கள் கடவுளின் உண்மையிலான தத்துவப் பொருளறிந்து கொண்டு, பேசாத அமைதி நிலையில், சிறந்த அன்பை, ஒளி வழிபாடாகச் செய்ய வல்லமைத் தகுதி பெறு வீரானால், அறநூலின் நுட்ப அறிவுரைப்படியே எல்லோருமே வாழும் முறையில் தூயவராகிவிடுவர்; இது உறுதி!

(செத்த மாடு போன்ற முரட்டு மனிதர்கள் பிறர் பொருள்களைப் பறித்து வைத்ததால், அதை அரசு அலுவலர் கொண்டு போயினர்)

மனஉறுதி தானிலாத மட்டிப்பிண மாடுகள்
சினமுறப் பிறர்பொருளைச் சேகரித்து வைத்ததைத்
தினம்தினம்ஊர் எங்கும்சுற்றி திண்டிக்கே அலைபவர்
இனமதில் பலர்கள்வைளும்; இன்பம்அற்ற பாவிகள்! 546

*(**எ.ரை:**) அன்பர்களே! தீய வாழ்வை அறிந்து நன்கு வாழுங்கள். உலகியல் வாழ்க்கையில், மனத்திலே நல்ல அறச் சிந்தையில்லாத-அறிவற்ற (மட்டி) செத்தமாடுகள் போன்ற மனிதர்கள், பிறரை அச்சுறுத்தி அவருடைய பொருள்களைப் பறித்து வந்து சேர்த்து வைக்கின்றார்கள். ஆனால், அப்பொரு ளையோ, நாளும் நகர்வலம் வரும் அரசுக் காவலர்கள் (திண்டி) கண்டு, அது களவுசெய்த பொருளென்று சொல்லி எடுத்துச் சென்று விடுகின்றனர். இதனால், அதிரடி அடித்த தீயவர்கள் இன்பமற்ற நிலையில் துன்பமடைகின்றனர்; குற்றவாளி யாகின்றனர்.*

(கனலாக இருக்கும் சிவக்கடவுள் 'சிவாயவசி' என்னும் மந்திரத்திலே முதலும் முடிவுமாக ஒளியாக இருக்கிறான்)

சிவாயவசி என்னவும் செபிக்கஇச் சகமெலாம்
சிவாயவசி என்னவும் செபிக்கயாவும் சித்தியாம்
சிவாயவசி என்னவும் செபிக்கவானம் ஆளலாம்
சிவாயவசி என்பதே இருதலைத்தீ ஆகுமே! 547

(எ.ரை:) அன்பர்களே! மந்திரம் ஓதுதலால் ஏற்படும் நல்வாழ்வு குறித்து எண்ணி மகிழுங்கள்!

(இதில் 'சிவாயவசி' என்ற, 'வசி'யை 'சிவாய'வோடு சேர்த்து ஓதுதலால், (சி-சிவக்கனல்; வா-அருட்சத்தி; ய-உயிர்கள்; வ-அருட்சத்தி; சி-சிவக்கனல்) ஐந்து எழுத்திலுமுள்ள முதலெழுத்தும் இறுதியெழுத்தும் 'சி'யாக அமைந்து, இருபக்கமும் சிவக்கடவுளை (கனலை) உணர்த்துவதால், அவரே அத்தனை ஆற்றலுக்கும் உலகத்துக்கும் முழுமுதற் கடவுளாகிறார். அதனால் 'சிவாயவசி' மந்திரத்தை ஓதினால் பெரிய நன்மைகளை ஒருசேரப் பெறலாம் என்பதே கருத்து.)

இந்த உலகிலுள்ள உயிர்களெல்லாம் 'சிவாயவசி' என்று சொல்லி ஒலிக்கட்டும்! இவ்வாறு இந்த மந்திரத்தை ஓதியொலிப்பதால் எண்ணிய எண்ணங்கள் யாவும் வெற்றி (சித்தி) பெறும்; இதை அன்போடும் அறிவோடும் ஓதுதலால் வான்நாட்டையும் (இந்திரனைப்போல) ஆளும் பேற்றைப் பெற லாம். ஆதலால், 'சிவாயவசி' என்பதில் முதலும் இறுதியுமாகிய 'சி' என்னும் இருபக்க எழுத்துக்களும் சிவக்கனலையே உணர்த்து கின்றன என உள்ளத்திலே பதிவு செய்துகொண்டு போற்றி வணங்க வேண்டும்.

புரட்சிச் சித்தர் சிவவாக்கியர் பாடல்களும்
உரைவிளக்கமும் முற்றுப்பெற்றது.

சிவவாக்கியர் சிந்தனை வெல்க!

○○○

www.ingramcontent.com/pod-product-compliance
Lightning Source LLC
Chambersburg PA
CBHW032132150626
46728CB00010B/179
9789387655102